ಛಂದ ಪುಸ್ತಕ

ಓದಿ ಓದಿ ಮರುಳಾಗಿ!

ಪುಟ್ಟ ಪಾದದ ಗುರುತು

ಛಂದ ಪುಸ್ತಕ ಬಹುಮಾನ ಪಡೆದ ಕೃತಿ
ಡಾ. ಬೆಸಗರಹಳ್ಳಿ ರಾಮಣ್ಣ ಪ್ರಶಸ್ತಿ ಪಡೆದ ಕೃತಿ

ಕತೆಗಳು

ಸುನಂದಾ ಪ್ರಕಾಶ ಕಡಮೆ

Putta Paadada Guruthu
-Collection of Short Stories in Kannada
by Sunanda Prakasha Kadame
Published by Chanda Pustaka,
I-004, Mantri Paradise,
Bannerughatta Road, Bangalore-560 076
ISBN: 978-81-975991-3-2

ಮೊದಲ ಮುದ್ರಣ: 2005
ಎರಡನೆಯ ಮುದ್ರಣ: 2022

ಹೊದಿಕೆ ಚಿತ್ರ: ರಾವ್‌ಬೈಲ್
ಮುಖಪುಟ: ಅಪಾರ
ಪುಟಗಳು: 108 ಬೆಲೆ: ₹ 130
ಕಾಗದ: ಎನ್‌ಎಸ್ ಮ್ಯಾಪ್ಲಿತೊ 70 ಜಿಎಸ್‌ಎಂ, 1/8 ಡೆಮಿ

ಪ್ರತಿಗಳಿಗಾಗಿ ಸಂಪರ್ಕಿಸಿ:

ಛಂದ ಪುಸ್ತಕ
ಐ–004, ಮಂತ್ರಿ ಪ್ಯಾರಡೈಸ್
ಬನ್ನೇರುಘಟ್ಟ ರಸ್ತೆ
ಬೆಂಗಳೂರು–560 076
ಸೆಲ್: 98444 22782
me@vasudhendra.com

ಮುದ್ರಣ:

ಟ್ರಿನಿಟಿ ಅಕಾಡೆಮಿ, ಕುಡ್ಲು ಗೇಟ್, ಹೊಸೂರು ರಸ್ತೆ, ಬೆಂಗಳೂರು

ಸುನಂದಾ ಪ್ರಕಾಶ ಕಡಮೆ

ಜನನ: 1967, ಉತ್ತರ ಕನ್ನಡದ ಅಲಗೇರಿಯಲ್ಲಿ. ಹುಬ್ಬಳ್ಳಿಯ ಮಹಿಳಾ ಕಾಲೇಜಿನಲ್ಲಿ ಬಿ.ಕಾಂ ಮತ್ತು ಕರ್ನಾಟಕ ವಿ.ವಿ. ಧಾರವಾಡದಲ್ಲಿ ಕನ್ನಡ ಎಂ.ಎ. ಗೋಕರ್ಣ–ಹನೇಹಳ್ಳಿ ಮಧ್ಯೆ ಇರುವ ಕಡಮೆ ಊರಿನವರಾದ ಪ್ರಕಾಶ್‌ರೊಂದಿಗೆ ಸದ್ಯ ಹುಬ್ಬಳ್ಳಿಯಲ್ಲಿ ವಾಸ. ಮಕ್ಕಳು: ಕಾವ್ಯ ಮತ್ತು ನವ್ಯ. 1997 ರಿಂದ ಬರವಣಿಗೆ ಆರಂಭ.

ಪುಟ್ಟ ಪಾದದ ಗುರುತು (2005) ಗಾಂಧಿ ಚಿತ್ರದ ನೋಟು (2008) ಕಂಬಗಳ ಮರೆಯಲ್ಲಿ (2013) ತುದಿ ಮಡಚಿಟ್ಟ ಪುಟ (2016) – ಕಥಾ ಸಂಕಲನಗಳು. ಪಿಸುಗುಡುವ ಬೆಟ್ಟಸಾಲು (2006) ಪಡುವಣದ ಕಡಲು (2008) ಕತೆಯಲ್ಲದ ಕತೆ (2016) – ನುಡಿಚಿತ್ರ ಸಂಕಲನಗಳು. ಸೀಳುದಾರಿ (2009) ಇದು ಕವನ ಸಂಕಲನ. ಎಳೆನೀರು (2014) – ಮಕ್ಕಳ ಕಾದಂಬರಿ. ದೋಣಿ ನಡೆಸೊ ಹುಟ್ಟು (2012), ಹೈವೇ 63 (2020) – ಕಾದಂಬರಿಗಳು.

ಛಂದ ಪುಸ್ತಕ ಬಹುಮಾನ, ಬೆಸಗರಹಳ್ಳಿ ರಾಮಣ್ಣ ಪುಸ್ತಕ ಬಹುಮಾನ. ಬಿಎಂಶ್ರೀ ಕಥಾ ಪುಸ್ತಕ ಬಹುಮಾನ, ಡಿ.ಎಸ್ ಕರ್ಕಿ ಕಾವ್ಯ ಬಹುಮಾನ, ರತ್ನಮ್ಮ ಹೆಗ್ಗಡೆ ಹಾಗೂ ಎಂ.ಕೆ ಇಂದಿರಾ ಬಹುಮಾನ, ಕರ್ನಾಟಕ ಬಾಲ ಸಾಹಿತ್ಯ ಅಕಾಡೆಮಿ ಬಹುಮಾನ ಸೇರಿದಂತೆ ಇನ್ನೂ ಅನೇಕ ಪುರಸ್ಕಾರಗಳು ಇವರ ಕೃತಿಗಳಿಗೆ ಸಂದಿವೆ.

ಇವರ ಕೆಲವು ಕತೆಗಳು ಕೊಂಕಣಿ, ತಮಿಳು, ಮಲಯಾಳ, ತೆಲುಗು, ಮರಾಠಿ ಹಾಗೂ ಇಂಗ್ಲಿಷ್ ಭಾಷೆಗಳಿಗೆ ಅನುವಾದಗೊಂಡಿವೆ. ಈ ಕೃತಿ ಇವರ ಮೊದಲ ಕಾದಂಬರಿ.

sunandakadame@gmail.com | 98457 79387

ನನ್ನ 'ದಾದಾ' ಹದಿನಾರು ವರ್ಷಗಳ ಹಿಂದೆ ತೀವ್ರ ಅನಾರೋಗ್ಯದಿಂದ ಬೆಂಗಳೂರಿನಲ್ಲಿ ಕೊನೆಯುಸಿರೆಳೆದರು. ನಾನಾಗ ಎಂಟು ತಿಂಗಳ ಗರ್ಭಿಣಿ. ಈ ಆಘಾತದ ಸುದ್ದಿ ನನಗೆ ತಿಳಿಸಲು ಒಂದು ವಾರ ತಡಮಾಡಲಾಗಿತ್ತು. ಅವರ ಅಂತ್ಯವನ್ನು ನಾನು ಕಾಣದೇ ಇದ್ದುದರಿಂದ ನನ್ನ ದಾದಾ ಇಂದಿಗೂ ನನ್ನ ಜತೆಯಲ್ಲಿದ್ದಾರೆ. ತಮ್ಮ ಕಡೇ ಗಳಿಗೆಯಲ್ಲಿ ಅವರು 'ಶಾಂತಿ–ಸಮಾಧಾನ' ಎಂಬೆರಡು ಶಬ್ದಗಳನ್ನು ಉಚ್ಚರಿಸುತ್ತಿದ್ದರಂತೆ. ಈ ಹದಿನಾರು ವರ್ಷಗಳಿಂದ ಆ ಎರಡು ಪದಗಳೇ ನನ್ನ ಕೈಹಿಡಿದು ನಡೆಸಿಕೊಂಡು ಬರುತ್ತಿವೆ.

ಈಗ ನನ್ನ ಅಣ್ಣಂದಿರ ಮನೆಯಲ್ಲಿ ಮೊಮ್ಮಕ್ಕಳನ್ನಾಡಿಸುತ್ತ ಖುಷಿಯಾಗಿರುವ ನನ್ನ ಆಯಿ, ಪ್ರಕಟವಾದ ನನ್ನೆಲ್ಲ ಕಥೆಗಳನ್ನೂ ಬೆಳಕಿಗೆ ಹಿಡಿದು ಕಣ್ಣು ಕಿರಿದುಗೊಳಿಸಿ ಓದಿ 'ಇದೇನೆ, ಅಸಹ್ಯವಾಗಿ ಮುಟ್ಟು–ಗಿಟ್ಟು ಅಂತೆಲ್ಲ ಬರೀತಿ, ಬರಿಯಲು ತಿಳಿದವಳು ಒಂದು ಛಂದದ ದೇವರ ಭಜನೆ–ಗಿಜನೆ ಬರೀಬಾರ್ದೇ? ಕೋಣನಿಗಾದಷ್ಟು ವಯಸ್ಸಾದ್ರೂ ನಿನಗಿನ್ನೂ ಬುದ್ಧಿ ಮಾತ್ರ ಬರಲಿಲ್ಲಪ್ಪ' ಅಂತ ಸಿಕ್ಕಾಪಟ್ಟೆ ಬಯ್ಯುತ್ತಿದ್ದಾಳೆ.

ಮಗುವೊಂದು ಚಿತ್ರ ಬಿಡಿಸಿದಂತೆ

ನನ್ನ ಅಭಿರುಚಿಗಳನ್ನು ಅಕ್ಷರಶಃ ರೂಪಿಸಿದ 'ಭಾವನಾ' ಮಾಸಿಕದ ಓದು ನನಗೆ ಹೊಸ ದಾರಿಯನ್ನೇ ತೆರೆದಿಟ್ಟಿದೆ. ನಾನು ಬರೆಯ ಬೇಕೆಂದಿದ್ದ ಕಥೆಗಳೊಂದೂ ನನ್ನಿಂದ ಬರೆಸಿಕೊಳ್ಳುತ್ತಿಲ್ಲ. ಏನನ್ನೋ ಬರೆಯಲು ಕೂತು, ಅದು ಇನ್ನೇನೋ ಆಗಿ ಮೂಡಿ ಬರುವ ಈ ಬರಹ ಲೋಕದ ಸೋಜಿಗಕ್ಕೆ ನಾನು ಸೋತಿದ್ದೇನೆ. ಇಲ್ಲಿಯ ಬರಹಗಳನ್ನು ಕಥೆಗಳೆಂದು ನಿರ್ಣಯಿಸಿ ಬಹುಮಾನ ನೀಡಿ ಪ್ರಕಟಿಸಿದ ಎಲ್ಲ ಸಾಹಿತ್ಯ ಬಂಧುಗಳಿಗೆ ನಾನು ಆಭಾರಿ.

ನಾನು ಅತ್ಯಲ್ಪವಾಗಿ ಬರೆದದ್ದನ್ನು ಪ್ರೀತಿಸುವ, ಚಿಕಿತ್ಸೆಗೊಳ ಪಡಿಸುವ ಜಯಂತ್, ಚರ್ಚಿಸುವ ಪ್ರಹ್ಲಾದ ಅಗಸನಕಟ್ಟೆ, ಪ್ರೋತ್ಸಾಹಿಸುವ ವಿಷ್ಣು ನಾಯ್ಕ, ಬರೆಯಲು ಮನೆಯಲ್ಲಿ ಪೂರಕ ವಾತಾವರಣ ಸೃಷ್ಟಿಸಿದ, ಸ್ವತಃ ಕವಿಯಾದ ಸಂಗಾತಿ ಪ್ರಕಾಶ್, ವಾತ್ಸಲ್ಯದ ಅತ್ತೆ ಹಾಗೂ ಅವರ ತುಂಬು ಬಳಗ, ಪುಸ್ತಕಗಳ ಕಾಣಿಕೆ ನೀಡಿ ಓದಿನ ರುಚಿ ಹತ್ತಿಸಿದ ನನ್ನೆಲ್ಲ ಅಕ್ಕರೆಯ ಸೋದರರು, ಬಂಧುಗಳು, ನನ್ನ ಬರಹ-ಗಳಲ್ಲಿಯ ಅನಾರೋಗ್ಯಕರ ಸಾಲುಗಳನ್ನು ಹೆಕ್ಕಿ ಹೊಡೆಸಿ ಹಾಕಿಸುವ ಕಾವ್ಯ, ನನ್ನ ಬರವಣಿಗೆಯ ಬದಿಗೆ ತಿರುಗಿಯೂ ನೋಡದೇ ದೂರದಿಂದಲೇ ಕುಹಕದ ನಗೆ ಬೀರುವ ನವ್ಯ,

ಹಾಗೂ ನಿಮ್ಮೆಲ್ಲರ ಒಲವು ತುಂಬಿದ ಮನಸ್ಸುಗಳಿಗೆ
ನಾನು ಋಣಿ.

ಸುನಂದಾ

ನಿತ್ಯದ ಸ್ಫೂರ್ತಿಯ ಬಿಡಾರ

ಸುನಂದಾರ ಸುಟಿಯಾದ ಕತೆಗಳು–ರಭಸದಿಂದ ಹುಸಿದುಹೋಗುತ್ತಿರುವ ಇಂದಿನ ನಮ್ಮ ಎಳೆ ಬಿಡಾರಗಳ ಸಾಂಸಾರಿಕ ಲಯವನ್ನು ಮತ್ತು ಅದನ್ನು ಪುಟ್ಟ ಸರಳ ಸಹಜ ದೈನಿಕದ ಎಳೆಗಳ ಮೂಲಕ ಮತ್ತೆ ಕಟ್ಟಲು ಯತ್ನಿಸುವ ಇಂದಿನ 'ಹೊಸ ತಾಯಿ'ಯ ನಿತ್ಯದ ಸ್ಫೂರ್ತಿಯನ್ನು–ಆಶ್ಚರ್ಯ ಹುಟ್ಟಿಸು ವಂಥ ಪಕ್ವತೆಯಲ್ಲಿ ಮೃದುವಾಗಿ ಚಿತ್ರಿಸುತ್ತಿವೆ.

ಸೇಫ್ಟಿ ಪಿನ್ ಹಾಕಿದ ನೈಟಿ, ಕರಾಟೆ ಮೆಹಂದಿ ಕ್ಲಾಸು, ಮ್ಯಾಚಿಂಗ್ ಬ್ಲೌಸು, ಮಮ್ಮಿ ಡ್ಯಾಡಿ, ಪ್ಯಾರಾ ಚೂಟ್ ಎಣ್ಣೆ, ಗಂಡನ ಊಟದ ಡಬ್ಬಿ–ಗಳ ನಿತ್ಯ ದೈನಿಕವನ್ನು ಯಾವುದೋ ಅಮೂರ್ತ ಸಖ್ಯದ ಹಂಬಲದಲ್ಲಿ ಮರೆಯಲು ಯತ್ನಿಸುವ ಹಳಹಳಿಕೆಯ ಹಳೆಯ ಜಾಡನ್ನು ತೊರೆದು, ಈ ದೈನಿಕವನ್ನೇ ತಿಳಿವಿನ ತನ್ಮಯತೆಯಲ್ಲಿ ಹಾಯುತ್ತಲೇ 'ದಾಟುವ' ಆಳವಾದ ಮಮತೆಯಲ್ಲಿ ಈ ಕತೆಗಳು ಹುಟ್ಟಿವೆ.

ಆಟಿಗೆಯ ಪುಟ್ಟ 'ಕಿಚನ್ ಪ್ಯಾರಡೈಸ್' ಸೆಟ್ಟಿನಲ್ಲೇ ಅಡಗಿಕೊಂಡಿರುವ ಹೆಣ್ಣು ಮಕ್ಕಳ ನಾಳೆಗಳು, ಮೀನು ತಿನ್ನದವರ ನಡುವೆ ವಾಸ ಮಾಡುವವರು ಕದ್ದು ಹಿಂಬಾಗಿಲಿಂದ ತಂದು ಮೀನು ತಿನ್ನುವ ಸಂಭ್ರಮ, ತನ್ನ ಬಾಲ್ಯದ ಆಡುಂಬೊಲದಲ್ಲಿ ನೌಕಾನೆಲೆಯವರು ಕಬ್ಜ ಮಾಡಿಕೊಂಡು ನೆಟ್ಟಿರುವ 'ನೋ ಎಂಟ್ರಿ' ಬೋರ್ಡು, ನಾಳೆಗಳನ್ನು ಉದ್ದೀಪಿಸುತ್ತಲೇ ಬಂದಿದ್ದ ಕಟ್ಟು ಹಾಕಿಸಿದ್ದ ಕ್ಯಾಲೆಂಡರ್ ಚಿತ್ರವೊಂದರ ಕಾಜಿನ ಜತೆ ಠಳ್ಳೆಂದು ಒಡೆದುಹೋದ ಒಂದು ಮೂಕಲೋಕ, ಸಣ್ಣ ಖೋಲಿಗೆ ಕಬ್ಬಿಣದ ಹೊಸ ಕಪಾಟೊಂದನ್ನು ತಂದಾಗಿನ ಹಿಗ್ಗಿನಲ್ಲೇ ಇರುವ ಸಣ್ಣ ಸಾಮಾಜಿಕ ಲಜ್ಜೆ–ಇಂಥ ಇಂದಿನ ಬಿಡಾರ ಸೂಕ್ಷ್ಮಗಳಲ್ಲೇ ಸುನಂದಾರ ಕಥನದ ಜೀವ ಇದೆ.

'ಮುಚ್ಚಳ ಕಳೆದುಹೋದ ಪೌಡರು ಡಬ್ಬಿ ಕಿರೀಟ ಬಿದ್ದ ರಾಜನಂತೆ ಕಾಣುತ್ತಿತ್ತು', 'ಚೂರು ಚೂರು ಉಳಿದ ಸೋಪಿನ ತುಣುಕುಗಳನ್ನು ಒತ್ತಿ ಒತ್ತಿ ಉಂಡೆ ಕಟ್ಟಿ ಅದರಿಂದಲೇ ಸ್ನಾನ ಮಾಡಿದಳು'–ಇಂಥ ತಾಜಾ ವಿವರಗಳಲ್ಲಿ, 'ಖಾಲಿ ಟೂಥ್‌ಪೇಸ್ಟ್ ಟ್ಯೂಬಿನ ಕೊನೆ ಹನಿಯನ್ನೂ ಬಿಡದಂತೆ ಉಳಿಸುವ' ತಾಯಿಯ ಹತಾಶ ಕೌಶಲದಿಂದ ಸುನಂದಾ ಮಾನವೀಯ ಸಂದರ್ಭವನ್ನು ಕಟ್ಟಿ ಕಾಣಿಸುತ್ತಾರೆ. ಮತ್ತು ಗೊತ್ತಿರುವ ಲೋಕದಿಂದ ಮೆಲ್ಲಗೆ ಗೊತ್ತಿರದ ಲೋಕದ ಅಂಚಿಗೂ ಸರಿಯುತ್ತಾರೆ. ಆಗ 'ಬಣ್ಣದ ಕೌದಿ' ಕತೆಯಲ್ಲಿ ಬರುವಂಥ ಲಿಫ್ಟ್ ಅಚಾನಕ್ ಆಗಿ ಮೂಡಿಬಂದು, ಸ್ಥಿತಿ ಸಾಧ್ಯತೆಗಳ ನಡುವಿನ ಬಿಂದುವಿನಲ್ಲಿ ನಮ್ಮನ್ನು ನಿಲ್ಲಿಸಿಬಿಡುತ್ತದೆ. 'ಕಂದೀಲು' ಕತೆಯಲ್ಲಿ ಹಠಾತ್ತನೆ ಬೆಡ್ ಶೀಟಿನ ಪ್ರಿಂಟಿನಲ್ಲಿದ್ದ ಹುಲಿ ಜೀವ ತಳೆದು ನಾಯಕಿಯನ್ನು ಬದುಕಿನ ಹೊಸ ಆಟಕ್ಕೆ ಕರೆಯುತ್ತದೆ.

ಆಳವಾದ ತಾಯ್ತನ ಮತ್ತು ಹದಿಹರೆಯದ ಕಣ್ಣಿನ ಫಳಫಳ ಚೈತನ್ಯ ಇವುಗಳ ಅಪರೂಪದ ಸಂಗಮದಲ್ಲಿ ಅಪಸ್ವರವಿಲ್ಲದೆ ಅರಳಿರುವ ಸುನಂದಾರ ಪ್ರಾಮಾಣಿಕ ಕತೆಗಳು ನಮ್ಮ ಬದುಕಿನ ಗುಣವನ್ನು ಆಪ್ತವಾಗಿ ಹೆಚ್ಚಿಸುತ್ತವೆ.

ಜಯಂತ ಕಾಯ್ಕಿಣಿ

ಪರಿವಿಡಿ

ಮಗು ಚಿತ್ರ ಬರೆಯಿತು

ಕಾರವಾರ ಮುಂಬೈ ಹೆದ್ದಾರಿಯ ಪಕ್ಕದಲ್ಲಿದ್ದ ಹಳಿಯಾಳದ ಕಾರ್ಮೆಲ್ ಸ್ಕೂಲಿನ ಚಿಣ್ಣರ ಪ್ರಾರ್ಥನೆ ಗಲಾಟೆ ಬಾಯಿಪಾಠ ಪ್ರತಿಧ್ವನಿಸುವಷ್ಟು ಸನಿಹದಲ್ಲೇ ಇರುವ ನಲವತ್ತು ವರ್ಷಗಳಷ್ಟು ಹಳೆಯದಾದ ಗಜಾಕೋಕ್ ಚಾಳಿನ ಮೂರನೇ ನಂಬರಿನ ಮನೆಯಲ್ಲಿ ಮದುವೆಯಾಗಿ ಆಗಷ್ಟೇ ನಾಲ್ಕು ವರ್ಷ ತುಂಬಿದ ಇಪ್ಪತ್ತೈದರ ಮಾಲತಿ ಅಂದು ಬೆಳಿಗ್ಗೆ ಏಳರ ಹೊತ್ತಿಗೆ ಎದ್ದಿದ್ದಳು. ಅವಳ ಎರಡೂವರೆ ವರ್ಷದ ಹಸೀ ತುಂಟ ಮಗ ವಿವೇಕ ರಾತ್ರಿ ಮೂತ್ರ ಮಾಡಿದ್ದ ಗೊದಡಿಯನ್ನು ತೊಳೆಯಲೆಂದು ಹೊರತಂದಾಗ, ನಲ್ಲಿಯ ಇದಿರು ವಾರಕ್ಕೊಮ್ಮೆ ಬರುವ ಚಾಳಿನ ಜನರಿಂದ 'ಕುಡಿಯುವ ನೀರು' ಎಂದೇ ಕರೆಸಿಕೊಳ್ಳುವ ಮುನ್ಸಿಪಾಲಿಟಿ ನೀರಿಗಾಗಿ ಬಿಸಿಲಿಗೆ ಬಣ್ಣಗೆಟ್ಟ ಕೊಡಗಳ ದೊಡ್ಡ ಕ್ಯೂ ಇತ್ತು. ಮತ್ತೊಂದೆಡೆಯಲ್ಲಿ ಆಗ ಮಾತ್ರ ಎದ್ದು ತಮ್ಮದೇ ಬಾಗಿಲುಗಳ ಮುಂದೆ ಆಕಳಿಸುತ್ತ ನಿಂತಿದ್ದ ತಂತಮ್ಮ ಮಾಲಿಕರ ಸುಪರ್ದಿಯಲ್ಲಿ ಪ್ಲಾಸ್ಟಿಕ್ ಮಗ್ಗುಗಳನ್ನು ತೇಲಿಸಿ ಕೊಂಡು ಬೋರ್ವೆಲ್ ನೀರು ತುಂಬಿ ಕೂತ ಪುಟ್ಟ ಪುಟ್ಟ ನೀಲಿ ಕೆಂಪು ಬಾಲ್ದಿಗಳ ಸಣ್ಣ ಕ್ಯೂ ಪಾಯಿಖಾನೆಯ ಎತ್ತರದ ಮೆಟ್ಟಿಲುಗಳ ಮೇಲೆ ಸೇರಿಕೊಂಡಿತ್ತು.

ತನ್ನದೂ ಒಂದೆರಡು ಕೊಡಗಳನ್ನು ನಲ್ಲಿ ಬಳಿಯ ಕ್ಯೂದಲ್ಲಿಟ್ಟು ಬಂದ ಮಾಲತಿ, ಗೊದಡಿಯನ್ನು ಒಂದೆರಡು ಬಾರಿ ಖಾಲಿ ನೀರಿನಲ್ಲಿ ಅದ್ದಿ ತೆಗೆದಳು. ಮೂಸಿ ನೋಡುತ್ತ ಮೂತ್ರದ ಪರಿಮಳ ಹೊರಟು ಹೋಗಿದೆಯೆಂದು ಖಾತ್ರಿಪಡಿಸಿಕೊಂಡಳು. ಮಜ್ಜೆಯಾಗಿದ್ದ ಹಸಿ ಗೊದಡಿಯನ್ನು ಒಂದು ಟೀ ಚಮಚದಷ್ಟು ಹಳದೀ ನಿರ್ಮಾ ಪೌಡರ ಗರಡಿದ ಅಗಲ ಟಬ್ಬಿನಲ್ಲಿ ಅದ್ದಿಟ್ಟಳು. ಒಳಗಡೆ ಮೋರಿಯ ಮೂಲೆಯ ನಳದಲ್ಲೇ ತುಂಬಿಟ್ಟ ಜಿನ್ ತಗಡಿನ ಡ್ರಮ್ಮಿನಿಂದ ನೀರು ಅಚ್ಚಿ ಹೊರತಂದಳು. ಆಗ ಮಾಲತಿ ಕಂಕುಳಲ್ಲಿ ಹೊಲಿಗೆ ಬಿಟ್ಟಿದ್ದ ನಲವತ್ತೈದು ರೂಪಾಯಿಯ ನೈಟಿ-ಯಲ್ಲಿದ್ದಳು. ಚೂರು ಕೈ ಎತ್ತಿದರೂ ಅಲ್ಲಲ್ಲೇ ಸುಳಿದಾಡುವ ಚಾಳಿನ ಮಂದಿಗೆ ಎಲ್ಲಿ ತನ್ನ ಬ್ರಹ್ಮಾಂಡದ ತುಂಡು ಕಂಡುಬಿಡುತ್ತದೊ ಎಂಬ ಹುಷಾರಿಯೊಂದಿಗೆ

ಹಾಗಾಗೇ ಮುದುಡಿಕೊಳ್ಳುತ್ತ ಮಾಲತಿ, ಹೊಟ್ಟೆಯ ಭಾಗದ ನೈಟಿಯನ್ನೆತ್ತಿ ಒಳ ಧರಿಸಿದ ಲಂಗದ ಕಟ್ಟಿಗೆ ತುಸುವೇ ಸಿಕ್ಕಿಸಿಕೊಂಡಳು.

ಆ ಚಾಳು ಮನೆಗಳ ಮುಂದೆಯೇ ಪುಟ್ಟ ಕಾಲುವೆಯಂತಿರುವ ಗಟಾರದಲ್ಲಿ ಮೋರಿಯ ನೀರಷ್ಟೇ ಹರಿಯುತ್ತಿತ್ತು. ಅಲ್ಲೇ ಅದರಂಚಿಗೇ ವಸ್ತ್ರ ಒಗೆಯಲೆಂದು ಹಾಕಿಸಿದ್ದ, ಮಧ್ಯದಲ್ಲಿ ಸರೀ ಎರಡು ಭಾಗವಾಗಿ ಸೀಳಿಕೊಂಡ ಎರಡು X ಎರಡು ಅಡಿಗಳ ಹುರುಬುರುಕಾದ ಕಪ್ಪು ಪರ್ಸಿಕಲ್ಲಿನ ಮೇಲೆ ಅಮ್ಮನ ಹದಿನೆಂಟು ಮೊಳದ ಕಾಟನ್ ಸೀರೆಯ ದಪ್ಪ ಗೊದಡಿಯನ್ನು ಕುಸುಬುತ್ತ ಕೂತುಬಿಟ್ಟಿದ್ದಳು ಮಾಲತಿ.

ಎರಡೇ ಚಾ ಪಾತ್ರೆ ಹಿಡಿದೊ ಇಲ್ಲವೇ ರಾತ್ರಿ ಬಳ್ಳಿಗೆ ಒಣ ಹಾಕಿದ ಬಟ್ಟೆಯನ್ನು ಎಳೆದೊಯ್ಯಲೆಂದೊ ಹೊರಬಂದ ಹೆಂಗಸರೆಲ್ಲ 'ನಮ್ಮ ಪುಟ್ಟ ಹೇಗಿದ್ದಾನೆ? ಆರಾಮು ಇದ್ದಾನೊ? ಮಲಗಿದ್ದಾನೊ?' ಎಂದೆಲ್ಲ ಪ್ರಶ್ನಿಸಿ ಮರೆಯಾಗುತ್ತಿದ್ದರು. ಮಾಲತಿ ಎಲ್ಲರ ಜತೆ ಹಲ್ಲು ಗಿಂಜಿ ತಲೆಯಾಡಿಸುತ್ತ ಆಗಾಗ ನಲ್ಲಿಯೆಡೆ ಕಿವಿಗೊಟ್ಟು ನೀರು ಬರುವ ಶಬ್ದಕ್ಕಾಗಿ ಆಲಿಸುತ್ತಿದ್ದಳು. ಆದರೂ ರಾತ್ರಿಯಿಂದ ಅವಳ ತಲೆಯಲ್ಲಿ ಹೊಕ್ಕಿ ಕೂತ ಟ್ರಂಕಿನ ಹುಳು ಮತ್ತೆ ತನ್ನದೇ ಕೊರೆತ ಶುರುಮಾಡಿಬಿಟ್ಟಿತ್ತು.

ಅಷ್ಟರಲ್ಲೇ ಮೈ ಮುರಿಯುತ್ತ ಹೊರ ಬಂದು ತನ್ನದೂ ಒಂದು ಬಾಲ್ದಿಯನ್ನು ಪಾಯಿಖಾನೆಯ ಕ್ಯೂನಲ್ಲಿ ಇಟ್ಟು ಬಂದ ನೀಲಿ ಗೇರೆ ಗೇರೆಯ ಪಾಯಿಜಾಮ–ಬಿಳೀ ಸ್ಲಿವ್‌ಲೆಸ್ ಬನಿಯನ್ನು ಧರಿಸಿದ್ದ ಹೆಡ್ ಪೋಸ್ಟ್ ಆಫೀಸಿನಲ್ಲಿ ಡಿಸ್‌ಪ್ಯಾಚರ್ ಆಗಿರುವ ಸಪೂರಕ್ಕಿದ್ದ ಅನಂತಮೂರ್ತಿ. ಅವರ ಈ ಮುದ್ದಿನ ಮಡದಿ ಮಾಲತಿ, ಇಂದು ಬೆಳಿಗ್ಗೆ–ಬೆಳಿಗ್ಗೆಯೇ ಎದ್ದು ವಸ್ತ್ರ ತೊಳೆಯಲು ಕೈ ಹಾಕಿ ಕೂತದ್ದು ಅವನ ಮನಸ್ಸಿಗೆ ಕಿರಿಕಿರಿ ಎನ್ನಿಸಿ ಎಲ್ಲಿಂದಲೋ ಕೋಪ ಉಕ್ಕಿ ಬಂದುಬಿಟ್ಟಿತು. ಬಾಯಲ್ಲಿ ತುಂಬಿದ್ದ ಎಂಜಲನ್ನು ಗಟಾರದಲ್ಲಿಯೇ ಪಚ್ ಅಂತ ಉಗುಳಿದ ತೆಂಕಣಕೇರಿಯ ಈ ಅನಂತಮೂರ್ತಿ ಅಂಕೋಲೆಕರ 'ಏನು? ಹೊತ್ತಲ್ಲದ ಹೊತ್ತಲ್ಲಿ ಈವತ್ತು ವಸ್ತ್ರ ಹಿಡಿದು ಕೂತುಬಿಟ್ಟೆ, ಬುದ್ಧಿ–ಗಿದ್ದಿ ಉಂಟೋ ನಿಂಗೆ?' ಎಂದು ವಿನಾಕಾರಣ ಮುಖ ಗಂಟಿಕ್ಕಿ ತನ್ನ ಕುರುಚಲು ದಾಡಿ ಕೆರೆಯುತ್ತ ಸಿಡುಕಿಬಿಟ್ಟ. ಆ ವೇಳೆಯಲ್ಲಿ ಹೊರಗಡೆ ಇದ್ದ ಚಾಳಿನ ಕೆಲ ಮಂದಿಯೆಲ್ಲ ಕಂಡೂ ಕಾಣದಂತೆ ಕೇಳಿಯೂ ಕೇಳದಂತೆ ಇದ್ದುಬಿಟ್ಟರು.

ಅಷ್ಟೇ ಹೊತ್ತಿಗೆ ಹತ್ತಿರದ ಕಹಿ ಬೇವಿನ ಮರದ ಮೇಲೆ ಕಾಗೆ–ಗುಬ್ಬಿಗಳಾದಿಯಾಗಿ ಹೊರಡಿಸಿದ ಇಂಚರಗಳಿಗೆ ಜೀವದಾನ ಪಡೆದವನಂತೆ ಅಲ್ಲಿಯೇ ಒಳಗಡೆ ಚಾಪೆಗೆ ಮೋರೆಯೊತ್ತಿ ಎದೆಗೆ ಅಂಗಿಯೊಂದನ್ನೇ ತೊಟ್ಟು ಮಲಗಿದ, ಅನಂತನ ಕುಮಾರ ಕಂಠೀರವ ವಿವೇಕ ಮಗ್ಗಲು ಬದಲಿಸುತ್ತಿದ್ದ. ತುಂಬಿಕೊಂಡು ಹೊಳೆಯುವ ಗುಲಾಬಿ ಬಣ್ಣದ ಆತನ ಬಲಗೆನ್ನೆಯ ಮೇಲೆ ಚಾಪೆಯ ಒತ್ತುಗೆರೆಗಳು ಮುದ್ದಾಗಿ ಮೂಡಿದ್ದವು.

ರಾತ್ರಿ ಮೂತ್ರ ಮಾಡುತ್ತಿದ್ದ ಕಾರಣದಿಂದ ನೆಲಕ್ಕೆ ಚಾಪೆಯ ಮೇಲೆ ಗೊದಡಿ ಹಾಸಿಕೊಂಡು ವಿವೇಕನನ್ನು ಮಲಗಿಸಿಕೊಂಡು ಒರಗಿದ್ದಳು ಮಾಲತಿ. ಮೇಲೆ

ಮಂಚದ ಗಾದಿಯಲ್ಲಿ ಅನಾಥನಂತೆ ಬಿದ್ದುಕೊಂಡ ಅನಂತ 'ಪುಟ್ಟನಿಗೆ ನಿದ್ದೆ ಹತ್ತಿದ ನಂತರ ಮೇಲೆ ಬಾ' ಎಂದು ನವಿರಾಗಿ ಸೊಂಟ ತಿವಿದು ಹೇಳಿದ್ದು ಮರೆತೇ ಹೋಗಿ ಟ್ರಂಕು ಕೈಬಿಟ್ಟು ಹೋದ ಬಗ್ಗೆಯೇ ಯೋಚಿಸುತ್ತ ಯಾವಾಗ ನಿದ್ದೆಗೆ ಜೋತು ಬಿದ್ದಳೊ ಅವಳಿಗೇ ಗೊತ್ತಾಗಲಿಲ್ಲ.

ಅನಂತನ ಈ ನಸುಕಿನ ಸಿಡುಕಿಗೆ ಕಾರಣವೇನೆಂದು ಮಾಲತಿಗೆ ಥಟ್ಟನೆ ಹೊಳೆದು ಹೋದರೂ ಅದನ್ನೆಲ್ಲ ಯೋಚಿಸಲು ವೇಳೆಯೇ ಇಲ್ಲದಂತೆ ಅವಳ ಮನಸ್ಸಿನ ತುಂಬೆಲ್ಲ ಆ ಟ್ರಂಕಿನ ರೂಪವೇ ತುಂಬಿಕೊಂಡು ಬಿಟ್ಟಿತ್ತು. ಮದುವೆಯಲ್ಲಿ ಅಪ್ಪ ಕೊಟ್ಟ ಅಜ್ಜನ ಕಾಲದ ಗಟ್ಟಿ–ಮುಟ್ಟಾದ ಟ್ರಂಕಾಗಿತ್ತದು. ಅದೀಗ ಗಜಾಕೋಶ್ ಚಾಳಿನ ಈ ಮನೆಗೆ ಪ್ರವೇಶ ಪಡೆದ ಮೇಲೆ ಸಂಸಾರದ ಹೊಸ ಬಟ್ಟೆಗಳನ್ನೆಲ್ಲ ಡಾಂಬರು ಗುಳಿಗೆಯ ಘಮದೊಂದಿಗೆ ಬಚ್ಚಿಟ್ಟು ಕಾಯ್ದುಕೊಂಡ ಟ್ರಂಕಾಗಿತ್ತದು. ಹೊಸದಾಗಿ ಮನೆ ಮಾಡಿದಾಗ ಅದರ ಮೇಲೆಯೇ ಬೆಡ್ ಶೀಟು ಹಾಸಿ ಎಷ್ಟೋ ದಿನಗಳವರೆಗೆ ಖುರ್ಚಿಯ ಹಾಗೆ ಕೂತುಕೊಳ್ಳಲು ಬಳಸುತ್ತಿದ್ದ ಟ್ರಂಕಾಗಿತ್ತದು. ಇದೀಗ ಅದು ಕೆಲಸದ ಬೂಬುವಿನ ಪಾಲಾಗಿ ಹೋಗಿತ್ತು.

ಪಾಯಿಖಾನೆಯ ಪ್ರಮುಖ ಕೆಲಸ ಮುಗಿಸಿ ಒಳಬಂದ ಅನಂತ ಮೋರಿಯ ಮೂಲೆಗೆ ಬಾಲ್ದಿ ಜರಿದು ರಿನ್ ಸೋಪಿನಿಂದ ಕೈ–ಕಾಲು ತೊಳಕೊಳ್ಳುತ್ತಲೇ ತಣ್ಣೀರಿನ ಸ್ನಾನಕ್ಕಿಳಿದುಬಿಟ್ಟ. ತೆಂಕಣಕೇರಿಯಿಂದಲೇ ಮಾಡಿಸಿ ತಂದ ಈಳಿಗೆ ಮಣೆಯ ಮೇಲೆ ಕೂತು ಉಪ್ಪಿಟ್ಟಿಗೆ ಈರುಳ್ಳಿ ಹಸಿ ಮೆಣಸು ಹೆಚ್ಚುತ್ತಿದ್ದ ಮಾಲತಿ ತಡೆಯಲಾರದೇ 'ಅಷ್ಟು ಥೊಲೋ ಟ್ರಂಕೂ' ಎಂದೇಬಿಟ್ಟಳು. ಡ್ರಮ್ಮಿನಲ್ಲಿಯ ತಣ್ಣೀರನ್ನು ಅಚ್ಚೆ–ಅಚ್ಚೆ ಸುರಿದುಕೊಳ್ಳುತ್ತ ಕಣ್ಣು ಮುಚ್ಚಿ 'ಅಹಹಾ' ಎಂದುಲಿಯುತ್ತ ತೆಂಕಣಕೇರಿಯ ಬಾವಿಕಟ್ಟೆಯ ತೆಂಗಿನ ಗಿಡದ ಅಡಿಯಲ್ಲಿ ನಿಂತು ಮೀಯುತ್ತಿರುವಂತೆ ಭ್ರಮಿಸುತ್ತಿದ್ದ ಅನಂತನಿಗೆ ಒಮ್ಮೆಲೇ ಚಾಳಿನ ಕೃತ್ರಿಮ ಲೋಕ ತೆರೆದುಕೊಂಡುಬಿಟ್ಟಂತೆನಿಸಿತು. 'ಟ್ರಂಕಿನ ಕಾಳಜಿ ನಿಲ್ಲಿಸಿ ವಿವೇಕನ ಕಾಳಜಿ ಮಾಡು, ಮೊನ್ನೆ ಏನಾದರೂ ತುಸು ಹೆಚ್ಚು–ಕಮ್ಮಿಯಾಗಿದ್ದರೆ, ಊರಲ್ಲಿದ್ದ ಅವನ ಅಜ್ಜ–ಅಜ್ಜಿಗೆ ಏನು ಉತ್ತರ ಕೊಡಬೇಕಿತ್ತು ನಾನು' ಎಂದು ಬಿರುಸಾಗಿ ಅಂದುಬಿಟ್ಟ ಅನಂತ.

ತಪ್ಪೆಲ್ಲ ತನ್ನ ಕರಾಮತ್ತಿನಿಂದಲೇ ಘಟಿಸಿದ್ದರಿಂದ ಮಾಲತಿ ಈತ ಏನು ಅಂದರೂ ಅನ್ನಿಸಿಕೊಳ್ಳಬೇಕು ಎಂಬಂತೆ ಈರುಳ್ಳಿಗಾಗಿ ಕಣ್ಣೀರು ಸುರಿಸುತ್ತ ಅರ್ಧ ಕಣ್ಣು ತೆರೆದು ಪುಟ್ಟ ಚಡ್ಡಿ ತೊಟ್ಟು ಗೊಮ್ಮಟನಂತೆ ಮೀಯುತ್ತಿರುವ ಗಂಡನನ್ನೇ ಮಿಕಿ–ಮಿಕಿ ನೋಡುತ್ತ ಸುಮ್ಮನಾಗಿಬಿಟ್ಟಳು. ಉಪ್ಪಿಟ್ಟು ತಿಂದವನೇ ಅನಂತ ಡ್ರೆಸ್ಸು ಹಾಕಿಕೊಂಡ. ನೆಲಕ್ಕೆ ಬಿದ್ದ ಮಗನ ಪಾದಗಳನ್ನು ಚಾಪೆಯಲ್ಲಿ ಎತ್ತಿಡುತ್ತ, ಗೋಡೆಗೆ ಗೀಚಿಟ್ಟ ಮಗನ ನವ್ಯಕಲೆಯನ್ನೊಮ್ಮೆ ಹಸ್ತದಲ್ಲಿ ನೇವರಿಸಿ ಚಪ್ಪಲಿ ಮೆಟ್ಟಿ ಹೊರಟ. ಆ ಕೂಡಲೇ ಒಂಟಿಯಾದ ಮಾಲತಿಗೆ ಆ ದಿನ ನಡೆದದ್ದೆಲ್ಲ ದಿನಮಡಚಿ ಬಿದ್ದಂತೆ ಚಿತ್ರಗಳು ಕಣ್ಣ ಮುಂದೆಯೇ ತೆರೆದುಕೊಂಡು ವಿಚಿತ್ರವಾಗಿ ಹೃದಯ ನಡುಗಿಸಿಬಿಟ್ಟಿತು.

ಚಾಳಿನ ಎಲ್ಲ ಮನೆಗಳ ಪೈಕಿ ಐದನೇ ಮನೆಯ ಕಲವೇಕರ ಮೌಸಿಯ

ಮನೆಯಲ್ಲಿ ಮಾತ್ರ ಒಂದು ಪೋರ್ಟೆಬಲ್ ಟೀವಿ ಇತ್ತು. ಮಾಲತಿಗೊ ಚಿಕ್ಕಂದಿನಿಂದ ರಾಜಕುಮಾರನ ಸಿನೆಮಾಗಳ ಹುಚ್ಚು. ಅಂದು ಅದೇ ಟಿವಿಯಲ್ಲಿ ರಾಜಕುಮಾರನ 'ಬಂಗಾರದ ಮನುಷ್ಯ' ಪ್ರಸಾರವಾಗಲಿತ್ತು. ಮಾಲತಿ ಆಗಷ್ಟೇ ಮಲಗಿ ಬಿಟ್ಟಿದ್ದ ವಿವೇಕನನ್ನು ಹೊತ್ತೊಯ್ಯಲಾರದೇ, ಸಿನೆಮಾವನ್ನು ಬಿಡಲಾರದೇ ಧರ್ಮ ಸಂಕಟಕ್ಕೆ ಸಿಲುಕಿಬಿಟ್ಟಳು. ಅನಂತನೊ ಭಾನುವಾರದ ಸ್ನೇಹಿತರನ್ನು ಹುಡುಕಿಕೊಂಡು ಹೊರಗೆ ನಡೆದುಬಿಟ್ಟಿದ್ದ. ವಿವೇಕನನ್ನು ಮಂಚದಲ್ಲಿಯೇ ಬಿಟ್ಟು ಇನ್ನೊಂದೆರಡು ಚಾದರ ದಪ್ಪವಾಗಿ ಹೊದೆಸಿ, ಬೀಳದಂತೆ ಗಾದಿ ಯಡಿ ತಲೆದಿಂಬನ್ನಿಟ್ಟು ಕೀಲಿ ಹಾಕಿಯಾದರೂ ಈವತ್ತು ಸಿನೆಮಾ ನೋಡಲೇಬೇಕೆಂದುಕೊಂಡಳು.

ಬಹು ದಿನಗಳಿಂದ ಟ್ರಂಕು ಶುದ್ಧಿ ಮಾಡುವ ಕಾರ್ಯಕ್ರಮವನ್ನು ಮುಂದೂಡುತ್ತ ಬಂದು, ಅಂದೇ ಬೆಳಿಗ್ಗೆ ಅದರಲ್ಲಿದ್ದ ಬಟ್ಟೆಗಳನ್ನೆಲ್ಲ ಹಳೇ ದೋತರವೊಂದರಲ್ಲಿ ಗಂಟು ಕಟ್ಟಿ, ಜಿರಲೆಯ ಮನೆಯಾಗಿರುವ ಟ್ರಂಕಿನ ಹೊಲಸನ್ನೆಲ್ಲ ತೊಳೆದು, ಬಾಗಿಲು ಹೊರಗೆ ಬಿಸಿಲಲ್ಲಿಟ್ಟದ್ದು ಕಣ್ಣಿಗೆ ಬಿದ್ದು, ಅದನ್ನು ಹಾಗೇ ಎತ್ತಿ ಒಳಗಿಟ್ಟು ಮತ್ತೊ ಚೂರು ಗಾಳಿಗೆ ಆರಲಿ ಎಂದು ಮುಚ್ಚಳ ತೆರೆದು ಗೋಡೆಗೆ ಆನಿಸಿಟ್ಟು ಸದ್ದು ಮಾಡದೇ ಬಾಗಿಲು ಜಗ್ಗಿ ಕೀಲಿ ಹಾಕಿ ಎದ್ದಿದ್ದಾನೊ ಮತ್ತೆ? ಎಂದು ಎರಡೆರಡು ಬಾರಿ ಬಾಗಿಲಿಗೆ ಕಿವಿ ಹಚ್ಚಿ ಆಲಿಸಿ ನಿಶ್ಚಿಂತೆಯಿಂದ ನಡೆದಿದ್ದಳು ಮಾಲತಿ. ಮಾಲತಿಯೊಬ್ಬಳನ್ನೇ ಕಂಡ ಕಲವೇಕರ ಮೌಸಿ 'ಪುಟ್ಟನನ್ನು ಅವನ ಬಾಬನ ಜತೆ ಬಿಟ್ಟು ಬಂದಿದ್ದಿಯೇನು?' ಎಂದು ಕೇಳಿದರೂ ಮಾಲತಿಯೇನೂ ಹಾಗೆಲ್ಲ ಕೇಳಿಸಿಕೊಳ್ಳುವ ಸ್ಥಿತಿಯಲ್ಲಿರಲಿಲ್ಲ.

ಇಲ್ಲಿ ತಾಯಿ ಬಂಗಾರದ ಮನುಷ್ಯನ ಸಾಮ್ರಾಜ್ಯದಲ್ಲಿ ಒಂದಾಗಿ ತೇಲ ಹತ್ತಿದ್ದೇ ತಡ, ಅಲ್ಲಿ ತಡೆಯಲಾರದ ಸೆಖೆಯಿಂದ ವಿವೇಕ ಎದ್ದು ಕೂತು ಬಿಟ್ಟ. ಆಯಿಯನ್ನು ಕಾಣದೇ ಕ್ಷಣ ಕಣ್ಣು ತಿಕ್ಕಿ ಅತ್ತಂತೆ ನಟಿಸಿದ. ನಿಧಾನ ಬೀಳದಂತೆ ಮಂಚವಿಳಿದು ಒಳಗೆ ಅಡಿಗೆ ಖೋಲಿಯಲ್ಲೆಲ್ಲ ಆಯಿಗಾಗಿ ಹುಡುಕಿದ. ಬಹಳ ಹೊತ್ತು ಆಯಿ ಸಿಗದೇ ಈಗ ನಿಜಕ್ಕೂ ಗಾಬರಿಯಾದ ವಿವೇಕ ಹತ್ತು ನಿಮಿಷ ಬಾಗಿಲು ಬಡಿಯುತ್ತ ನಿಂತು ಅತ್ತ. ಆಯಿಯ ಸುಳಿವೇ ಇಲ್ಲದೇ, ಅವನಿಗೆ ರಾಶಿ ಹೊತ್ತು ಬರೀ 'ಹ್ಞೂ...ಹ್ಞೂ' ಎಂದು ಅಳುವುದೂ ಸಹ ಬೇಸರ ತರಿಸಿಬಿಟ್ಟಿತು. ದೇವರ ಮುಂದೆ ಗುಪ್ಪೆಯಾಗಿದ್ದ ಬಾಳೆಹಣ್ಣು ಆಗಲೇ ಹಸಿದಿದ್ದ ವಿವೇಕನ ಕಣ್ಣಿಗೆ ರಾಚಿ ಅನಾಥಪ್ರಜ್ಞೆಯಲ್ಲೂ ಪುಟ-ಪುಟನೆ ಓಡಿ ಧೈರ್ಯದಿಂದ ಒಂದೆರಡು ಬಾಳೆ-ಹಣ್ಣು ಕಿತ್ತು ಸಿಪ್ಪೆ ಸಮೇತ ಅರ್ಧಂಬರ್ಧ ತಿಂದು ಅಲ್ಲಲ್ಲಿ ಬಿಸಾಕಿ ನೆಲಕ್ಕೆ ತಿಕ್ಕಿ-ತಿಕ್ಕಿ ಆಟವಾಡತೊಡಗಿದ.

ಹೊಟ್ಟೆಯ ಬದಿ ಸ್ವಲ್ಪ ತಂಪೆನಿಸಿದ ಕೂಡಲೇ ಅತ್ತು ಏನೂ ಪ್ರಯೋಜನವಿಲ್ಲವೆಂದು ತಿಳಿದಂತೆ ಸುಮ್ಮನಾದವನಿಗೆ ಹೊಸ ಆಟಿಕೆಯಂತೆ ಬಾಯಿ ತೆರೆದು ಕೂತ ಟ್ರಂಕು ಮನಸ್ಸಿಗೆ ಮುದ ಕೊಟ್ಟುಬಿಟ್ಟಿತು. ಟ್ರಂಕಿನ ಬಳಿ ಹೋಗಿ ಕೂತು ಮುಚ್ಚಳ ಹಾಕುವುದು ತೆಗೆವುದು ಮಾಡಿ ಆಟವಾಡತೊಡಗಿದ. ಸ್ವಲ್ಪ ಹೊತ್ತು ಮುಚ್ಚಳ ಇಳಿಸಿ ಟ್ರಂಕಿನ

ಮೇಲೆ 'ಎಬಿಎಬಿ' ಎನ್ನುತ್ತ ಆಯಿ ಹೇಳಿಕೊಡುತ್ತಿದ್ದ ಶೈಲಿಯಲ್ಲೇ ಹೇಳಿಕೊಳ್ಳುತ್ತ ಬರೆಬರೆದು ಹಣ್ಣಿನ ತುದಿಗೆ ಬಡಿದುಕೊಂಡ ಗೋಡೆ ಸುಣ್ಣವನ್ನು ಕಣ್ಣರಳಿಸಿ ನೋಡುತ್ತ ಬಾಯಿಗೆ ತುರುಕಿದ. ಆ ಆಟವೂ ಬೋರೆನಿಸಿಬಿಟ್ಟಿತವನಿಗೆ. ಈಗ ಟ್ರಂಕು ಇಳಿದು ನಿಂತು ಮುಚ್ಚಳ ತೆರೆದ. ಕೈಯಲ್ಲಿ ಚೂರು ಬಾಳೆಹಣ್ಣು ಹಿಡಿದುಕೊಂಡೇ ಆಯಿಯನ್ನೇ ಮರೆತು ಶಿಸ್ತು ಟ್ರಂಕಿನೊಳಗೇ ಇಳಿದು ಕೂತುಬಿಟ್ಟ. ಒಂದೂವರೆ ಅಡಿ ಅಗಲದ ಎರಡೂವರೆ ಅಡಿ ಉದ್ದದ ಆಯತಾಕಾರದ ಟ್ರಂಕು ಮಾಟವಾಗಿ ತನಗೇ ನಿರ್ಮಿಸಿದ ಮನೆಯಂತೆ ಭಾಸವಾಗುತ್ತ ಹೋದ ಹಾಗೆ ಆ ದುಃಖದಲ್ಲೂ ಕ್ಷಣ ನಕ್ಕು ಅದರೊಳಗೇ ಕಾಲು ಮಡಚಿ ಮೇಲ್ಮುಖ ಮಾಡಿ ಮಲಗಿ, ತೆರೆದು ನಿಂತ ಮುಚ್ಚಳಕ್ಕೆ ಕಾಲಿನಿಂದ ಧಡಾ–ಭಡಾ ಒದೆಯತೊಡಗಿದ. ಒದೆದ ಹೊಡೆತಕ್ಕೆ ಟ್ರಂಕಿನ ಮುಚ್ಚಳ ಮುಚ್ಚಿಕೊಂಡು ಗ ಆಕಾರದ ಮುಚ್ಚಳದ ಕೊಂಡಿ ಕೆಳಗಿನ ಭಾಗದ ಕೊಂಡಿಗೆ ಬಿದ್ದು, ಪ್ಯಾಕ್ ಆಗಿಬಿಟ್ಟಿತು.

ಒಮ್ಮೆಲೇ ಒಳಗೆ ಆವರಿಸಿಕೊಂಡ ಕಗ್ಗತ್ತಲೆಗೆ ಮತ್ತು ಕೈ ಕಾಲು ಒತ್ತಿ ಹಿಡಿದು ತುಂಬಿದ ಹಾಗೆ ಬಂಧಿಯಾದ ಮಾತೇ ಬರದ ಪುಟ್ಟ ವಿವೇಕ ಭಯಭೀತನಾಗಿ ಟ್ರಂಕಿನೊಳಗಿಂದಲೇ ಮತ್ತೆ ದಡ–ಬಡ ಬಡಿದುಕೊಳ್ಳ ಹತ್ತಿದ. ಆ ತುಂಟ ಪೋರನಿಗೆ ಏನಾಯಿತಿದು ಏನಾಗುತ್ತಿದೆಯಿದು ಎಂದೇ ತಿಳಿಯಲಿಲ್ಲ. ಇತ್ತ ಮಾಲತಿ ಬಂಗಾರದ ಮನುಷ್ಯನಲ್ಲಿ ಎಂಥ ಪರಿ ಮುಳುಗಿಹೋಗಿದ್ದಳೆಂದರೆ ಹಾಡು ಹತ್ತಿದಾಗ ಮಾತ್ರ ಕೊಂಚ ಮಗನ ನೆನಪಾಯಿತವಳಿಗೆ. ಮಲಗಿದ್ದಾನು ಬಿಡು ಎಂಬ ಹುಂಬ ಧೈರ್ಯ ಬಂದರೂ ಓಡಿ ಹೋಗಿ ಬಾಗಿಲಿಗೆ ಕಿವಿ ಹಚ್ಚಿ ಆಲಿಸಿ ಎದ್ದಿಲ್ಲ ಎಂದು ಖಾತ್ರಿಪಡಿಸಿಕೊಂಡು ಮತ್ತೆ ಟೀವಿ ಪೆಟ್ಟಿಗೆಯಲ್ಲೇ ಲೀನವಾಗಿಬಿಟ್ಟಳು.

ಅತ್ತ ವಿವೇಕ ಅಷ್ಟು ಹೊತ್ತಿಗೆ ಕೈ–ಕಾಲು ಹಂದಾಡಿಸುತ್ತ ಸುಸ್ತಾದ ಮೇಲೆ ದನಿ ತೆಗೆಯಲೂ ಶಕ್ತಿ ಉಳಿಯದೇ ಸುಮ್ಮನೇ ಗೋಣು ಅಡ್ಡ ಹಾಕಿ ಮಲಗಿಬಿಟ್ಟವನಿಗೆ ಉಸಿರಾಡಲೂ ತ್ರಾಸಾಗಿ ಪ್ರಜ್ಞೆ ತಪ್ಪಿ ಹೋಗುವ ಹೊತ್ತಿಗೆ ಸಿನೆಮಾ ಮಧ್ಯೆಯೇ ಜಾಹಿರಾತು ಶುರುವಾಗಿಬಿಟ್ಟು ಎಂಥದೋ ಅವ್ಯಕ್ತ ಕಳವಳ ಆವರಿಸಿಕೊಂಡಿತ್ತು ಮಾಲತಿಗೆ. ಅಲ್ಲಿ ಕೂಡಲಾರದವಳಂತೆ ಓಡಿ ಬಂದವಳೇ ಗಡಬಡಿಸಿ ಬಾಗಿಲು ತೆರೆದಳು. ಏಳಲಿಲ್ಲಪ್ಪ ಸದ್ಯ ಅನ್ನಿಸಿದರೂ ಯಾಕಿವತ್ತು ಇಷ್ಟೊತ್ತು ಮಲಗಿಬಿಟ್ಟ ಎಂದುಕೊಳ್ಳದಿರಲಿಲ್ಲ.

ಮಂಚದ ಬಳಿ ಓಡಿದವಳಿಗೆ ವಿವೇಕನ ಸುಳಿವೇ ಕಾಣದೇ ಎದೆ ಧಸಕ್ಕೆಂದಿತು. ಮಂಚದಿಂದ ಕೆಳಗೆಲ್ಲಾದರೂ ಬಿದ್ದುಗಿದ್ದನೊ, ಖುರ್ಚಿಗಳ ಬುಡದಲ್ಲೇನಾದರೂ ಆಡುತ್ತ ಮತ್ತೆ ಮಲಗಿಬಿಟ್ಟಿದ್ದಾನೊ ಎಂದು ಯೋಚಿಸುತ್ತ ಒಳಗೆ ಗ್ಯಾಸು ಕಟ್ಟಿ ಹಾಗೇ ಮೋರಿಯ ಮೂಲೆಯಲ್ಲೆಲ್ಲಾ ಕಣ್ಣಾಡಿಸುತ್ತ ಮಾಲತಿ ಗಾಬರಿಗೊಂಡಳು. ಬಾಳೆಹಣ್ಣಿನ ತುಂಡುಗಳು ಅಲ್ಲಲ್ಲಿ ಬಿದ್ದು ನೆಲಕ್ಕೆ ತಿಕ್ಕಿ ಆಡಿದ ಹಾಗಿತ್ತು. ಅವನಿಗೆ ಹೊದಿಸಿದ್ದ ಚಾದರು ಮಾತ್ರ ನೆಲದಲ್ಲಿ ಉದ್ದಕ್ಕೆ ಹಾವಿನಂತೆ ಚಾಚಿಕೊಂಡು ಬಿದ್ದಿತ್ತು. 'ವಿವೇಕ..ಚಿಂಟೂ.. ಪಾಪು... ಚಿನ್ನಾ' ಎಂತೆಲ್ಲ ಬಡಬಡಿಸುತ್ತ ಮನೆಯೆಲ್ಲ ಒಂದು

ಮಾಡಿ ಮಳ್ಳಿಯಂತೆ ಓಡಾಡಿದ ಮಾಲತಿಗೆ ಒಮ್ಮೆಲೇ ದುಃಖ ಉಮ್ಮಳಿಸಿ ಬಂದು ಬಾಗಿಲ ಬಳಿ ಓಡಿ ಆಚೀಚೆ ಮನೆಯವರನ್ನು ಕೂಗಿಕೊಂಡಿದ್ದಳು. ಅವರೆಲ್ಲ ಬರುವುದರೊಳಗೆ ಹಿಂತಿರುಗಿದ ಮಾಲತಿಗೆ ತಾನು ಬಾಗಿಲ ಕೀಲಿ ಹಾಕಿ ಹೋಗುವಾಗ ಟ್ರಂಕಿನ ಮುಚ್ಚಳ ತೆಗೆದಿಟ್ಟು ಹೋದದ್ದು ನೆನಪಾಗಿಬಿಟ್ಟಿತು. ಊಹಿಸಲಾರದ ಭಯಕ್ಕೆ ಎದೆಕೊಟ್ಟವಳಂತೆ ನಡುಗುವ ಕೈಗಳಿಂದ ಟ್ರಂಕಿನ ಚಿಲಕ ತೆಗೆದು ಮುಚ್ಚಳ ಮೇಲಕ್ಕೆ ತಳ್ಳಿ ಹೃದಯ ವಿದ್ರಾವಕವಾಗಿ ಹಸಿರುಗಟ್ಟಿದ ಮಗನನ್ನು ನೋಡಲಾರದೇ ಅಯ್ಯೋ ಎಂದು ಕಿರುಚುತ್ತ ತಲೆ ತಿರುಗಿ ಬಿದ್ದುಬಿಟ್ಟಳು.

ಅಷ್ಟರೊಳಗೆ ಚಾಳಿನ ಗಂಡಸರೆಲ್ಲ ಸೇರಿ ಆಗಿರುವುದನ್ನು ಊಹಿಸಿ ಮಗು ನಿಧಾನ ಉಸಿರಾಡುತ್ತಿದ್ದುದನ್ನು ಗಮನಿಸಿದವರೇ ಒಬ್ಬರು ಹಸ್ತ ತಿಕ್ಕುತ್ತ ಇನ್ನೊಬ್ಬರು ಪಾದ ತಿಕ್ಕುತ್ತ ಕೊನೇ ಮನೆಯ ಫಡ್ನೀಸನ ಲೂನಾ ಬಿಟ್ಟುಕೊಂಡು ಹಿಂದೊಬ್ಬರು ವಿವೇಕನನ್ನೆತ್ತಿ ಕೂತು ಸುಂಯನೆ ಹೋದಾಗ ಮಾಲತಿ ಮನುಷ್ಯರ ಅವಸ್ಥೆಯಲ್ಲೇ ಇರಲಿಲ್ಲ.

ಶಿವಾಜಿಮೂರ್ತಿಯ ಕೆಳಗಿನ ಸಿಮೆಂಟು ಕಟ್ಟೆಯ ಮೇಲೆ ಗೆಳೆಯರ ಜತೆ ಹರಟೆ ಹೊಡೆದು ಮುಗಿಸಿ ಆಗಲೇ ಸಾವಕಾಶ ಮನೆಯ ಬದಿ ಹೆಜ್ಜೆ ಹಾಕುತ್ತಿದ್ದ ಅನಂತ ಸುದ್ದಿ ಕೇಳಿದವನೇ ಶಾಕ್ ಟ್ರೀಟ್‌ಮೆಂಟ್ ಕೊಟ್ಟವರಂತೆ ಹೌಹಾರಿದ. ಒಂದೇ ಉಸಿರಲ್ಲಿ ಆಸ್ಪತ್ರೆಗೆ ನಡೆದುಬಿಟ್ಟ. ಅವನ ಬೆನ್ನಿಗೇ ಮಾಲತಿ ರಸ್ತೆಯಲ್ಲಿ ಹೆಜ್ಜೆಯನ್ನೂ ಊರದೇ ತೇಲಾಡುತ್ತಲೇ ಆಸ್ಪತ್ರೆ ಮುಟ್ಟಿದಳು. ಆಗಲೇ ವಿವೇಕನಿಗೆ ಉಸಿರಾಟ ಸರಾಗವಾಗುವಂತೆ ಚಿಕಿತ್ಸೆ ನೀಡಿ ಸಲೈನ್ ಹಚ್ಚಿ ಮಲಗಿಸಿದ್ದ ದಿವೇಕರ ಡಾಕ್ಟರು 'ಇನ್ನು ಸ್ವಲ್ಪ ಹೊತ್ತು ಲೇಟಾಗಿದ್ದರೆ ಮಗುವಿನ ಪ್ರಾಣಕ್ಕೇ ಅಪಾಯವಿತ್ತು' ಎನ್ನುತ್ತ ದೊಡ್ಡವರ ಈ ರೀತಿಯ ನಿಷ್ಕಾಳಜಿಗೆ ಬೇಸರ ಪಟ್ಟುಕೊಂಡರು. ಡಾಕ್ಟರು ಔಷಧಿ-ಇಂಜೆಕ್ಷನ್ನುಗಳ ಚೀಟಿ ಬರೆದುಕೊಟ್ಟದ್ದನ್ನು ಫಡ್ನೀಸನೇ ಹಳಿಯಾಳದ ತುಂಬ ಲೂನಾ ಓಡಿಸಿ ಚೀಟಿಯಲ್ಲಿರುವ ಪ್ರತಿಯೊಂದನ್ನೂ ಹುಡುಕಾಡಿ ಅನಂತನ ಕೈಯಲ್ಲೇ ತಂದುಕೊಟ್ಟಾಗ ಅನಂತ ತನ್ನ ಕಿಸೆ ಮುಟ್ಟಿ ನೋಡಿಕೊಳ್ಳುತ್ತ 'ನಂತರ ಕೊಡ್ತೇನೆ' ಎಂದುಸುರಿದ. ದಿನವೂ ಪಾಯಿಖಾನೆಗೆ ಕ್ಯೂ ನಿಂತಾಗ ಪರಸ್ಪರ ಒಂದೂ ಮಾತಾಡದೇ ಬಗ್ಗಿ ಬಗ್ಗಿ ಲುಂಗಿಯ ತುದಿಗೆ ಸಿಂಬಳ ತೆಗೆದುಕೊಳ್ಳುತ್ತ ನಿಲ್ಲುತ್ತಿದ್ದ ಕೊನೇ ಮನೆಯ ಈ ಫಡ್ನೀಸನೇ ದೇವರಂತೆ ಒದಗಿ ಬಂದು ಮಗನ ಪ್ರಾಣ ಉಳಿಸುತ್ತಾನೆಂದು ಅನಂತನಿಗೆ ಕನಸು-ಮನಸಿನಲ್ಲೂ ಅನ್ನಿಸಿರಲಿಲ್ಲ.

'ನಿನ್ನಿಂದಲೇ ಇಷ್ಟೆಲ್ಲಾ ಆದದ್ದು' ಎಂದು ಮಡದಿಯನ್ನು ಬೈದುಬಿಡಬೇಕೆನ್ನಿಸಿದರೂ ಅವಳ ಸ್ಥಿತಿಯನ್ನೇ ನೋಡಿ ಕಂಗಾಲಾಗಿ ಮತ್ತೆ ಅವಳನ್ನೇ ಸಂತೈಸುತ್ತ ಅನಂತ ಸುಮ್ಮನುಳಿದ. ಎಚ್ಚರ ಬಂದವರಂತೆ ವಿವೇಕ ಸಣ್ಣ ದನಿ ತೆಗೆದು ನರಳಿದಾಗ ಚಾಳಿನ ಗಂಡಸರೆಲ್ಲ ನಿಟ್ಟುಸಿರು ಬಿಟ್ಟು ಮನೆಗೆ ಹೊರಡಲನುವಾದರು. ಡಾಕ್ಟರು ಕೂತ ಸ್ಥಳದ ಮೇಲ್ಭಾಗದಲ್ಲಿ ಗೋಡೆಗೆ 'ನಾನು ಬರಿ ಚಿಕಿತ್ಸಕ ಮಾತ್ರ, ಗುಣಪಡಿಸುವವ ಅವನೇ' ಎಂದು ಬರೆದುಕೊಂಡ ಬೋರ್ಡು ಗಾಳಿಗೆ ನೇತಾಡುತ್ತಿತ್ತು.

ಇತ್ತ ಚಾಳಿನ ಹೆಂಗಸರೆಲ್ಲ ರಸ್ತೆಯಲ್ಲೇ ಒಟ್ಟಾಗಿ ನಿಂತು ದೇವರಲ್ಲಿ ಮೊರೆಯಿಡುತ್ತ ವಿವೇಕನ ತುಂಟತನವನ್ನೆಲ್ಲ ಬಿಂಬಿಸುವ ವರ್ಣಮಯ ಚಿತ್ರವನ್ನು ಪರಸ್ಪರ ಹಂಚಿಕೊಳ್ಳುತ್ತಿದ್ದರು. ಬಾಗಿಲಿಗೆ ಹಾಕಿದ ಗೇಟನ್ನು ಆ ಕಡೆಯಿಂದ ಹತ್ತಿ ಈ ಕಡೆ ಇಳಿದು ಗಟಾರ ದಾಟಿ ಸೀದಾ ರಸ್ತೆಗೆ ಓಡುತ್ತಿದ್ದವನನ್ನು ಒಮ್ಮೆ ತಾವ್ಯಾರೋ ಹಿಡಿದು ತಂದದ್ದು, ಪ್ರತಿ ಸಾರಿ ಪಾಳಿಗಿಟ್ಟ ಕೊಡಗಳನ್ನು ಹಿಂದಿನದು ಮುಂದೆ, ಮುಂದಿನದು ಹಿಂದೆ ಮಾಡಿಟ್ಟು ಆಟವಾಡುತ್ತಿದ್ದುದು, ಪಕ್ಕದ ಕುಷ್ಟಗಿ ಅಂಕಲ್ ಸಾಕಿದ ನಾಯಿಮರಿ ಸಿಕ್ಕರೆ ಅದನ್ನು ಗಟ್ಟಿಯಾಗಿ ಹಿಡಿದು ಕೂತು ಅದರ ಬಾಯಲ್ಲೆಲ್ಲ ಕೈ ಹಾಕಿ ತನ್ನ ಬಿಸ್ಕೀಟು ತಿನ್ನಿಸುತ್ತ ಅದನ್ನು ಹಿಂಡಿ-ಕಿವಿಚಿ ಸತಾಯಿಸುತ್ತಿದ್ದುದು – ಒಂದೇ ಎರಡೇ.

'ಎಲ್ಲ ಆರಾಮು' ಎಂದು ತಲೆಯಾಡಿಸುತ್ತ ಮನೆಗೆ ತಿರುಗಿ ಬಂದ ಅವರವರ ಗಂಡಂದಿರ ಬಳಿ ಹೆಂಗಸರೆಲ್ಲ ಪಿಸು-ಪಿಸು ಸುದ್ದಿ ಕೇಳಿಕೊಳ್ಳುತ್ತಿರುವಾಗಲೇ 'ಮನೆಯಲ್ಲಿರುವ ಹಾಲು-ಬ್ರೆಡ್ಡು ತರ್ತೇನೆ' ಎಂದು ಚಾಳಿನ ಗಂಡಸರ ಹಿಂದೆಯೇ ಬಂದು ಮನೆ ಹೊಕ್ಕ ಮಾಲತಿ ಅಲ್ಲಿಯೇ ನಿಂತಿದ್ದ ಬೂಬುವನ್ನು ಕರೆದು 'ನನ್ನ ಮಗನನ್ನೇ ತಿಂದು ಕೂಡಲು ಮಾಡಿತ್ತಿದು, ಇದು ನನಗೆ ಬೇಡಾ...' ಎಂದು ದೊಡ್ಡದಾಗಿ ಅಳುತ್ತ ಟ್ರಂಕನ್ನೆತ್ತಿ ಅಳುತ್ತ ರಾದ್ಧಾಂತ ಮಾಡಿಬಿಟ್ಟಳು. ಚಾಳಿನ ಹೆಂಗಸರ ಸಮಾಧಾನಕ್ಕೂ ಬಗ್ಗದೇ ಪುನಃ ಪುನಃ ಅದನ್ನೇ ಆವೇಶದಿಂದ ಹೇಳತೊಡಗಿದಾಗ ಬೂಬುವಿಗೆ ಎಂಥದೂ ಅರ್ಥವಾಗದೇ ಟ್ರಂಕನ್ನೆತ್ತಿಕೊಂಡು ನಿಧಿ ಸಿಕ್ಕವಳಂತೆ ಹೋಗಿಬಿಟ್ಟಳು.

ಮನೆಯ ಬಿಳೀ ಗೋಡೆಯ ಕೆಳಭಾಗದ ತುಂಬ ವಿವೇಕನ ಪುಟ್ಟ ಧೂಳು ಪಾದದ ಅಚ್ಚಿನ ಜತೆ ಸಿಕ್ಕ ಸಿಕ್ಕ ಕಡೆ ಪೆನ್ನು ಪೆನ್ಸಿಲ್ಲುಗಳಿಂದ ಬಿಡಿಸಿದ್ದ ಚಿತ್ತಾರದ ಗೆರೆಗಳು ಪೂರ್ತಿಯಾಗದೇ ಇದೀಗ ಪ್ರಾರಂಭದ ಹಂತದಲ್ಲಿರುವಂತೆ ಉಳಿದು ಪೂರ್ತಿಗೊಳ್ಳಲು ಕಾದು ಕೂತಂತೆ ಕಾಣುತ್ತಿದ್ದವು. ಗೋಡೆ ಚಿತ್ತಾರಗಳ ನಂಟೋ ಎಂಬಂತೆ ನಡೆದದ್ದೆಲ್ಲ ಸುಳ್ಳು ಮಾಡಿ ಬಹುಬೇಗ ವಿವೇಕ ಮೊದಲಿನಂತಾಗಿ ಮನೆಗೆ ಬಂದಿದ್ದ.

■

ಕಾಟಿನ ಅಡಿಯಲ್ಲಿ ಕಟ್ಟಿಟ್ಟ ಬಿಳೀ ದೋತಿಯ ಹೊಸ ಬಟ್ಟೆಗಳ ದೊಡ್ಡ ಗಂಟು ಕೂತಲ್ಲೇ ಅಣಕಿಸಿದಂತಾಗಿ ಮಾಲತಿಗೆ ಎಲ್ಲಿಲ್ಲದ ಧೈರ್ಯ ಬಂದುಬಿಟ್ಟಿತು. ಈ ಬಗ್ಗೆ ಕಲವೇಕರ ಮೌಸಿಗೆ ಕೇಳಿ ನೋಡಿದಾಗ 'ನೀನೇ ಕೈ ಎತ್ತಿ ಕೊಟ್ಟದ್ದನ್ನು ಮತ್ತೆ ಯಾವ ಮುಖದಿಂದ ಕೇಳಲು ಹೋಗ್ತಿ?' ಅಂದುಬಿಟ್ಟಳು.

ಮಧ್ಯಾಹ್ನ ಊಟಕ್ಕೆ ಬಂದ ಅನಂತನಿಗೆ 'ಗಂಟಿನಲ್ಲಿ ಹೊಸ ವಸ್ತ್ರವೆಲ್ಲ ಹಾಳಾಗ್ತ ಬಿದ್ದಿದೆ ಈಗ' ಎಂದು ಪಾತ್ರೆ ಕುಟ್ಟಿ ಬಡಿಸಿದಳು ಮಾಲತಿ. ವಿವೇಕ ಈಗ ಮುದ್ದು ಮುದ್ದಾಗಿ ಬಾಬನ ಹತ್ತಿರ ಎರಡು ತುತ್ತು ಉಂಡು ಅನ್ನದಗುಳನ್ನು

ಗದ್ದಕ್ಕೆ ಬಡಿದುಕೊಂಡೇ ಕಾಟಿನ ಕೆಳಗೆ ಹೊಕ್ಕಿ ವಸ್ತ್ರದ ಗಂಟಿನ ಮೇಲೆ ಬಿದ್ದು ಉರುಳಾಡುತ್ತಿದ್ದ. 'ಟ್ರಂಕೇನಾದರೂ ಪರತ್ತು ಕೇಳಲು ಹೋದರೆ ಕಾಲು ಮುರೀತೇನೆ ಕಾಲು' ಎಂದು ದೊಡ್ಡ ಕಣ್ಣು ಬಿಟ್ಟು ಮಾಲತಿಯನ್ನೊಮ್ಮೆ ಹೆದರಿಸಿದವನೇ ಅನಂತ ಪೋಸ್ಟಿಗೆ ತೆರಳಿದ. 'ನನ್ನ ಅಪ್ಪ ಕೊಟ್ಟದ್ದದು, ನನಗೆ ಬೇಕು' ಎಂಬ ಮೊಂಡು ಯೋಚನೆ ಹತ್ತಿದ ಮಾಲತಿ ವಿವೇಕನನ್ನು ಎತ್ತಿಕೊಂಡೇ ಚಾಳಿನ ಹಿಂದೆ ಇಳಿದು ಬೂಬುವಿನ ಜೋಪಡಿಗೆ ಹೋಗಿ 'ನಮ್ಮ ಟ್ರಂಕು... ನಮ್ಮ ಟ್ರಂಕೂ...' ಎಂದು ಬಡಬಡಿಸಿದವಳಿಗೆ ಬೂಬು, 'ಮತ್ತೆ... ನೀವೂ... ಆ ದಿನ...' ಎಂದೆಲ್ಲ ಬೆ.ಬೆ...ಬೆ... ಮಾಡಿದ್ದಕ್ಕೆ ಮಾಲತಿಗೆ ಸಿಟ್ಟು ಜರ್‍ರನೆ ಏರಿ ಕೂತಿತ್ತು.

ಮತ್ತದೇ ಆವೇಶದಲ್ಲಿ 'ಬೇಸರದಿಂದ ಆ ಹೊತ್ತಿನಲ್ಲಿ ಆಡಿದ್ದೆಲ್ಲ ಸತ್ಯವೇನು? ನೀನೇ ಟ್ರಂಕು ಕದ್ದಿದ್ದಿ ಅಂತ ಪೊಲೀಸು ಕಂಪ್ಲೆಂಟು ಕೊಡ್ತೇವೆ' ಎಂದು ಎಲ್ಲಿಂದಲೋ ಒತ್ತರಿಸಿದ ಧಿಮಾಕಿನಿಂದ ಗದರಿಯೇ ಬಿಟ್ಟಳು. ಆದರೆ ತನ್ನ ಬಾಯಲ್ಲಿ ಬಂದಂತಹ 'ಪೊಲೀಸು–ಕಂಪ್ಲೆಂಟು' ಎಂಬ ಬಹು ಎತ್ತರದ ಪದಗಳಿಗೆ ತಾನೇ ಭಯಭೀತಳಾಗಿ ಸರಸರನೆ ನಡುಗುವ ಕಾಲುಗಳಲ್ಲಿ ಚಾಳಿಗೆ ಓಡಿ ಬಂದಿದ್ದಳು.

ಅನಂತ ದಿನಾ ಬರುವುದಕ್ಕಿಂತ ಅಂದು ಅರ್ಧ ತಾಸು ತಡವಾಗಿ ಬಂದ. ಅವನ ಹಿಂದೆಯೇ ಪೆಚ್ಚು ಮುಖ ಮಾಡಿ ಟ್ರಂಕು ಹೊತ್ತು ಬಂದ ಬೂಬುಳನ್ನು ನೋಡಿ ಲೆಕ್ಕ ಹಾಕಿದ ಅನಂತ, ಮಾಲತಿಯ ಮೈಮೇಲೆ ಏರಿಯೇ ಹೋದವನಂತೆ 'ಕತ್ತೆ, ಮನುಷ್ಯಳೇ ನೀನು?' ಎಂದು ಬೂಬುವಿನ ಮುಂದೆಯೇ ಹೆಂಡತಿಯನ್ನು ಝಾಡಿಸಿಬಿಟ್ಟ. ಇದು ಅನಂತನ ಕೋಪದ ಪರಮಾವಧಿ ಎಂದು ಅರ್ಥ ಮಾಡಿಕೊಂಡ ಮಾಲತಿಗೆ ಅಳುವೇ ಬಂದುಬಿಟ್ಟಿತು. ಬೂಬು ಕಕ್ಕಾಬಿಕ್ಕಿಯಾಗಿ ನಿಂತೇ ಇರುವಾಗಲೇ ರಸ್ತೆಯಲ್ಲಿ ಚಕ್ಕಡಿಯೊಂದು ಐದು ಅಡಿ ಸೈಜಿನ ನೀಲಿ ಬಣ್ಣದ ಸುಂದರ ಕಬ್ಬಿಣದ ಕಪಾಟನ್ನು ಇಳಿಸುತ್ತಿತ್ತು. 'ನಿನ್ನ ಹೊಸ ಬಟ್ಟೆ ಗಂಟು ಹೊರಲು ಈಗ ಕಪಾಟು ಬಂದಿದೆ ಇಡ್ಲಿಕ್ಕೆ ಜಾಗ ಮಾಡು ಜಾಗಾ' ಎನ್ನುತ್ತ ಅನಂತ ಮಾಲತಿಯನ್ನೇ ಸಂತೈಸಿ ರಸ್ತೆಯತ್ತ ಓಡಿದ. ಚಾಳಿನ ಗಂಡಸರನೇಕರು ಕರೆಯದಿದ್ದರೂ ಲುಂಗಿ ಮೇಲಕ್ಕೆ ಕಟ್ಟಿಕೊಳ್ಳುತ್ತ ಬಂದು ಕಪಾಟು ಒಳತರಲು ಕೈ ಹಚ್ಚಿದರು.

ಹೆಂಗಸರೆಲ್ಲ ತಂತಮ್ಮ ಮನೆಯ ಬಾಗಿಲ ಮುಂದೆ ಬಳ್ಳಿಗೆ ಹಾರಾಡುವ ಒಣಗಿದ ಬಟ್ಟೆಗಳನ್ನು ಬರ್‍ರನೆ ಎಳೆದುಕೊಂಡು ಪುಟ್ಟ ರಥವನ್ನು ನಿಂತು ನೋಡುವಂತೆ ನೋಡಿದರು. ಎಷ್ಟೇ ಪ್ರಯಾಸ ಪಟ್ಟರೂ ಕಪಾಟಿನ ಒಂದು ಮೂಲೆ ಗಟಾರದ ಕೊಚ್ಚೆಗೆ ತಾಗಿಯೇ ಬಿಟ್ಟದ್ದನ್ನು ಕಂಡು ನೆರೆಯ ಶಿರ್ಶಿಕರ ವೈನಿಯೇ ಒಂದು ಚಂಬು ನೀರು ತಂದು ಕಪಾಟಿನ ಮೂಲೆ ತೊಳೆದಳು. ಮಾಲತಿಗೊ ಲಾಟರಿ ಹೊಡೆದಷ್ಟು ಖುಷಿ. ಮಕ್ಕಳಂತೆ ಕುಣಿದಾಡಿ ಹೊಸ ಜೀವವೊಂದನ್ನು ತನ್ನ ಸನಿಹದ ಬದುಕಿಗೆ ಬರಮಾಡಿಕೊಳ್ಳುವಂತೆ ಇದ್ದಲ್ಲೇ ಉಲ್ಲಸಿತಳಾದಳು. ಬೂಬೂನೇ ಕಪಾಟು ಇಡುವ ಜಾಗೆ ಗುಡಿಸಿ ವರೆಸಿದಳು. ಚಿಕ್ಕ ನೀಲ ಕಪಾಟು ಈಗ ಹೊರಕೋಣೆಯಲ್ಲಿಯೇ

ಕಾಟಿನ ಬಾಜು ತನ್ನೆರಡೂ ಗಿಡ್ಡ ಕಾಲುಗಳೂರಿಕೊಂಡು ಚೌಕ ಮನುಷ್ಯನ ಹಾಗೆ ಚಾಳಿನ ಆಕರ್ಷಣೆಯ ಕೇಂದ್ರವಾಗಿಬಿಟ್ಟಿತು. ಕಪಾಟಿನ ಹಿಂದೆ ಗೋಡೆಗೆ ಬರೆದ ವಿವೇಕನ ಬಣ್ಣದ ಪೆನ್ಸಿಲ್ಲಿನ ಗೋಲ ಗೋಲ ಚಿತ್ರ ಮಾತ್ರ ಚೂರು ಚೂರೇ ಹಣಕಿ ಹಾಕಿದಂತೆ ಅಲ್ಲಷ್ಟು ಇಲ್ಲಷ್ಟು ಕಾಣುತ್ತಿತ್ತು.

'ಮೊದಲು ಇದಕ್ಕೆ ಡಾಂಬರು ಗುಳಿಗೆ ತಂದು ಹಾಕಿ' ಎಂದು ಒಬ್ಬರೆಂದರೆ 'ಲಕ್ಷ್ಮಣ ರೇಖೆ ಎಳೆದುಬಿಡಿ' ಅಂದರು ಇನ್ನೊಬ್ಬರು. ಡ್ರಾವರು ಮತ್ತು ಲಾಕರಿನ ಚಾವಿಗಳಲ್ಲಿ ಒಂದರ ಚಾವಿ ಇನ್ನೊಂದಕ್ಕೆ ಹಾಕುತ್ತ ತೆಗೆಯಲು ಬರದೇ ಅನಂತ ಗಡಿಬಿಡಿಗೆ ಬಿದ್ದ. ನಂತರ ಅಲ್ಲಿದ್ದ ನಂಬರು ಓದಿಕೊಂಡು 'ಓಹೋ! ನಂಬರು ಬೇರೆ ಉಂಟು' ಎಂದು ನಕ್ಕು ಸರಿಯಾದ ಚಾವಿ ಹಾಕಿ ತೆರೆದು, ಆಭರಣ ಇಡುವ ಜಾಗ, ಮಹತ್ವದ ಕಾಗದಪತ್ರ ಇಡುವ ಭಾಗವನ್ನೆಲ್ಲ ಹೆಮ್ಮೆಯಿಂದ ತೋರಿಸಿದ. 'ಮಾಲತಿಗೆ ತೋರಿಸಿ ಮೊದಲು' ಎಂದು ಹಿಂದೆ ಸರಿದು ನಿಂತರು ಕಲವೇಕರ ಮೌಸಿ.

'ಪ್ಯಾಂಟು ಉದ್ದಕ್ಕೆ ತೂಗಿ ಬಿಡಲು ಜಾಗೆ ಚಿಕ್ಕದು' ಎಂದೆಲ್ಲ ಅನ್ನುತ್ತಿದ್ದವರಿಗೆ 'ಹೇಳಿ ಮಾಡಿಸಿದರೆ ಹೌದು ಹಾಗೇ ಮಾಡಿಸಬಹುದಿತ್ತು' ಎಂದು ಕುರುಬಿದ ಅನಂತ. ಗುಂಪಿನಲ್ಲಾರೊ 'ಚಾವಿ ಈ ತುಂಟನ ಕೈಗೆ ಸಿಗುವ ಹಾಗೆ ಇಡಬೇಡಿ' ಅಂದುಬಿಟ್ಟರು. ಅದೇ ಅಚ್ಚಾ ಸಂದರ್ಭವೆಂಬಂತೆ ಹೇಗೊ ತಪ್ಪಿಸಿಕೊಂಡು ಹೊರ ಹೋಗಿ ಬೂಬು ತಂದಿಟ್ಟ ಟ್ರಂಕಿನ ಮೇಲೆ ಹತ್ತಿ ಕೂತು ಪ್ರಾಣಮಿತ್ರನಂತೆ ಅವಚಿ ಹಿಡಿದು ಬಡಬಡ ಸದ್ದು ಮಾಡುತ್ತಿರುವ ವಿವೇಕನನ್ನು ಎತ್ತಿಕೊಂಡೇ ಒಳಬಂದ ಫಡ್ನೀಸನ ಹೆಂಡತಿ 'ಈ ಕಿಲಾಡಿ ಕಪಾಟಿನಲ್ಲೂ ಜಾಗ ಹುಡುಕಿ ಕೂತು ಬಿಡಲು ತಯಾರಿ' ಅಂದಿದ್ದಕ್ಕೆ 'ಹೆ... ಹೆ... ಇಲ್ಲ ಇಲ್ಲ' ಎಂದು ಎಲ್ಲ ನಕ್ಕುಬಿಟ್ಟರು. ಅರಿಸಿಣ ಕುಂಕುಮ ಹಚ್ಚಿ ಕಪಾಟಿಗೆ ಊದಿನಕಡ್ಡಿ ಬೆಳಗಲಾಯಿತು. ಅಲ್ಲಿ ನಿಂತವರಿಗೆಲ್ಲ ಸಕ್ಕರೆ ಹಂಚುತ್ತಿದ್ದಾಗ 'ಬರೀ ಸಕ್ಕರೆಯಲ್ಲಿ ಮುಗಿಸಿ ಬಿಡಬೇಡಿ, ನಮಗೆ ಪಾರ್ಟಿ ಬೇಕು ಪಾರ್ಟಿ' ಎಂದು ಎಲ್ಲಿಂದಲೋ ಒಂದು ದನಿ ಹುಟ್ಟಿಬಿಟ್ಟಿತು.

ಎಲ್ಲ ಒಬ್ಬೊಬ್ಬರಾಗಿ ಕರಗಿ ಹೋದ ಮೇಲೆ ಕೊನೆಯದಾಗಿ ಹೊರಟು ನಿಂತ ಬೂಬುವಿಗೆ ಅನಂತ 'ಈ ಟ್ರಂಕು ನಿನಗೇ ಇರ್‍ಲಿ' ಎಂದು ತಾನೇ ಎತ್ತಿ ಅವಳ ಮೇಲೆ ಹೊರಿಸಿಬಿಟ್ಟ. ಅದಾಗಲೇ ಮಾಲತಿ ಗಂಟು ಬಿಚ್ಚಿ ಕೂತು ತನ್ನೆಲ್ಲ ಹೊಸ ಸೀರೆಗಳನ್ನು ಬೇರೆ-ಬೇರೆ ಖಾನೆಯಲ್ಲಿ ಪೇರಿಸಿಡುತ್ತಿದ್ದಳು. ಬಾಗಿಲು ಮುಂದೆ ಮಾಡಿ ಅನಂತ ಏಕಾಂತದಲ್ಲಿ ಕಪಾಟಿನ ಅಸ್ತಿತ್ವವನ್ನು ಆನಂದಿಸುತ್ತ ದೂರದಲ್ಲೇ ನಿಂತು ಬೇರೆ ಬೇರೆ ಕೋನದಿಂದ ಅಳೆದ.

ಖೋಲಿಗೇ ಈಗ ಒಂದು ಹೊಸ ಕಳೆ ಬಂದಂತೆನಿಸಿದ ಮಾಲತಿಗೆ ಆನಂದಾತಿರೇಕದಿಂದ ಏನು ಹೇಳಬೇಕೆಂದೇ ತಿಳಿಯದೇ 'ಟ್ರಂಕಾದರೆ ಕಾಟಿನಡಿ ಹಿಡೀತಿತ್ತು, ಇದು ನೋಡಿ ರೂಮು ಚಿಕ್ಕದಾಗುವ ಹಾಗೆ ಎಷ್ಟು ಜಾಗ ತಿಂದು ಕೂತಿದೆ' ಎಂದು ಮುಟ್ಟಿ ಮುಟ್ಟಿ ನೋಡಿದಳು. ಹೀಗೆ ಬಾಯಿಬಿಟ್ಟ ಮಡದಿಯನ್ನು ಅನಂತ ದೊಡ್ಡ ದೊಡ್ಡ ಕಣ್ಣು ಬಿಟ್ಟು ತಿಂದುಬಿಡುವವನಂತೆ ನೋಡಿದ.

ಹೊಸ ವಸ್ತ್ರದ ರಾಶಿಯ ಮೇಲೆಯೇ ಕೂತು ಆಡುತ್ತಿರುವ ಮಗನನ್ನು 'ಕಪಾಟಿನಲ್ಲೂ ಹೊಕ್ಕಿ ಕೂಡುವುದಿದೆಯೋ ಬಡ್ಡೀ ಮಗನೇ' ಎನ್ನುತ್ತ ಮುದ್ದಿನಿಂದ ಮೇಲೆತ್ತಿ ಅನಂತ ಅವನನ್ನು ಕಪಾಟಿನ ನೆತ್ತಿಯ ಮೇಲೆಯೇ ಕೂಡಿಸಿಬಿಟ್ಟ. ಆಗ ಕೇಕೆ ಹಾಕಿ ನಕ್ಕ ವಿವೇಕ ಆಯಿ–ಬಾಬಾರಿಗಿಂತ ಎತ್ತರದಲ್ಲಿರುವ ತನ್ನನ್ನು ತಾನೇ ಒಮ್ಮೆ ನೋಡಿಕೊಂಡು ಬೆಚ್ಚಿ ಬಿದ್ದು ತೀರ್ಥ ಪ್ರೋಕ್ಷಣೆ ಮಾಡಿದಂತೆ ಮೂತ್ರ ಮಾಡಿಬಿಟ್ಟ. ಕಪಾಟಿನ ಎರಡೂ ಬಾಗಿಲುಗಳ ಮೇಲೆ ಉದ್ದಕ್ಕೆ ಕೆಳಗಿಳಿಯುತ್ತಿದ್ದ ಮುದ್ದಾದ ಮುತ್ತಿನ ಹನಿಯ ಗೆರೆಗಳು ಕಪಾಟೇ ನಿಂತು ಕಣ್ಣೀರಿಡುತ್ತಿದ್ದಂತೆ ಕಾಣುತ್ತಿತ್ತು.

ವಿಜಯ ಕರ್ನಾಟಕ–ಅಂಕಿತ ಪುಸ್ತಕ
ಯುಗಾದಿ ಕಥಾಸ್ಪರ್ಧೆ(2003), ದ್ವಿತೀಯ ಬಹುಮಾನ

ಕಿಚನ್ ಪ್ಯಾರಡೈಸ್

'ಡೈನಮಿಕ್ ವಿಲ್ಲಾ'ದ ಮೇಲಂತಸ್ತಿನ ಮನೆಯ ನೀಲಿ ಬಣ್ಣ ಬಳಿದು ಕೂತ ಹೊರ ಬಾಗಿಲ ಚೌಕಟ್ಟಿನ ಮೇಲೆ ತನ್ನ ಮರೂನ್ ಕಲರ್ ಕಾಟನ್ ನೈಟಿಯನ್ನು ಮರೆ ಮಾಚುವಂತೆ, ಗಂಡ ಶಿವರಾಮನ ಆಕಾಶ ನೀಲಿ ಫುಲ್ ಶರ್ಟೊಂದನ್ನು ತೊಟ್ಟು ಕೂತಿದ್ದಳು ವೀಣಾ. ಕೆಳಗಿನ ಮೂರು ಬಟನ್‌ಗಳನ್ನು ಕಳಚಿಕೊಂಡ ಆ ಶರ್ಟಿನ ಎರಡೂ ತುದಿಯನ್ನು ಶಾರೂಖ್‌ನ ಶೈಲಿಯಲ್ಲಿ ಹೊಟ್ಟೆಗೆ ಗಂಟು ಹಾಕಿಕೊಂಡು ಉದ್ದ ತೋಳನ್ನು ಮೊಣಕೈ ತನಕ ನೀಟಾಗಿ ಮಡಚಿದ್ದಳು. ಆಗಷ್ಟೇ ಎರೆದುಕೊಂಡು ಮುಂದಕ್ಕೆ ಹಾಕಿಕೊಂಡ ತನ್ನ ಸೊಂಪಾದ ಕೂದಲ ತುದಿಯೊಂದಿಗೆ ಆಟವಾಡುತ್ತ ಆಗಾಗ ಅದೇ ಕೇಶದಿಂದ ಸೂಸುವ ಸೀಗೆಯ ಘಮವನ್ನು ಮೂಸಿ ಆಸ್ವಾದಿಸುತ್ತ ವಿನೀತಳಾಗುತ್ತಿದ್ದಳು. ಅನುದಿನದಂತೆ ಕೆಳ ರಸ್ತೆಯಲ್ಲಿ ಕಿರುಗುಡುತ್ತ ಬಂದು ನಿಲ್ಲುವ 'ಕಿನ್ನರ ಲೋಕ' ಎಂದು ಹಿಂಬದಿಯಲ್ಲಿ ಹಳದಿ ಛಂದ ಅಕ್ಷರಗಳಲ್ಲಿ ಬರೆಸಿಕೊಂಡ ಗೀಜಗನ ಗೂಡಿನಂತಿರುವ ಆಟೋರಿಕ್ಷಾಕ್ಕಾಗಿ 'ಇನ್ನೇನು ಬಂದೇಬಿಡ್ತಾರೆ' ಎಂದುಕೊಳ್ಳುತ್ತ ಎದುರು ನೋಡುತ್ತಿದ್ದಳು. ಆ ಹೊತ್ತಿಗೆಲ್ಲ ಧಾರವಾಡದ ನಗರಕರ ಕಾಲನಿಯ ಪ್ರಥಮ ತಿರುವಿನ ಈ ಅಡ್ಡರಸ್ತೆ ಮಧ್ಯಾಹ್ನ ಹನ್ನೆರಡರ ಬಿಸಿಲಿನಿಂದ ಚುರುಕಾಗುತ್ತಿತ್ತು.

ಅಷ್ಟರಲ್ಲೇ ರಸ್ತೆಯಲ್ಲಿ ಬರುತ್ತಿರುವ ಸೇಲ್ಸ್‌ಮನ್ನೊಬ್ಬ ಚಾವಿ ಜಡಿದಿದ್ದ ಕೆಳಮನೆಯನ್ನು ದಾಟಿ ಮೆಟ್ಟಿಲು ಹತ್ತಿ ಮೇಲೆ ಬಂದ. ಅವನನ್ನು 'ಏನೂ ಬೇಡಪ್ಪ... ಮುಂದೆ ಹೋಗು' ಎನ್ನಲು ವೀಣಳಿಗೆ ಮನಸ್ಸೇ ಬರಲಿಲ್ಲ. 'ಎಂಥದದು? ಛೆ! ಒಬ್ಬ ಭಿಕ್ಷುಕನಿಗೂ ಹೇಳುವುದು ತರವಲ್ಲ, ಅಂಥದ್ದರಲ್ಲಿ ಈ ಹುಡುಗನಿಗೆ? ನೋಡಿ ಮಾತಾಡಿ ಬೇಡವೇ ಆಗಿದ್ದರೆ ಏನಾದರೂ ಸಬೂಬು ಹೇಳಿ ಕಳಿಸಿಬಿಡಬಹುದಪ್ಪ' ಎಂದುಕೊಳ್ಳುತ್ತ ಅವನೆಡೆಗೆ ತಿರುಗುವುದರೊಳಗೆ ಆತ ಅತಿ ವಿನಯದಿಂದ 'ಗುಡ್ ಆಫ್ಟರ್‌ನೂನ್ ಮ್ಯಾಡಂ' ಅಂದಿದ್ದ. ಮನೆಯ ಬಟ್ಟೆಗಳ ಜೊತೆ ಕಿಟಕಿಯ ಸರಳಿಗೆ ಕಟ್ಟಿದ ಬಳ್ಳಿಯಲ್ಲಿ ಒಣ ಹಾಕಿದ ಪುಟ್ಟ ಮಗುವಿನ ಚಡ್ಡಿಯನ್ನೇ ದಿಟ್ಟಿಸುತ್ತ ಸ್ಟೇನ್‌ಲೆಸ್ ಸ್ಟೀಲಿನ ಅಡಿಗೆ ಆಟದ ಪುಟ್ಟ ಪುಟ್ಟ ಪಾತ್ರೆಗಳು ಬಂಧಿಯಾದ ಪಾರದರ್ಶಕ ಪ್ಯಾಕಿನಲ್ಲಿದ್ದ 'ಕಿಚನ್ ಪ್ಯಾರಡೈಸ್' ಸೆಟ್ಟನ್ನು ಕೈಯಲ್ಲಿ ಹಿಡಿಸೇಬಿಟ್ಟಿದ್ದ.

ತನ್ನ ಕೈಯಲ್ಲೇ ಇದ್ದ ಆ ಪುಟ್ಟ ಮಾಯಾ ಜಗತ್ತನ್ನು ಆಸ್ಥೆಯಿಂದ ನೋಡಿದಳು ವೀಣಾ. ಚಿಕ್ಕ ಮಾಟವಾದ ಸ್ಟೀಲಿನ ಬಾಣಲೆ, ಮೋಡಿ ಮಾಡುವ ಸೌಟುಗಳು, ಮಕ್ಕಳ ನಟರಾಜ ರಬ್ಬರಿನಷ್ಟೇ ಇರುವ ತೂತು ತೂತಿನ ಹೆರಚುವ ಮಣೆ, ಗುಟುಕೇ ಚಹ ಹಿಡಿವ ಹಿಡಿಕೆಯುಳ್ಳ ಚಹದ ಭಾಂಡಿ, ಸವೆದ ಸಣ್ಣ ಪೆನ್ಸಿಲಿನಷ್ಟೇ ಇದ್ದ ಚಪಾತಿ ಲಟ್ಟಿಸುವ ಕೋಲು, ಎರಡೇ ಇಂಚಿನ ಚಹದ ಗಾಳನಿ, ಅಮೃತಾಂಜನ ಬಾಟಲಿಯ ಮುಚ್ಚಳದಷ್ಟೇ ಇರುವ ಗಿಡ್ಡ ಕಾಲುಗಳ ದುಂಡಾದ ಚಪ್ಪಟೆ ಚಪಾತಿ ಮಣೆ, ದೊಡ್ಡವರ ಅಕಾಯಿ ಗ್ಯಾಸು ಒಲೆಯನ್ನೇ ಹೋಲುವ ಪುಟ್ಟ ಗ್ಯಾಸು, ದಾರದ ರೀಲಿನಷ್ಟೇ ಇರುವ ಪೊಳ್ಳಾದ ಪ್ಲಾಸ್ಟಿಕ್ಕಿನ ಕೆಂಪು ಇಂಡೇನ್ ಸಿಲೆಂಡರ್, ನಾಲ್ಕಾಣೆ ಚೂರಿನಷ್ಟೇ ಬೌಲುಗಳು, ರೂಪಾಯಿ ನಾಣ್ಯದಷ್ಟೇ ತಟ್ಟೆಗಳು, ಗೋಟಿಯ ಗಾತ್ರದ ಗುಂಡು ತಂಬಿಗೆ-ವಾಟೆಗಳು, ಅನ್ನ-ಸಾರು ಮಾಡಲಿಕ್ಕಿರುವಂತೆ ಚೂರು ದೊಡ್ಡದಾದ ನಮ್ಮ ಲೋಟದಾಕಾರದಲ್ಲಿರುವ ಎರಡು ದೊಡ್ಡ ಪಾತ್ರೆಗಳು!

ವೀಣಳಿಗೆ ಪರತ್ತು ಮಾಡಲು ಮನಸ್ಸೇ ಬರಲಿಲ್ಲ. 'ಪ್ರಿಂಟ್‌ರೇಟು ನೂರೈವತ್ತು ಉಂಟು ಮ್ಯಾಡಂ, ನೀವು ಮಾತ್ರ ಒಂದೇ ನೂರು ಕೊಡಿ' ಎನ್ನುತ್ತ ದುಂಬಾಲು ಬಿದ್ದವನಂತೆ ಇನ್ನಷ್ಟು ವಿಧೇಯನಾಗಿ ನಿಂತಿದ್ದ ಆತ.

ಚಹದಂಗಡಿಯೊಂದರಲ್ಲಿ ಕಪ್ಪು-ಬಸಿ ತೊಳೆಯುತ್ತ ಕಾಲೇಜು ಕಲಿತು ಮುಂದೆ ಬಂದು, ಈಗ ಡೀಸಿ ಆಫೀಸಿನಲ್ಲಿ ಕಾರಕೂನಿಕೆ ಮಾಡುತ್ತಿದ್ದ ವೀಣಳ ಗಂಡ ಶಿವರಾಮ. ಇದ್ದಾಗ ಫ್ಯಾಮಿಲಿ ಪ್ಯಾಕ್ ಐಸ್ಕ್ರೀಮೇ ತಂದು, ಇಲ್ಲದಾಗ 'ಒಂದನೇ ತಾರೀಖು ಬಂದೇಬಿಡ್ತದೆ' ಎಂದು ಕಾಯುತ್ತ ಕೂಡುವ ಕರಾವಳಿ ತೀರದ ಈ ಶಿವರಾಮನ ಹೆಂಡತಿಯ ಪರ್ಸು ತಿಂಗಳ ಕಡೇ ವಾರದಲ್ಲಿ ಇಪ್ಪತ್ತು ರೂಪಾಯಿಗಿಂತ ಮಿಕ್ಕಿ ಉಳಿಸಿಕೊಂಡಿರುವುದಿಲ್ಲ. ಈ ಸತ್ಯ, ಅದಾಗ ಎಂಥದೋ ಕೋರ್ಸು ಮುಗಿಸಿ ಬೀದಿಗೆ ಬಿದ್ದ ಆ ಹುಡುಗನಿಗಾದರೂ ಹೇಗೆ ಗೊತ್ತಾಗಬೇಕು? ಆದರೆ ಅದೃಷ್ಟವೆಂಬಂತೆ ಸವದತ್ತಿ ಎಲ್ಲಮ್ಮನ ಗುಡ್ಡಕ್ಕೆ ಹೋಗಿ ಕಾಣಿಕೆ ಹಾಕಲೆಂದು ಆರೇಳು ತಿಂಗಳಿಂದ ಪುಟ್ಟ ಯಾಲಕ್ಕೀ ಡಬ್ಬದಲ್ಲಿ ತೆಗೆದಿಟ್ಟು ಮರೆತಿದ್ದ ನೂರರ ನೋಟೊಂದು ವೀಣಳ ಕಣ್ಣಮುಂದೆ ಪ್ರತ್ಯಕ್ಷವಾಯಿತು. ಕ್ಷಣಾರ್ಧದಲ್ಲಿ ದುಡ್ಡು ತಂದು ಕೊಟ್ಟು 'ಕಿಚನ್ ಪ್ಯಾರಡೈಸ್' ಒಳತಂದಳು. ಸ್ಕೂಲಿಂದ ಹಿಂತಿರುಗಿದ ಮಕ್ಕಳು ಇದರಿಂದ ಅನುಭವಿಸುವ ಖುಷಿ-ಬೆರಗನ್ನು ಕಲ್ಪಿಸಿಯೇ ವೀಣಾ ಸಂಭ್ರಮಿಸಿದಳು.

■

ಮದುವೆಯ ಹೊಸದರಲ್ಲಿ ಎಲ್ಲರಂತೆ ಪಾರ್ಲೆ ಬಿಸ್ಕೆಟ್ ಪ್ಯಾಕೇಟಿನ ಚಿತ್ರದಲ್ಲಿಯ ಮುದ್ದು ಕಂದಮ್ಮನ ತುಂಬಿಕೊಂಡ ಬೆರಳುಗಳ ಪುಟ್ಟ ಹಸ್ತವನ್ನು ಮುದ್ದು ಬಂದಂತೆ ನೋಡುತ್ತ ಮೈ ಮರೆತವಳು ವೀಣಾ. ಒಮ್ಮೆ ವಿದ್ಯಾಗಿರಿಯ ಶಾರಾದಾಂಬಾ ಮಠಕ್ಕೆ ಹೋದಾಗ ಎರಡು ಗಂಡು ಮಕ್ಕಳನ್ನೇ ಮಾಡಿಕೊಂಡ, ಶಿವರಾಮನ ಚಡ್ಡೀ

ದೋಸ್ತನಾದ ವಿದ್ಯಾಧರ ಭೇಟಿಯಾಗಿದ್ದ. ಆತ 'ನಿನ್ನ ಹೆಂಡತಿ–ಮಕ್ಕಳು ಎಲ್ಲೋ' ಎಂದು ಸಹಜವಾಗಿ ಕೇಳಿದ್ದ. ಆಗ ಹೆಂಡತಿಯನ್ನು ಕರೆದು ತೋರಿದ ಶಿವರಾಮ 'ಇಲ್ಲಿ ಆಡುತ್ತಿರುವವರೆಲ್ಲ ನನ್ನ ಮಕ್ಕಳೇ' ಎಂದು ಗಹಗಹಿಸಿ ನಕ್ಕುಬಿಟ್ಟಿದ್ದ. ನಂತರ ಇದ್ದಲ್ಲೇ ಸುಧಾರಿಸಿಕೊಂಡು 'ಇದೂ ಒಂದು ಮಗೂ ಇದ್ದಂತೆ, ಸಂಭಾಳಿಸುವದೇ ಕಷ್ಟ ಮಾರಾಯ' ಎಂದು ಹೆಂಡತಿಯ ಬೆನ್ನು ತಟ್ಟುತ್ತ ಅಂದಿದ್ದ. ಅರ್ಥವಾದವನಂತೆ ವಿದ್ಯಾಧರ ತನ್ನಿಂದ ಎಂಥದೋ ಅಚಾತುರ್ಯ ನಡೆದ ಹಾಗೆ 'ಸಾರೀ ಮಾರಾಯ, ಬೇಜಾರು ತಿಳ್ಕೋಬೇಡಾ, ನಿನಗೆಂಥ ಮಹಾ ವಯಸ್ಸು? ಆಗ್ತದೆ ಆಗ್ತದೆ' ಎಂದು ತನ್ನ ತಲೆಯ ಮೇಲೆಯೇ ಆಕಾಶದ ತುಂಡು ಹರಿದು ಬಿದ್ದಂತೆ ಮುಖ ಮಾಡಿದ್ದ. ಅದನ್ನು ಗಮನಿಸಿದ ಶಿವರಾಮ, 'ಅಡ್ಡಿಲ್ಲ ಅಡ್ಡಿಲ್ಲ' ಅಂತ ಅವನನ್ನೇ ಸಮಾಧಾನ ಪಡಿಸಬೇಕಾಯಿತು.

ಆಗೊಮ್ಮೆ ಈಗೊಮ್ಮೆ ಇಂಥ ಪ್ರಕರಣ ನಡೆದಿದ್ದಾಗಲೆಲ್ಲ ಮನೆಗೆ ಬಂದು ಹೊಸ ಸೀರೆ–ಗೀರೆ ಬಿಚ್ಚದೇ ಮುಖ ಮುಚ್ಚಿಕೊಂಡು ಹಾಸಿಗೆಯಲ್ಲಿ ಸಿನೆಮಾದ ದುರಂತ ನಾಯಕಿಯಂತೆ ರೋಧಿಸುತ್ತಿದ್ದಳು ವೀಣಾ. ಆಗೆಲ್ಲ ಶಿವರಾಮ ಮಡದಿಯನ್ನು ಅಕ್ಕರೆಯಿಂದ 'ಅತ್ತರೆ ಮಕ್ಕಳಾಗುತ್ತೊ, ನನ್ನ ಬದಿ ತಿರುಗಿದರೆ ಪ್ರಯತ್ನಿಸಬಹುದಪ್ಪ' ಎಂದು ಅವಳ ಕಣ್ಣೀರ ಕೆನ್ನೆಯನ್ನೆಲ್ಲ ಚುಂಬಿಸುತ್ತಿದ್ದ. ತುಟಿಗೆ ಉಪ್ಪುಪ್ಪು ರುಚಿ ತಾಗಿ 'ಇದೇನು ಕಣ್ಣೀರೊ ಅಥವಾ ಸಿಂಬಳವೊ?' ಎಂದು ಗಲೀಜು ಜೋಕು ಮಾಡಿ ನಗಿಸಿಬಿಡುತ್ತಿದ್ದ. ನಂತರ ಎರಡೂ ಮನೆಯ ಅಜ್ಜಿಯಂದಿರ ಕೆಂಗಣ್ಣಿಗೆ ಬಲಿಯಾಗಿ ಪೂಜೆ–ಪುನಸ್ಕಾರ–ಶಾಂತಿ–ಚಿನ್ನದ ನಾಗರ ಅಂತೆಲ್ಲ ಹರಕೆ ಹೊತ್ತದ್ದಾಯಿತು. ಆಮೇಲೊಂದು ದಿನ ಕಂಡ ಕಂಡವರ ಹತ್ತಿರ ಬೈಸಿಕೊಂಡು ಸತತ ಹತ್ತು ವರ್ಷ ಆಸ್ಪತ್ರೆಯಿಂದ ಆಸ್ಪತ್ರೆಗೆ ಅಲೆದಿದ್ದಾಯಿತು.

ಕೊನೆಯಲ್ಲಿ ಸಪ್ತಾಪುರದ ಮಂಗಳಾ ನರ್ಸಿಂಗ್ ಹೋಂನಲ್ಲಿ ಮೂರನೇ ಬಾರಿ ವೀಣಾ ಚಿಕಿತ್ಸೆಗೆಂದು ಅಡ್ಮಿಟ್ ಆಗಿದ್ದಳು. ಆ ದಿನ ಶಿವರಾಮ ತಮ್ಮ ಮದುವೆಗೆ ಉಡುಗೊರೆಯಾಗಿ ಬಂದ ಈಗಲ್ ಥರ್ಮಸ್ಸಿನಲ್ಲಿ ಹಾಲಿನಲ್ಲೇ ರುಚಿಯಾಗಿ ಚಹ ಮಾಡಿಕೊಂಡು ಹೋಗಿ, ಕಾಟಿನ ಮೇಲೆಯೇ ಕೂತು ಅವಳ ನರಳಿಕೆ ಚಡಪಡಿಕೆ ಎಲ್ಲ ನೋಡಿ 'ಜೀವವಿದ್ದರೆ ನನ್ನ ಜತೆ ಬದುಕಿಕೊಂಡಾಳು, ಇನ್ನೇನೂ ಬೇಡಾ' ಅಂದುಕೊಂಡುಬಿಟ್ಟ. ಆ ಸಲ ಆಸ್ಪತ್ರೆಯಿಂದ ಮನೆಗೆ ಬರುವಾಗ ಆಟೋದಲ್ಲಿಯೂ ಕೂಡಲಾಗದೇ 'ಈ ಸರ್ತಿ ಎಷ್ಟು ಬ್ಲೀಡಿಂಗ್ ಆಗ್ತಿದೆ ಗೊತ್ತುಂಟು?' ಎಂದು ನರಳುತ್ತ ವೇದನೆ ಪಟ್ಟ ವೀಣಳನ್ನು ಇನ್ನೆಂದೂ ಆಸ್ಪತ್ರೆಯ ಮೆಟ್ಟಿಲು ಹತ್ತಿಸಬಾರದೆಂದು ಶಪಥ ಮಾಡಿದ.

ಹೀಗೊಂದು ದಿನ ಅಪರೂಪಕ್ಕೆ ತವರಿಗೆ ಹೋದ ವೀಣಾ ತಿರುಗಿ ಬರುವಾಗ ಗೋವೆ ಯಲ್ಲಿರುವ ತನ್ನ ತಂಗಿ ರೇಖಾ ಮೂರನೇ ಬಾರಿ ತಾಯಾಗಲಿದ್ದಾಳೆ, ಅವಳಿಗೆ ಹೆಣ್ಣಿಗೆ ಹೆಣ್ಣಿದೆ, ಗಂಡಿಗೆ ಗಂಡಿದೆ. ಈಗ ಹುಟ್ಟಲಿರುವ ಮಗುವನ್ನು ನಮಗೆ ಕೊಡಲು ಒಪ್ಪಿದ್ದಾಳಂತೆ, ಎಂಬ ಸುದ್ದಿ ತಂದಿದ್ದಳು. ಶಿವರಾಮ ತನ್ನ ಹೆಂಡತಿಯ

ಖುಷಿಯೇ ತನ್ನ ಖುಷಿಯೆಂದು ಸುಮ್ಮನುಳಿದರೂ 'ಅವಳು ತನ್ನ ಗಂಡನ ಹತ್ತಿರ ಸರೀಯಾಗಿ ಹೇಳಿ–ಕೇಳಿ ಮಾಡಿದ್ದಾಳಂತೊ?' ಎಂದು ಒಂದೇ ಮಾತು ಕೇಳಿದ್ದ. 'ಹೌದೌದು, ಅಡ್ಡಿಲ್ಲ ಅಂದಿರುವನಂತೆ' ಅಂದಿದ್ದಳು ವೀಣಾ ಖುಷಿಯಿಂದ.

ವೀಣಾ ಎಂದೋ ಕಲಿತ ಹೆಣಿಗೆ ನೆನಪಿಸಿ, ಪುಟ್ಟ ಗುಲಾಬಿ ಉಲ್ಲನ್ ಸ್ವೆಟರ್ ಹೆಣೆದಳು. ಶಿವರಾಮನೂ 'ಇದೊಂದು ಹೊಸ ಅನುಭವ, ಎಷ್ಟು ಮಜವಾಗಿರ್ತದೆ ಅಲ್ಲಾ?' ಎನ್ನುತ್ತ ಮೌನವಾಗಿ ಕೂತು ಕನಸುಗಳ ಹೆಣೆಯತೊಡಗಿದ. ಮಗುವಿನ ಹೆಸರಲ್ಲಿ ಯುನಿಟ್ ಟ್ರಸ್ಟ್ ಮಾಡಿಸುವುದೋ ಅಥವಾ ಎಲ್‌ಐಸಿ ಮಾಡಿಸುವುದೋ, ಎಲ್ಲಿ ಯಾವಾಗ ಎಷ್ಟೇ ಹಣ ಇಟ್ಟರೂ ಮಗುವಿನ ಪಿಯೂಸಿ ಮುಗಿಯುವ ಹೊತ್ತಿಗೆಲ್ಲ ಹಣ ನಮ್ಮ ಕೈಯಲ್ಲಿರಬೇಕಪ್ಪ ಎಂತೆಲ್ಲ ಯೋಚನೆ ಬಿದ್ದ.

ಒಂಬತ್ತು ತುಂಬಿದಾಗ ರೇಖಾ ಅಮ್ಮನ ಮನೆಗೆ ಡಿಲೆವರಿಗೆ ಬಂದಾಗ ವೀಣಾ ತಾನೂ ಹೋಗುಳಿದಳು. ಆರೆಂಟು ತಿಂಗಳಲ್ಲಿ ಮಗುವಿನ ಹಾಲು ಬಿಡಿಸಿ ವೀಣಾಳ ಜತೆ ಬಿಡುವುದು ಎಂಬ ಮಾತಾಯಿತು. ಎರಡೂ ಮನೆಯ ಅಜ್ಜಿಯಂದಿರು 'ಎಲ್ಲ ಒಳ್ಳೆಯದಾದರೆ ಅಷ್ಟೇ ಸಾಕು' ಎಂದು ಹಾರೈಸಿದರು. ಅಂದು ಆಸ್ಪತ್ರೆಯಲ್ಲಿ ರೇಖಾ ನೋವಿನಿಂದ ನರಳುತ್ತಿರುವಾಗ ಇಡೀ ರಾತ್ರಿ ತಂಗಿಯ ಕಾಲು–ಸೊಂಟ ನೀವುತ್ತ ಕೂತ ವೀಣಳಿಗೆ, ಬಾಲ್ಯದಲ್ಲಿ ಇಬ್ಬರೂ ಜತೆಗೂಡಿ ಕುಂಟಲಿಪಿ, ಖೋ–ಖೋ ಆಡಿದ್ದು, ಮೂರನೇಯತ್ತೆಯಲ್ಲಿ 'ನವಿಲೇ ನವಿಲೇ ಕುಣಿದಾಡು ನವಿಲೇ' ನೃತ್ಯ ಮಾಡಿದ್ದು, ಹೈಸ್ಕೂಲು ಗ್ಯಾದರಿಂಗಿನಲ್ಲಿ ಸ್ವಾಗತ ಗೀತೆ ಹಾಡಿದ್ದು, ಅಣ್ಣ ತಂದ ಒಂದೇ ಜಾರ್ಜೆಟ್ ಸೀರೆಗಾಗಿ ಇಬ್ಬರೂ ಜಗಳಾಡಿದ್ದು ಬರೀ ಇಂಥವೇ ನೆನಪುಗಳು.

ನಂತರ ಎಲ್ಲ ಸುರಳೀತವಾಗಿ ಮುದ್ದಾದ ಗಂಡು ಮಗು ತೊಟ್ಟಿಲಲ್ಲಿ ಕೈಕಾಲು ಆಡಿಸುತ್ತ ಮಲಗಿದ್ದು ನೋಡಿ ವೀಣಾ, ಊಟ ನಿದ್ದೆಯನ್ನೂ ಮರೆತು ತೊಟ್ಟಿಲ ಬಳಿಯಲ್ಲೇ ಕೂತಾಗ ಶಿವರಾಮನೂ ಆಸ್ಪತ್ರೆಯಲ್ಲೇ ಇದ್ದ. ಆಸ್ಪತ್ರೆಗೆ ಮಗುವನ್ನು ನೋಡಲು ಬಂದ ಸಂಬಂಧಿಕರಲ್ಲೊಬ್ಬರು 'ಅರೆ ಬಾಬಾ! ಮಗುವಿನ ಮೂಗು ವೀಣಾ ತರಹವೇ ಉಂಟಲ್ಲ' ಎಂದು ಅಚ್ಚರಿಗೊಂಡರೆ 'ಅಂತೂ ಹೆರಿಗೆ ನೋವು ತಿನ್ನದೇ ತಾಯಾಗಿಬಿಟ್ಟೆ' ಅಂದಿದ್ದರು ಇನ್ನೊಬ್ಬರು. 'ಎಲ್ಲಿ ರೇಖಾನ ಮಗೂ?' ಎನ್ನುತ್ತ ಬಂದ ಯಾರಿಗೋ ಇನ್ನಾರೋ 'ರೇಖಾನ ಮಗೂ, ರೇಖಾನ ಮಗೂ ಅಂತ ಯಾಕೆ ಅಂತೀರಿ? ವೀಣಾನ ಮಗೂ ಅನ್ನಿ' ಎಂದು ತಿದ್ದುತ್ತಿದ್ದರು. ಅವರೆಲ್ಲ ತೊಟ್ಟಿಲ ಬಳಿಯೇ ಖುರ್ಚಿ ಹಾಕಿ ಕೂತ ವೀಣಳ ಬೆನ್ನಿನ ಮೇಲೆ ಧೊಪ್ ಅಂತ ಬಡಿದು ಹೊರಟುಹೋಗಿದ್ದರು. ಈ ಭೂಲೋಕದಲ್ಲಿ ನಡೆವ ವಿಷಯವೆಲ್ಲ ಸಂಬಂಧವೇ ಇಲ್ಲದಂತೆ ವೀಣಾ ತನ್ನದೇ ಲೋಕದಲ್ಲಿ ಮುಳುಗಿ ಹೋಗಿದ್ದಳು.

ಗೋವೆಯ ಖಾಸಗೀ ಕಂಪನಿಯೊಂದರಲ್ಲಿ ದೊಡ್ಡ ಹುದ್ದೆಯಲ್ಲಿ ಕೆಲಸದಲ್ಲಿದ್ದು ಈಗ ರೂರ್ಕೆಲಾದಲ್ಲಿ ಒಂದು ತಿಂಗಳ ಟ್ರೇನಿಂಗಿನ ಮೇಲಿದ್ದ ರೇಖಳ ಗಂಡ, ಜಿ.ಎಂ. ಆಗಿ ಬಡ್ತಿ ಹೊಂದಿ ಟೈ–ಬೂಟು ಪುಟ್ಟ ಸೂಟುಕೇಸಿನ ಸಮೇತ ಕಾರಿನಲ್ಲೇ ಆಸ್ಪತ್ರೆಗೆ ಬಂದಿಳಿದ. ರೇಖಾ ನಿಧಾನ ಎದ್ದು ಕೂತು 'ಸೂ' ಅಂತ ಶುರುಮಾಡಿದ್ದೇ

ತಡ, ಎಲ್ಲ ಅರ್ಥವಾದವನಂತೆ 'ಯಾವ ಮಗೂ? ಯಾರಿಗೆ? ಓಹೊ! ಅದೇನು ಗೊಂಬೆಯಾಟವೊ? ಛೆ! ಛೆ! ಯಾಕೆ ಬುದ್ಧಿ ಇಲ್ಲಾ ನಿಮಗೆಲ್ಲ' ಎಂದಷ್ಟೇ ಹೇಳಿ, ಇವನೇನು ಕೂಸು ನೋಡಲು ಬಂದಿದ್ದನೊ ಅಥವಾ ಇದನ್ನು ತಿಳಿಸಲೆಂದೇ ಬಂದಿದ್ದನೊ ಎಂಬಂತೆ ಅವಸರಿಸಿದ್ದ. ಕೈಯೊಳಗೆ ಕನ್ನಡ ದಿನಪತ್ರಿಕೆ ಹಿಡಿದು, ಕಾಲಲ್ಲಿ ಕೊಲ್ಲಾಪುರಿ ಚಪ್ಪಲಿ ಮೆಟ್ಟಿ ಪಕ್ಕದಲ್ಲೇ ನಿಂತ ಈ ಬಡಪಾಯಿ ಶಾಡೂ ಶಿವರಾಮನಿಗೆ ಆತ, ಶತ್ರುಘ್ನ ಸಿನ್ಹಾ ತನ್ನ ಅಭಿಮಾನಿಗಳಿಗೆ ಕೈ ಬೀಸುವಂತೆ ದೂರದಿಂದಲೇ ಕೈ ಬೀಸಿ ಹೊರಟೇಬಿಟ್ಟಾಗ, ವೀಣಾ ತನ್ನ ಕಿವಿಗಳನ್ನು ತಾನೇ ನಂಬಲಾಗದೇ ಒಮ್ಮೆಲೇ ಸುಮ್ಮನಾಗಿಬಿಟ್ಟಳು.

ರೇಖಾ ಏನೆಲ್ಲ ತಿರುವು-ಮುರುವು ಮಾಡಿ ಹೇಳಲು ಹೋಗಿ ಕೊನೆಯಲ್ಲಿ ಮಗುವಿನ ಸುದ್ದಿಯೊಂದನ್ನು ಬಿಟ್ಟು, ಬೇರೆಲ್ಲ ಮನೆಯ ಕಿರುಕುಳ ಮೊದಲ ಬಾರಿಯೆಂಬಂತೆ ಬಾಯಿಬಿಟ್ಟು ಹೇಳಿಕೊಂಡು ಅತ್ತಿದ್ದಳು. 'ಎಲ್ಲ ನನ್ನ ಮಗಳ ನಶೀಬು' ಎಂದು ಕಣ್ಣೀರು ಹಾಕುತ್ತಿದ್ದ ಅಮ್ಮನ ಹತ್ತಿರ ಮಾತು-ನಗು ಎರಡನ್ನೂ ಮರೆತವಳಂತೆ ಹೆಣೆದ ಸ್ವೆಟರನ್ನು ಕೈಯಲ್ಲಿ ಹಿಡಿಸಿ ಹೊರ ಬಂದ ವೀಣಳನ್ನು ಸಂತೈಸಿ ಧಾರವಾಡಕ್ಕೆ ಕರೆತಂದಿದ್ದ ಶಿವರಾಮ. ಬಸ್ಸಿನಲ್ಲಿ ವೀಣಳನ್ನು ತೊಡೆಯ ಮೇಲೆ ಮಲಗಿಸಿಕೊಂಡು 'ಇದು ಇಷ್ಟರಲ್ಲೇ ಮುಗಿದಿದ್ದಕ್ಕೆ ಛೊಲೋದಾಯ್ತು ಅನ್ನಿಸ್ತದೆ' ಎಂದೆಲ್ಲ ಸಪೂರವಾಗಿ ಶುರು ಮಾಡಿದ. ನಂತರ ಯಾವುದೋ ಬಸ್ ಸ್ಟ್ಯಾಂಡಿನಲ್ಲಿ ಬಸ್ಸು ನಿಂತಾಗ 'ನಂಗೆ ತಳಮಳ ಆಗ್ತಾ ಉಂಟು, ಚಾಕಲೇಟು ತನ್ನಿ' ಎಂದು ಮುದ್ದುಗರೆದಳು ವೀಣಾ. ಬಸ್ಸಿಳಿದ ಶಿವರಾಮ ಕಿಟಕಿಯಲ್ಲಿ ಬಂದು ನಿಂತು 'ಯಾವ ಚಾಕಲೇಟು ಬೇಕೂ' ಎಂದು ಮೃದುವಾಗಿ ಕೇಳಿದವನಿಗೆ 'ಕಾಫಿ ಬೈಟೇ ಬೇಕೂ' ಎಂದು ರಾಗ ತೆಗೆದಿದ್ದಳು. ಮನೆಗೆ ಬಂದು ಇದ್ದುದರಲ್ಲೇ ರುಚಿಯಾಗಿ ಅಡಿಗೆ ಮಾಡಿ, ಟಿವಿಯ ಮುಂದೆಯೇ ಕೂತು ಊಟ ಮಾಡುತ್ತಿರುವಾಗ ಅಲ್ಲಿ ಬರುತ್ತಿರುವ ಟಾಪ್‌ಟೆನ್ ಗೀಪ್‌ಟೆನ್ ನೋಡುತ್ತ 'ಸುದೀಪ್ ಮೀಸೆ ಬಿಟ್ಟರೆ ಎಷ್ಟು ಚಂದ ಕಾಣ್ತಾನೆ ಅಲ್ಲಾ?' ಎಂದು ಬಿಗಿ ಹಿಡಿದಿದ್ದ ಉಸಿರು ಹೊರಬಿಟ್ಟಳು.

ಮಾರನೇ ದಿನ ಬೆಳಿಗ್ಗೆ ಎದ್ದವಳೇ ವೀಣಾ ಎಲ್ಲ ರೂಮಿನ ಕಿಟಕಿಗಳ ಬಾಗಿಲುಗಳನ್ನು ಸರಿಯಾಗಿ ತೆಗೆದುಬಿಟ್ಟಳು. ಅವಳಿಗೆ ಹೊರಗಿನ ವಿಶಿಷ್ಟ ಗಾಳಿ-ಬೆಳಕಿನಿಂದ ಎಲ್ಲ ಖೋಲಿಗಳೂ ಹೊಸದೇ ಅನ್ನಿಸಿಬಿಟ್ಟವು. ಬೆಡ್‌ರೂಮಿನ ಕಿಟಕಿಯಿಂದಲೇ ಪಕ್ಕದ ಕುಲಕರ್ಣಿಯವರ ಮನೆಯ ಅಡಿಗೆ ಖೋಲಿಯ ಶೆಲ್ಫಿನಲ್ಲಿದ್ದ ತೊಗರಿ ಬೇಳೆಯ ಡಬ್ಬ ಕಣ್ಣಿಗೆ ಬಿದ್ದದ್ದೇ ಎರಡೂ ಕಿಟಕಿಗಳ ಮಧ್ಯೆ ಎಂಥದೋ ಆತ್ಮೀಯ ಗಾಳಿ ಸುಳಿದಾಡಿದಂತೆನಿಸಿತು. ಅವರ ಚಿಂಟೂ ಗ್ಯಾಸು ಕಟ್ಟೆಯ ಮೇಲೆಯೇ ಕೂತು ಹಾರ್ಲಿಕ್ಸು ಕುಡಿಯುತ್ತಿದ್ದ. ಕಿಚನ್ನಿನ ಕಿಟಕಿಗೆ ಹೋದರೆ, ಪಿಂಕಿಯ ಮಮ್ಮಿ ಮಗುವನ್ನು ಗದರಿಕೊಳ್ಳುತ್ತ ಬೆಡ್‌ಶೀಟು ಝಾಡಿಸಿ ಮಡಿಸುತ್ತಿದ್ದಳು. ಹೊರ ಬಾಗಿಲು ತೆರೆದು ಗ್ಯಾಲರಿಯಲ್ಲಿ ನಿಂತರೆ 'ನಾಯಿಯಿದೆ ಎಚ್ಚರಿಕೆ' ಬೋರ್ಡಿನಾಚೆ ಪಾಟೀಲರ ಮನೆಯ ಗಾರ್ಡನ್ನಿನಲ್ಲಿ ಗೊಂಬೆಯ ಹಾಗಿರುವ ಸೋನು ಸ್ವಲ್ಪ ಹೊತ್ತು

ಈ ಆಂಟಿಯನ್ನೇ ದಿಟ್ಟಿಸಿ ಬೆಳದಿಂಗಳ ನಗೆ ಚೆಲ್ಲಿದಳು.

ಮೇಲಿನಿಂದಲೇ ಬಗ್ಗಿ ಕೆಳಕ್ಕೆ ಆಲಿಸಿದರೆ, ಕೆಳಗಿನ ಮನೆಯ ಬ್ಯಾಂಕೊಂದರಲ್ಲಿ ಕ್ಯಾಶಿಯರ್‌ಗಿರಿ ಮಾಡುತ್ತಿರುವ ಮೇರಿ ಡಿಸೋಜಾ ಡ್ಯೂಟಿಗೆ ಹೊರಡುವ ಗಡಿಬಿಡಿಯಲ್ಲಿ ಚಟ–ಪಟ ಸ್ವರದೊಂದಿಗೆ ಒಗ್ಗರಣೆ ಕೊಡುತ್ತಿದ್ದಳು. ಅವಳ ಮುದ್ದು ಮಗ ಆನು, ಗೇಟು ಹತ್ತಿ ನಿಂತು ಎದುರುಮನೆ ಸೋನುವಿನೊಂದಿಗೆ ಕಣ್ಣು ಮುಚ್ಚಾಲೆಯಾಟ ನಡೆಸಿದ್ದ. ಅಷ್ಟೇ ಹೊತ್ತು ಹೊಸಭಾವವೊಂದು ಹರಡಿಕೊಂಡಂತಹ ಹಗುರು ವೀಣಳಿಗೆ. ಮತ್ತು ಅಷ್ಟೇ ಬೇಗ ವೀಣಾ, ನಮ್ಮ ಪಿಂಕೀಗೆ ಶಾರ್ಟ್ ಟಾಪ್ ಇಷ್ಟ. ನಮ್ಮ ಆನೂಗೆ ಜೀನ್ಸ್ ಪ್ಯಾಂಟ್ ಇಷ್ಟ. ನಮ್ಮ ಸೋನೂಗೆ ಶರಾರಾ ಇಷ್ಟ. ನಮ್ಮ ಚಿಂಟೂಗೆ ಜೆಕೆಟ್ ಇರುವ ಡ್ರೆಸ್ ಇಷ್ಟ. ಎಂದು ಕಂಡುಕೊಂಡು ಬಿಟ್ಟಳು. ನಂತರದ ದಿನಗಳಲ್ಲಿ ವೀಣಾ ಆಂಟಿಯ ಕುಕ್ಕರಿನ ವಿಷಲ್ ಹೂವಿನ ಕುಂಡದಲ್ಲಿ ಸಿಕ್ಕಿತು. ಈ ಮನೆಯ ಪ್ಲೇಟಲ್ಲಿ ಅವರು, ಆ ಮನೆಯ ತಟ್ಟೆಯಲ್ಲಿ ಇವರು ಎಷ್ಟೋ ದಿನಗಳವರೆಗೆ ತಿಂಡಿ ತಿಂದು, ನಂತರ ಕೊಬ್ಬರಿ ಮಿಠಾಯಿ ಮಾಡಿದ ದಿನ ವಾಪಸ್ಸು ಮಾಡಲಾಯಿತು.

ಚಿಂಟೂ ಅರ್ಧರಾತ್ರಿಯಲ್ಲಿ ಅರ್ಧ ನಿದ್ದೆಯಲ್ಲಿ ಎದ್ದು ಕೂತು 'ವೀಣಾ ಆಂಟೀ' ಎಂದು ಬಡಬಡಿಸಿದ. ಪಿಂಕಿಯ ಕನಸಲ್ಲಿ 'ವೀಣಾ ಆಂಟಿ' ಗೋಧಿ ಆರಿಸುತ್ತಿದ್ದಳು. ಪಿಂಕಿ ರೂಮು ತುಂಬ ಗೋದಿ ಚೆಲ್ಲಾಡಿ ಕೇಕೆ ಹಾಕಿ ನಕ್ಕರೂ, ಮಮ್ಮಿಯಂತೆ ಪೆಟ್ಟು ಕೊಡದೇ ಎಳೆದು ಮುದ್ದು ಮಾಡುವಳು. ಪಿಂಕಿಯ ಕನಸಿನಲ್ಲಿ 'ವೀಣಾ ಆಂಟಿ' ಹಕ್ಕಿಯ ಚಿತ್ರ ಕತ್ತರಿಸಿ ನೋಟುಬುಕ್ಕಿಗೆ ಹಚ್ಚಿಕೊಡುವಳು. ಮತ್ತು ಒಂದು ಕೂದಲೂ ಎಳೆದು ನೋಯಿಸದೇ ಮೃದುವಾಗಿ ಬಾಚಿ ಕಟ್ಟಿದ ಜುಟ್ಟಿಗೆ ತನ್ನದೇ ಹೇರ್ ಕ್ಲಿಪ್ಪಿನಿಂದ ಸಂಜೆಮಲ್ಲಿಗೆ ಮುಡಿಸುವಳು.

ಆನುವಿನ ಕನಸಿನಲ್ಲಿ ಮಾತ್ರ 'ವೀಣಾ ಆಂಟಿ' ರಾತ್ರಿ ಹಲ್ಲು ಬ್ರೆಶ್ ಮಾಡಿ ಮಲಗಿದ್ದೆಯಾ? ಹೋಂ ವರ್ಕ್ ಇನ್ನೇನಿದೆ? ಫೇರ್ ಬುಕ್ ಕಂಪ್ಲೀಟ್ ಮಾಡಿದೆಯೋ? ಎಂದೆಲ್ಲ ಗದರುತ್ತ ಗಾಂಧೀಚೌಕದ 'ಅಮಿನಘಡ'ದಲ್ಲಿ ಇಬ್ಬರಿಗೂ ಇಷ್ಟವಾದ ಗೋಬೀ ಮಂಚೂರಿಯನ್ನು ವನ್ ಬಾಯ್ ಟೂ ಪ್ಲೇಟಿನಲ್ಲಿ ತಿನ್ನುತ್ತಿರುತ್ತಾರೆ.

ಎರಡೇ ತಟ್ಟೆ ಎರಡೇ ಪ್ಲೇಟು ಎರಡೇ ಲೋಟಕ್ಕೆ ಸೀಮಿತವಾದ ವೀಣಳ ಅಡಿಗೆ ಮನೆಯ ಸಿಂಕು ಈಗ ಪುಟ್ಟ ಚಮಚಗಳು, ಬೌಲುಗಳು, ಬಿಟ್ಟ ಮುಸುರೆಯ ಕಣಗಳಿಂದ ಘಮ–ಘಮಿಸತೊಡಗಿತು. ಮಕ್ಕಳ ಹೂವಂತ ಬೆರಳು ಹಿಡಿದು ನಾಜೂಕಾಗಿ ವೀಣಾ ಆಂಟೀ ನೇಲ್ ಕಟರಿನಲ್ಲಿ ಕಟ್–ಕಟ್ ಸದ್ದು ಮಾಡುತ್ತ ಉಗುರು ತೆಗೆದು ರೋಮಾಂಚಿತಳಾದಳು. ಮುದ್ದು ಮಕ್ಕಳ ಹೊಟ್ಟೆಯಲ್ಲಿ ಮುದ್ದಾಗಿ ಕೇಳಿ ಬರುವ ಗೊರ ಗೊರ ಸದ್ದನ್ನು ಗಾಬರಿಯಿಂದ ಆಲಿಸುತ್ತ ಮುದ್ದಿಸುವಳು. ಸುಂದರವಾಗೇ ಇರುತ್ತಿರುವ ಸುಧಾ, ಮಯೂರ, ಪ್ರಜಾವಾಣಿಗಳು ಈಗ ತಮ್ಮ ಮೇಲ್ಪದರ ಕಳಕೊಂಡು ಜರ್ಜರಿತ ವಾಗತೊಡಗಿದವು.

ಶೋಕೇಸಿನಲ್ಲಿರುವ ಅಂದದ ಹೂಜಿಯೊಂದು ಆಡಲು ಕೆಳಗಿಳಿದು ಬಂದು ನಾಲ್ಕೂ ಬದಿಯಲ್ಲಿ ಮುದ್ದಾಗಿ ಸೀಳಿ ಕೂತಿದ್ದು, ಬೆಳ್ಳಿ ಚಿತ್ತಾರದೆಳೆಯಿಂದ ಚಿತ್ರ ಬಿಡಿಸಿದಂತೆ ಕಾಣುತ್ತಿತ್ತು. ಇದು ಪಿಂಕಿ ಹರಿದಿದ್ದು, ಅದು ಚಿಂಟು ಬಾಯಲ್ಲಿ ಕಚ್ಚಿದ್ದು, ಸೋನು ನೋಡಿ ಪೆನ್ನಿನ ಟಾಪೇ ಕಳೆದು ಬಿಟ್ಟಿದ್ದಾಳೆ, ಇಲ್ಲಿ ನೋಡಿ ಆನು ಲಿಂಬು ಪಾನಕ ಚೆಲ್ಲಿದ್ದು ನೆಲಕ್ಕೆ ಹೇಗೆ ಇಂಡಿಯಾ ನಕಾಶೆ ಹಾಗೆ ಮುದ್ದಾಗಿ ಬೆಳ್ಳಗೆ ಕಲೆ ಬಿದ್ದಿದೆ! ಎಂದೆಲ್ಲ ದಿನವೂ ರಾತ್ರಿ ಗಂಡ–ಹೆಂಡತಿ ಕೂತು ಕಣ್ಣರಳಿಸಿ ಅಚ್ಚರಿಯಿಂದ ನೋಡಿ–ನೋಡಿ ಖುಷಿ ಹಂಚಿಕೊಳ್ಳುತ್ತಿದ್ದರು.

ಈ ಮೊದಲು ಅಡಿಗೆ ಖೋಲಿಯ ಮೂಲೆಗಿರುವ ಜಾಳಿಗೆಯ ಹಸಿರು ಡಸ್ಟ್ ಬಿನ್ನಿನಲ್ಲಿ ವೀಣಳ ಗುಳಿಗೆಗಳ ರಟ್ಟಿನ ಬಾಕ್ಸು, ಅರ್ಧ ಕುಡಿದುಳಿದ ಔಷಧಿಗಳು, ತೆಂಗಿನ ಗರಟೆ, ಮೂಲೆಕತ್ತರಿಸಿದ ಹಾಲಿನ ಕವರು, ಸೊಪ್ಪಿನ ಪಲ್ಲೆಯ ಬೇರುಗಳು, ತರಕಾರಿ ಸಿಪ್ಪೆಗಳು, ಬೆರಳಿಗೆ ಸುತ್ತೊಗೆದ ವೀಣಾಳ ಕೂದಲ ರಿಂಗುಗಳು ಮಾತ್ರವೇ ಇರುತ್ತಿದ್ದವು. ಆದರೀಗ ಅದೇ ಡಸ್ಟ್ ಬಿನ್ನಿನಲ್ಲಿ ಕಿರೀಟದಾಕೃತಿಯ ಪೆನ್ಸಿಲ್ಲು ಕೆತ್ತಿದ ಕಟ್ಟಿಗೆ ಪುಡಿಗಳು ಮತ್ತು ನೋಟುಬುಕ್ಕಿನ ಗೆರೆ ಹಾಳೆಯ ದೋಣಿಗಳು ಕಾಣಿಸಿಕೊಳ್ಳತೊಡಗಿದ್ದವು.

ಊಟದ ಹೊತ್ತಿಗೇನಾದರೂ ಮಕ್ಕಳೂ ಇದ್ದು ಬಿಟ್ಟರೆ ಆನೂ ಮತ್ತು ಸೋನು ಇಬ್ಬರಿಗೆ ಮಾತ್ರ ಆಂಟಿಯ ಹಾಗೆಯೇ ಚಕ್ಕರಪಟ್ಟೆ ಹಾಕಿ ಕೂತು ಪ್ಲೇಟಿನಲ್ಲಿ ಎರಡೇ ತುತ್ತಾದರೂ ಅನ್ನ ಕಲಸಿ ಉಣ್ಣಬೇಕಿತ್ತು. ಊಟವೆಂದರೆ ಮೈಲುದೂರ ಓಡುವ ಚಿಂಟೂ ಮತ್ತು ಪಿಂಕಿ ಬಟಾಟೆ ಫ್ರಾಯನ್ನೊ ತೋತಾಪುರಿ ಹಣ್ಣಿನ ಉದ್ದುದ್ದ ತುಣುಕನ್ನೊ ಬಾಯಲ್ಲಿಟ್ಟು ಕೊಂಡು ಟಿವಿಯಲ್ಲಿ ಕಾರ್ಟೂನ್ ನೋಡುತ್ತ ಕೂತುಬಿಡುತ್ತಿದ್ದರು. ಈಳಿಗೆ ಮಣೆ ಮಕ್ಕಳ ಕೈಗೆ ಸಿಗದಂತೆ ಹೊಸ ಜಾಗ ಪಡೆದಿತ್ತು. ಬ್ಲೇಡು–ಚಾಕುವಿನಂತಹ ಮಕ್ಕಳ ಇಷ್ಟದ ವಸ್ತುಗಳು ಈಗ ಅಡಗಿ ಕೂತುಕೊಳ್ಳಲಾರಂಭಿಸಿದವು. ಶಿವರಾಮನ ಅಮೇರಿಕಾವಾಸಿ ಮಿತ್ರನೊಬ್ಬ ನೆನಪಿಗಾಗಿ ಕೊಟ್ಟು ಹೋದ 'ರಿಚ್ ಫ್ರೆಗ್ರೆನ್ಸ್' ಪೌಡರು ಡಬ್ಬದ ಛಂದ ಮುಚ್ಚಳ ಮಾತ್ರ ಕಾಟಿನಡಿಯಲ್ಲೆಲ್ಲೊ ಬಿದ್ದು ಹೋಗಿ ಅದು ಕಿರೀಟ ಉರುಳಿದ ರಾಜನಂತೆ ಕಾಣುತ್ತಿತ್ತು.

ಒಮ್ಮೆ ಆನೂ, ಶಿವರಾಂ ಅಂಕಲ್‌ನ ಜೀವದಂತಿದ್ದ ಇದೇ ಅಮೇರಿಕೆಯ ಪೌಡರನ್ನು ನೆಲಕ್ಕೆ ಹಾಕಿ ತಿಕ್ಕಿ–ತಿಕ್ಕಿ ಆಡುತ್ತ ಕೂತ. ಅದರ ಬಗ್ಗೆ ಕೇಳಿದರೆ 'ಅಂಕಲ್ ಅದು ಕೇರಂ ಬೋರ್ಡಿಗೆ ಹಾಕುವ ಪೌಡರು ಅಲ್ಲಾ?' ಎಂದು ತೊದಲಿದ. ಅಂದಿನಿಂದ ದಿನಾ ಡ್ಯೂಟಿಗೆ ಹೋಗುವಾಗ ಶಿವರಾಮ, ಆ ಪೌಡರಿನ ಡಬ್ಬವನ್ನು ಎತ್ತರದ ಕಪಾಟಿನ ಮೇಲೆ ಎತ್ತಿಟ್ಟು ಹೋಗಲಾರಂಭಿಸಿದ.

ಅಪರೂಪಕ್ಕೆಲ್ಲೊ ಮಳೆ–ಬಿಸಿಲುಗಳ ವಿಚಿತ್ರ ವಾತಾವರಣವೇರ್ಪಟ್ಟು ಆಕಾಶವಾಣಿ ಗೋಪುರದಿಂದ ಯೂನಿವರ್ಸಿಟಿಯವರೆಗೆ ಮೋಹಕವಾದ ಕಾಮನಬಿಲ್ಲು ಮೂಡಿದಾಗಲೆಲ್ಲ ಟೆರೇಸಿನ ಮೇಲೇರಿ ಮಕ್ಕಳಷ್ಟೇ ಉತ್ಸಾಹದಿಂದ

ವೀಣಳೂ ಸಹ, ಮೋಡದಲ್ಲಿ ಬಣ್ಣ ಕಲಸಿ ಹೋಗುವತನಕ ನಿಂತು ನೋಡುವಳು. ಮಕ್ಕಳು ಒಮ್ಮೊಮ್ಮೆ ಇದ್ದಕ್ಕಿದ್ದಂತೆ ಅದರ ನೆನಪಾದ ಕ್ಷಣದಲ್ಲೇ 'ಆಂಟೀ ಕಾಮನಬಿಲ್ಲು ತೋರಿಸೂ...' ಎಂದು ಗಂಟುಬೀಳುವರು.

■

ರಸ್ತೆಯಲ್ಲಿ ಆಟೋ ಹಾರ್ನು ಕೇಳಿ ಬಂದ ಹದಿನೈದೇ ನಿಮಿಷದಲ್ಲಿ ಮಕ್ಕಳು ವೀಣಾ ಆಂಟಿಯ ತೆಕ್ಕೆಗೆ ಧಾವಿಸುವವು. ಒಂದೊಂದೇ ಮೆಟ್ಟಿಲುಗಳನ್ನು ಏರಿ ಬರುವ ಅವರ ಬಣ್ಣದ ಪುಟ್ಟ ಹವಾಯಿ ಚಪ್ಪಲಿಗಳ ಟಪ್-ಟಪ್ ಲಯವೇ ವೀಣಳಲ್ಲಿ ಮುದ ತಂದುಬಿಟ್ಟಿತು.

ಈ ದಿನ ವಿಶೇಷ. ಅವರಿಗೆ ಆಡಲು ಕಿಚನ್ ಪ್ಯಾರಡೈಸ್ ಕೊಡುವದುಂಟು.

ಚಿಂಟೂ ಬಾಗಿಲು ದೂಡಿ ಓಡಿಬಂದವನೇ ಹೊತ್ತಲ್ಲದ ಹೊತ್ತಿನಲ್ಲಿ 'ಆಂಟೀ ಶಕ್ತಿಮಾನ್ ಹಚ್ಚೂ' ಎಂದು ಹಠ ತೆಗೆದುಬಿಟ್ಟದ್ದಕ್ಕೆ ಈ ಹೊಸ ಆಟಿಕೆ ಹೊರ ತೆಗೆಯಲು ಒಳ್ಳೆಯ ಕಾರಣ ಸಿಕ್ಕಿತು.

ನಾಲ್ಕೂ ಮಕ್ಕಳು ತಮಗೇ ನಿರ್ಮಿಸಿದ ಮಾಯಾ ಜಗತ್ತನ್ನು ಅತ್ಯುತ್ಸಾಹದಿಂದ ಮಿಕಿ-ಮಿಕಿ ನೋಡುತ್ತ ಅಯ್! ಅರೆ! ಎಂದು ಬೆರಗಾಗಿ ಒಬ್ಬೊಬ್ಬರು ಒಂದೊಂದು ಪಾತ್ರೆ ಹಿಡಿದು ಆಟ ಶುರು ಮಾಡಿಯೇಬಿಟ್ಟರು. ಇದ್ದುದರಲ್ಲಿ ದೊಡ್ಡ ಪಾತ್ರೆ ಹಿಡಿದು 'ಇದು ಅನ್ನ-ಸಾರು ಮಾಡಲಿಕ್ಕೆ, ನೋಡಿ ಎಷ್ಟು ದೊಡ್ಡದಿದೆ!' ಎಂದು ವೀಣಾ ಆಂಟಿ ತೋರಿಸಿದ್ದೇ ಒಂದು ದೊಡ್ಡ ಪ್ರಮಾದವಾಗಿ ಬಿಟ್ಟಿತಲ್ಲಿ. 'ಅಂಕಲ್ ಊಟಕ್ಕೆ ಬರುವ ಹೊತ್ತಾಯ್ತು, ನೀವು ಇಲ್ಲಿ ಅಡಿಗೆ ಮಾಡಿ, ನಾನು ಒಳಗೆ ಮಾಡ್ತೇನೆ' ಎನ್ನುತ್ತ ವೀಣಾ ಚಪಾತಿ ಮಾಡಲು ಹೋಗಿಬಿಟ್ಟಳು.

ಇತ್ತ ಅನ್ನ ಮಾಡಲು ಯೋಚಿಸಿದ ಆನುವಿಗೆ ಕುಂಡದಲ್ಲಿ ಸೊಂಪಾಗಿ ಬೆಳೆದು ನಿಂತ ತುಳಸೀ ಎಲೆಗಳು ಕಣ್ಣು ಕುಕ್ಕಿದವು. ಅವನ್ನೆಲ್ಲ ಹರಿದು ತಂದು ಪುಟ್ಟ ಪಾತ್ರೆಯಲ್ಲಿ ತುಂಡು ತುಂಡು ಮಾಡಿ ಹಾಕಿಟ್ಟು 'ಇದು ಅನ್ನ' ಅಂದ. ಪಿಂಕೀ ಜಾಣೆ, ಅವಳು ಅದನ್ನೊಪ್ಪದೇ 'ಅಯ್ಯೋ ಹುಚ್ಚಾ ಅದು ಪಲ್ಲೆ' ಎನ್ನುತ್ತಲಿದ್ದರೂ 'ಇಲ್ಲಾ ಅದು ಅನ್ನವೇ' ಅಂತ ಪಟ್ಟು ಹಿಡಿದು ವಾದಿಸಿದ ಆನೂ.

ಈಗ ಸಾರು ಮಾಡುವ ಕಾರ್ಯಕ್ರಮ.

ದಿನವೂ ಕಪಾಟಿನ ಮೇಲೇರಿ ಆನುವನ್ನು ಅಣಕಿಸುತ್ತ ಕೂಡುತ್ತಿದ್ದ ಶಿವರಾಮ ಅಂಕಲ್‌ನ ತಿಳಿ ಹಳದಿ ಮೈ ಬಣ್ಣದಿಂದ ಆಕರ್ಷಕವಾಗಿರುವ ರಿಚ್ ಫ್ರೆಗ್ರೆನ್ಸ್ ಪೌಡರಿನ ಡಬ್ಬ, ಅದೃಷ್ಟವೆಂಬಂತೆ ಈವತ್ತು ಟೇಬಲ್ಲಿನ ಮೇಲೆಯೇ ಕೂತು ತನ್ನನ್ನೇ ನೋಡಿ ನಗುತ್ತಿರುವಂತೆ ಅನ್ನಿಸಿತು ಆನೂಗೆ. 'ಓಡಿ ಬಾ... ಬಾ... ಎತ್ತಿಕೊ' ಎಂದು ಕರೆದಂತಾಗಿ ಒಂದೇ ಉಸಿರಿಗೆ ಎದ್ದೋಡಿ ಕಿಚನ್ನಿನಲ್ಲಿರುವ ಆಂಟಿಗೂ ಡೌಟು ಬರದಂತೆ ಅದನ್ನು ಹೊರ ತಂದುಬಿಟ್ಟ.

ಕಾಯಿಸಿ ಆರಿಸಿದ ಕುಡಿಯುವ ನೀರು ತುಂಬಿ ಕೂತ ಸ್ಟೀಲು ತಂಬಿಗೆಯಲ್ಲಿನ ನೀರನ್ನು ಗರತಿಯಂತೆ ಸೊಂಟದ ಮೇಲೆ ಹೊತ್ತು ತಂದು ಪುಟ್ಟ ಪಾತ್ರೆಗೆ ಸುರಿದಳು ಸೋನು. ಆನೂ ಅಡಿಗೆ ಭಟ್ಟನಂತೆ ಕುಕ್ಕರುಗಾಲಲ್ಲಿ ಕೂತು ಪೌಡರು ಡಬ್ಬದ ಆರೂ ತೂತಿನಿಂದ ಜಲಪಾತದಂತೆ ಬೀಳುತ್ತಿರುವ ಪೌಡರನ್ನು ನೀರ ಪಾತ್ರೆಯಲ್ಲಿ ಚೂರು ಚೂರೇ ಚಿಮ್ಮಿಸಿದ. ಚಿಂಟೂ ಚಮಚದಲ್ಲಿ ಗರಗರ ಗರಡಿದ. ಎಷ್ಟು ಪೌಡರು ಸುರಿದರೂ ಸಾರು, ವೀಣಾ ಆಂಟಿಯ ಸಾರಂತೆ ದಪ್ಪವೇ ಆಗದೇ ಆನುವಿನ ತಲೆ ಕೆಟ್ಟು ಕೂತಿತು. ಒಂದೊಂದೇ ತುಳಸೀ ಎಲೆಯ ತುಂಡು ತಿನ್ನುತ್ತ ಕೂತ ಪಿಂಕಿಯನ್ನು ನೋಡಿ 'ಎ.... ಎ... ಆಮೇಲೆ... ಆಮೇಲೆ' ಎಂದು ಗದರಿದ ಆನೂ. ಡಬ್ಬ ಕೆಳಮುಖ ಮಾಡಿ ಅದರ ಹೊಟ್ಟೆ ಅಮುಕಿದಾಗ ಪುಟ್ಟ ಪಾತ್ರೆಯ ಸುತ್ತಲೂ ನೆಲಕ್ಕೆ ವೃತ್ತಾಕಾರದಲ್ಲಿ ಬೆಳ್ಳಗಿನ ಹುಡಿ ಹಾರಿ, ನೋಡಲು ಇನ್ನೂ ಛಂದ ಕಂಡು ಒಮ್ಮೆಲೇ ಪೌಡರು ಅದರ ತೂತಿನ ಮುಚ್ಚಳದ ಸಮೇತ ನೀರಿನಲ್ಲಿ ಬಿದ್ದು ಸಾರು ರೆಡಿಯಾಗಿತ್ತು.

ಅದಾಗಲೇ ಇಡೀ ಮನೆಯನ್ನು ಆವರಿಸಿಕೊಂಡ ಈ ಸ್ಪೆಷಲ್ ಪೌಡ್ರಿನ ಘಮ, ಅಡಿಗೆ ಖೋಲಿಯಲ್ಲೇ ಇದ್ದ ವೀಣಾ ಆಂಟಿಯ ಮೂಗಿಗೆ ಬಡಿಯಲು ಹೆಚ್ಚು ಹೊತ್ತು ಹಿಡಿಯಲಿಲ್ಲ. ಹಾಗೇ ಹೊರ ಬಂದರೆ, 'ಆಂಟೀ ಮುಚ್ಚಳ ಇದರಲ್ಲಿ ಬಿತ್ತು, ತೆಗೀ...' ಎಂದು ಹಠ ಮಾಡಹತ್ತಿದ ಆನೂ. ವೀಣಾ ಖಾಲಿ ಡಬ್ಬ ಹಿಡಿದು 'ಪೌಡರು ಎಲ್ಲಿ? ಪೌಡರು?' ಎನ್ನುತ್ತ ದಂಗಾಗಿ ಹೋಗಿದ್ದರೆ, ಆನೂ 'ಸಾರು ಮಾಡಿದೆ ನೋಡು' ಎಂದು ತೋರಿಸಿದ.

ವೀಣಾಳ ಕೈಕಾಲು ಒಮ್ಮೆಲೇ ಥರಗುಟ್ಟಿತು. ವರ್ಷಕ್ಕೊಮ್ಮೆ ಪ್ರಕಟವಾಗುವ ಎರಡು ದಿನ ಮಾತೇ ಬಿಡುವ ಶಿವರಾಮನ ಅಕಾರಣ ಕೋಪ, ಈ ವಿಷಯದಲ್ಲೇ ಎದುರಾಗಿ ಬಂದು ತನ್ನಿಂದ ಈ ಮಕ್ಕಳನ್ನು ಅಗಲಿಸಲು ಸಕಾರಣವಾಗಿ ಬಿಟ್ಟರೆ ಎಂದು ಇದ್ದಲ್ಲೇ ಭಯಗೊಂಡಳು ವೀಣಾ.

ಡೀಸೀ ಆಫೀಸಿನ ಫೈಲ್ ಬ್ಯಾಲನ್ಸ್ ಆಗಿ ಲೆಕ್ಕ ಬಗೆ ಹರಿದರೂ ಮನೆಯಲ್ಲಿ ಮಾತ್ರ ಮರೆಗುಳಿಯಂತೆ, ಚಿಂಟೂವನ್ನು ಪಿಂಕೀ ಎನ್ನುತ್ತ ಪಿಂಕಿಯನ್ನು ಸೋನೂ ಎನ್ನುತ್ತ, ಸೋನೂವನ್ನು ಆನೂ ಎನ್ನುತ್ತ ಅವೇ ಮಕ್ಕಳ ಹತ್ತಿರ ತಮಾಷೆಗೆ ಈಡಾಗುತ್ತಿದ್ದ ಈ ಶಿವರಾಮ. ಮುಂದಿನ ತಿಂಗಳು ಜನವರಿಯಲ್ಲಿ ಆನುವಿನ ಬರ್ಥಡೇ ಇದೆಯೆಂದೋ, ಸ್ಕೂಲಲ್ಲಿ ಸೋನುವಿನ ಫ್ಯಾನ್ಸೀ ಡ್ರೆಸ್ಸಿದೆಯೆಂದೋ ವೀಣಾ ಪುನಃ ಪುನಃ ಜ್ಞಾಪಿಸಿದ ನಂತರ ಮೂರ್ನಾಲ್ಕು ದಿನದ ಹಿಂದೆ ರಿಪೇರಿಗೆಂದು ಕೊಟ್ಟ ಕೊಡಖ್ ಕ್ಯಾಮರಾವನ್ನು ಇಂದೇ ತಿರುಗಿ ತಂದು, ಮೊದಲ ಶಾಟ್‌ಗಾಗಿ ಶಿವರಾಮ, ಆಂಟೀ ಮತ್ತು ಮಕ್ಕಳ ಜತೆ ಕಿಚನ್ ಪ್ಯಾರಡೈಸೂ ಬರುವಂತೆ ಫೋಟೊ ಹೊಡೆದ.

ಕ್ಯಾಮರಾವನ್ನು ವೀಣಳ ಕೈಗೆ ರವಾನಿಸುತ್ತ 'ನೀನು ದಿನಾ ನನ್ನ ಶರ್ಟ್ ಹಾಕ್ಕೊಂಡು ಕೂಡ್ತಿ, ಈಗ ಮಾಡ್ತೇನೆ ಇರು' ಎನ್ನುತ್ತ ಒಳ ಹೋದವನೇ ಶಿವರಾಮ ಡ್ರೆಸ್ಸು ತೆಗೆದು ಬನಿಯನ್ನಿನ ಮೇಲೆ ಹೆಂಡತಿಯ ಹೊಸ ನೈಟಿಯೊಂದನ್ನು

ಹಾಕಿಕೊಂಡು ಗಂಭೀರವಾಗಿ ಹೊರ ಬಂದ. ಆ ವಿಚಿತ್ರ ವೇಷ ಕಂಡವರೇ ಮಕ್ಕಳೆಲ್ಲ ಒಮ್ಮೆ ಗಲಿಬಿಲಿ ಬಿದ್ದು ನಂತರ 'ಅಯ್ಯೋ ಅಂಕಲ್' ಎನ್ನುತ್ತ ಬಿದ್ದು-ಬಿದ್ದು ನಕ್ಕವು.

ವೀಣಾ ಆ ಕ್ಷಣ ಸ್ತ್ರೀ ವೇಷಧಾರೀ ಗಂಡನ ಮೀಸೆಯನ್ನೇ ಒಂದು ರೀತಿಯಿಂದ ದಿಟ್ಟಿಸುತ್ತ ತಳಮಳಗೊಂಡು, ಒಮ್ಮೆಲೇ ಎಂಥದೋ ಹೇವರಿಕೆಯ ನೆನಪಾಗಿ ಕಸಿವಿಸಿಯಾದರೂ ತೋರಿಸಿಕೊಳ್ಳದೇ ಛೆ! ಛೆ! ಎಂದು ತಲೆಕೊಡವಿ ತಾನೂ ಮಕ್ಕಳೊಂದಿಗೆ ನಗುತ್ತ ಮೇಲೆದ್ದಳು, 'ನನ್ನ ನೈಟಿ ಹೊಲಿಗೆ-ಗಿಲಿಗೆ ಬಿಟ್ಟು ಹರಿದರೆ ನಿಮಗೆ ಉಂಟು ಇವತ್ತು' ಎನ್ನುತ್ತ ವೀಣಾ ಮಕ್ಕಳ ಸ್ಕೇಲು ಹಿಡಿದು ಗಂಡನನ್ನು ಅಟ್ಟಿಸಿಕೊಂಡು ಮನೆ ತುಂಬ ಓಡಿದಳು. ಆ ವಿಚಿತ್ರ ಕೋಡಂಗೀ ವೇಷದ ಅಂಕಲ್ ಜತೆ ಮಕ್ಕಳೆಲ್ಲ ತಾವೂ ಓಡಿ-ಓಡಿ ಖುಷಿಪಟ್ಟವು.

ಹಾಗೆ ಓಡುತ್ತಿರುವಾಗಲೇ ಎಲ್ಲೋ ಶಿವರಾಮನಿಗೆ ತನ್ನ ಅಚ್ಚು-ಮೆಚ್ಚಿನ ಪೌಡರಿನ ಪರಿಮಳ ಬಾರೀಕಾಗಿ ಮೂಗಿಗೆ ಹತ್ತಿ ಸಂಕಟವಾಗಿಬಿಟ್ಟಿತು. ಅಲ್ಲೇ ನಿಂತು ಮತ್ತೆ ಮತ್ತೆ ಪರಿಮಳ ಮೂಸುತ್ತ 'ನನ್ನ ಪೌಡ್ರು ಡಬ್ಬ ಎಲ್ಲೇ?' ಎಂದು ಮರುಕ್ಷಣವೇ ಹುಡುಕಲು ಬಿದ್ದ. ಮಕ್ಕಳೆಲ್ಲ ಈಗ ಅಸಾಮಾನ್ಯ ಸಂಭಾವಿತರಂತೆ ಟೀವಿಯಲ್ಲಿ ಬರುತ್ತಿದ್ದ ಕೇರ್ ಫ್ರೀ ಜಾಹಿರಾತು ಗಂಭೀರವಾಗಿ ನೋಡುತ್ತಿರುವಂತೆ ನಟಿಸಿದರು.

ವೀಣಾಳ ಜಂಘಾಬಲವೇ ಉಡುಗಿ ಹೋಗಿತ್ತು. ಕಿಟಕಿ ಕರ್ಟನ್ನಿನ ಹಿಂದೆ ಅಡಗಿಸಿಟ್ಟ ಖಾಲೀ ಡಬ್ಬವನ್ನು ಹೊರತೆಗೆದು ನಡುಗುತ್ತ 'ವೆರಿ ವೆರಿ ಸ್ವಾರಿ ಹ್ನಾ..... ಆನೂ ಪೌಡರಿನ ಸಾರು ಮಾಡಿ ಬಿಟ್ಟಾ' ಎಂದು ಇನ್ನೇನು ಅತ್ತೇಬಿಡುತ್ತಾಳೆ ಎಂಬಂತೆ ಮುಖ ಮಾಡಿ ಕೂತಳು. ತನ್ನ ಮುದ್ದಿನ ಮಡದಿಯನ್ನು ಆ ಮಕ್ಕಳ ಜತೆ ಜತೆಯಲ್ಲೇ ಅಪಾದಮಸ್ತಕ ನೋಡುತ್ತ ಶಿವರಾಮ, ನೈಟಿಯಲ್ಲೇ ಚಕ್ಕರಪಟ್ಟೆ ಹಾಕಿ ಕೂತು, 'ವಾರೆವ್ವಾ! ಅಮೇರಿಕೆಯ ಪೌಡರ್ ಸಾರೇನೇ? ರಾಶಿ ರುಚಿಯಾಗಿರ ಬೇಕಲ್ಲ? ಉಪ್ಪು, ಖಾರ, ಹುಳೀ ಎಲ್ಲ ಸರೀಯಾಗಿ ಹಾಕಿದ್ದಾನೋ? ಅಂತೂ ಹೊಸ ಪಾತ್ರೆ ಕೊಂಡು ಸಾರು ಮಾಡಿಸಿದ್ದೀ, ನೋಡುವಾ ತಾ.... ತಾ...' ಎಂದು ಶಿವರಾಮ ಅವಸರಿಸಿದ್ದೇ ತಡ, ವೀಣಾ ದಿಗ್ಗನೆದ್ದು ಜಿಗಿದಾಡುತ್ತ ಹೋಗಿ ಬದಿಯಲ್ಲಿ ಎತ್ತಿಟ್ಟ ಆನುವಿನ ಪೌಡರ್ ಸಾರಿನ ಪುಟ್ಟ ಪಾತ್ರೆಯನ್ನು ಹನಿಯೂ ತುಳುಕಾಡಿ ಚೆಲ್ಲದಂತೆ ಬೊಗಸೆಯಲ್ಲಿ ಹಿಡಿದು ತಂದಳು.

ದಂಪತಿಗಳಿಬ್ಬರೂ ಎದುರು ಬದುರಾಗಿ ಕೂತು 'ಹೋ' ಎಂದು ನಗುತ್ತ, ನಡುವೆ ಇಟ್ಟುಕೊಂಡ ಪೌಡರ್ ಸಾರಿನ ಪಾತ್ರೆಯಲ್ಲಿ ಅಚ್ಚರಿಯಿಂದ ಬಗ್ಗಿ ನೋಡಿದರು. ಪೌಡರೆಲ್ಲ ಕೆಳ ಹೋಗಿ ಕೂತು, ನೀರೆಲ್ಲ ತಿಳಿಯಾದ ಬಿಳೀ ಬಣ್ಣಕ್ಕೆ ತಿರುಗಿತ್ತು. ಆ ದುಂಡಾದ ತಿಳಿಹಾಲ ವಿಶ್ವದಲ್ಲಿ, ಗಂಡ-ಹೆಂಡತಿ ಇಬ್ಬರ ಪ್ರತಿಬಿಂಬವೂ ಅಸ್ಪಷ್ಟವಾಗಿ ಮೂಡಿ ಅವರ ನಾಲ್ಕು ಕಣ್ಣುಗಳು ಮಾತ್ರ ಫಕ್ಕನೆ ಮಿನುಗಿದವು.

'ರುಜುವಾತು' ಹೊಸಬರ ಸಂಕಲನ

ನಕ್ಷತ್ರದ ಬೆಳಕ ಹಿಡಿದು...

ಧಾರವಾಡದ ಲೈನ್ ಬಜಾರಿನ ರಾಮ ಮಂದಿರದ ಸಮಾ ಎದುರಿಗೇ ಇರುವ ಮಸೀದಿಯೊಂದರ ನಸುಕಿನ ಐದೂವರೆಯ ಭೋಂಗಾ ಕಿವಿಗಪ್ಪಳಿಸಿತು. ಥಟ್ಟನೆ ತಮ್ಮೂರಲ್ಲಿ ಕೋಳಿ ಕೂಗಿದಾಗ ಎಚ್ಚರಗೊಳ್ಳುವಂತೆ ಎದ್ದು ಕೂತರು ಉಮಾ ಮತ್ತು ಯಶವಂತರು. ಇನ್ನೂ ಸವಿನಿದ್ದೆಯಲ್ಲಿದ್ದ ಪುಟ್ಟಿಗೆ ತಮ್ಮದೂ ಚಾದರ ಹೊದ್ದಿಸಿ, ಎದುರು ಬಾಗಿಲಿಗೆ ಕೀಲಿ ಹಾಕಿ ಕೇಸೀಡಿ ಮೈದಾನದ ವರೆಗೆ ಗಂಡ-ಹೆಂಡತಿ ಇಬ್ಬರೂ ವಾಕಿಂಗ್ ಮುಗಿಸಿ ಬಂದಾಗ ಇನ್ನೇನು ಆರೂ ಮುಕ್ಕಾಲು. ವಾಕಿಂಗ್ ವೇಳೆಯಲ್ಲಿ ಅನುದಿನವೂ ಅದೇ ಜಾಗದಲ್ಲಿ ಸಿಗುವವರು ದಿನವೂ ಮುಖದ ಮೇಲೆ ಮುಖ ಬೀಳುತ್ತಿದ್ದರೂ ಅಪರಿಚಿತರಂತೆ ಸರಿದು ಹೋಗುವುದು ಉಮಾಗ್ಯಾಕೋ ತುಸು ಕಸಿವಿಸಿ ಅನ್ನಿಸುತ್ತಿತ್ತು. 'ಯಾರೋ ಎಂಥೋ ನೀನು ಮೊದಲು ನಕ್ಕು, ಅವರು ರಿಸ್ಪೊನ್ಸ್ ಮಾಡದಿದ್ದರೆ ಯಾಕೆ ಸುಮ್ಮನೇ ಅವಮಾನ ಮಾಡಿಕೊಳ್ತಿ?' ಎಂದು ಪ್ರತಿದಿನದಂತೆ ಇಂದೂ ಸಹ ಯಶವಂತ ಇನ್ನಷ್ಟು ಗಂಭೀರನಾಗಿ ನಡೆಯುತ್ತ ಹೆಂಡತಿಯನ್ನು ಸಾಗ ಹಾಕಿಕೊಂಡು ಬಂದಿದ್ದ.

ಚಾವಿ ತೆಗೆದವರೇ ಅದಾಗ ಬಂದು ಬಿದ್ದ ದಿನಪತ್ರಿಕೆಯನ್ನು ಬಿಚ್ಚಿಕೊಂಡು ನುಣುಪಾದ ಹಾಸುಗಲ್ಲಿನ ನೆಲದ ಮೇಲೆಯೇ ತಂಪಾಗಿ ಕೂತಿದ್ದರು. ಅಷ್ಟರಲ್ಲೇ ಎದ್ದು ಒಳ ಓಡಿದ ಉಮಾ, ಮಲಗಿದ ಮಗಳ ಬೆನ್ನು ತಟ್ಟಿ, ಎಬ್ಬಿಸಲು ಮನಸ್ಸಾಗದೇ ಹಾಗೇ ಹೊರ ಬಂದು ಪೇಪರಿನಲ್ಲಿ ತಾನೂ ತಲೆ ಹುದುಗಿಸಿದಳು. ಇಬ್ಬರೂ ಕೂಡಿ ಕಣ್ಣು ನೆಟ್ಟ ಪತ್ರಿಕೆಯಲ್ಲಿ ಉಮಾ ಮತ್ತು ಯಶವಂತರು ತಮಗಿಷ್ಟದ ಬೇರೆ-ಬೇರೆ ಸುದ್ದಿಯನ್ನು ಹುಡುಕಿ ಓದುವರು. ಯಶವಂತನಿಗೋ ಬರೀ ರಾಜಕೀಯದ ಸುದ್ದಿ ಇಷ್ಟ. ಉಮಾಗೆ ಅಂದಿನ ಸುಭಾಷಿತ ಮೊದಲು ಓದಬೇಕು. ನಂತರ ವಾರಭವಿಷ್ಯ ಬೇಡ-ಬೇಡವೆಂದರೂ ಓದಿಸಿಕೊಳ್ಳುವುದು. ಅದೂ ಗಂಡ-ಹೆಂಡತಿ ಇಬ್ಬರ ರಾಶಿ

ಭವಿಷ್ಯವೂ ಸೇರಿಯೇ. ಹಾಗೇ ಅರಿವಿನ ಅಂತರಾಳ, ಬೆಳಕಿಂಡಿ ಹೀಗೆ.... ಅರ್ಧ ಓದುತ್ತಿದ್ದಾಗಲೇ ತನ್ನದು ಓದಿ ಮುಗಿಯಿತೆಂದು ಹೆಂಡತಿಯ ಅನುಮತಿ ಕೇಳುವ ಗೋಜಿಗೂ ಹೋಗದೇ ಪಾನು ಹೊಳ್ಳಿಸಿಬಿಟ್ಟ ಯಶವಂತ. ಓದಿನ ರಸಕ್ಷಣದ ಭಂಗವಾಗಿ ಉಮಾಗೆ ಪಿಚ್ಚೆನಿಸಿಬಿಟ್ಟಿತ್ತಾದರೂ ಗಂಡ ತಿರುಗಿಸಿದ ಪೇಜಿನಲ್ಲೇ ತನಗಿಷ್ಟವಾಗುವ ಸುದ್ದಿಗಾಗಿ ಹುಡುಕ ತೊಡಗಿದಳು. ಪತ್ರಿಕೆಯ ತುಂಬ ಅವೇ ಬಂದ್, ಬಿಕ್ಕಟ್ಟು, ಆತ್ಮಹತ್ಯೆ, ಅಪಘಾತ, ನಕಲಿ ಛಾಪಾ ಕಾಗದ, ನಕಲಿ ಶಿಕ್ಷಕರು ಛೆ! 'ಓಹ್! ಇಂದು ಚಂದ್ರ ಗ್ರಹಣವಂತೆ ಗೊತ್ತೇ ಇರ್‍ಲಿಲ್ಲ ನೋಡಿ' ಎಂದಳು ಉಮಾ. ಪೇಪರಿನ ಹುಡುಗ ಅಂದು, ದಿನಾ ಹಾಕುತ್ತಿದ್ದ ಪತ್ರಿಕೆ ತಪ್ಪಿಸಿ ಬೇರೆ ಪತ್ರಿಕೆ ಬಿಸಾಕಿ ಹೋಗಿದ್ದು, ಎಲ್ಲ ಓದಿ ಮಡಚಿ ಇಡುವ ತನಕ ಗಂಡ–ಹೆಂಡತಿ ಇಬ್ಬರಿಗೂ ಗೊತ್ತಾಗದೇ ಅದೇ ಅಂದಿನ ವಿಶೇಷ ಆಶ್ಚರ್ಯ ವೆಂದೆನಿಸಿಬಿಟ್ಟಿತು.

ಅಷ್ಟರೊಳಗೆ ನಾಲ್ಕನೇಯತ್ತೆ ಓದುತ್ತಿರುವ ಪುಟ್ಟಿ ಎದ್ದು ಕಣ್ಣು ತಿಕ್ಕುತ್ತ ಹೊರಬಂದಳು. ತನ್ನ ಪಪ್ಪನ ತೊಡೆಯ ಮೇಲೆಯೇ ಗಸಕ್ಕನೆ ಕೂತು ಮಮ್ಮಿಯಿಂದ ಬೈಸಿಕೊಂಡು ಮುಖ ಊದಿಸಿಕೊಂಡಳು. ಇದ್ದಕ್ಕಿದ್ದಂತೆ ಒಮ್ಮೆಲೇ ಸ್ಮೃತಿ ಮರುಕಳಿಸಿದವಳಂತೆ 'ನಿನ್ನೆ ನೀನು ದೀಪಾವಳಿ ಬಗ್ಗೆ ಎಸ್ಸೇ ಹೇಳಿಕೊಡ್ಲೇ ಇಲ್ಲಾ, ಟೀಚರು ಬೈತಾರೆ ಈಗೇ ಹೇಳ್ಕೊಡು ಮಮ್ಮೀ' ಎನ್ನುತ್ತ ಹಠವನ್ನೇ ತೆಗೆದಳು.

ರೇಲ್ವೆ ಡಿಪಾರ್ಟ್‌ಮೆಂಟಿನಲ್ಲಿ ಎಸ್‌ಡಿಸಿ ಆಗಿದ್ದ ಯಶವಂತ ಆಫೀಸಿನಲ್ಲಿ ಇಂದು ಎಲ್ಲರ ಪಗಾರು ಬಿಲ್ಲು ಮಾಡಬೇಕಿತ್ತು. ಹಾಗೂ ಯಾರ್‍ಯಾರದೋ ಸರ್ವಿಸ್ ಪುಸ್ತಕ ಬರೆಯಬೇಕಿತ್ತು. ಹೀಗೆ ಆ ಅಂಕಿ ಸಂಖ್ಯೆಗಳೇ ಮೈ–ಮನದಲ್ಲಿ ತುಂಬಿಕೊಂಡ ಟೆನ್ಶನ್ನಲ್ಲಿಯೇ 'ಮೊದ್ಲು ಚಾ ಮಾಡು ಚಾ, ನಂತ್ರ ದೀಪಾವಳಿ ಮಾಡಿ ಮಮ್ಮಿ, ಮಗಳಿಬ್ಬರೂ' ಎಂದು ಗದರಿಬಿಟ್ಟ.

ಮೌನವಾಗಿ ಎದ್ದು ನಿಂತ ಉಮಾ, ಬಾಗಿಲು ಬಳಿ ಬಿದ್ದ ನಂದಿನಿ ಹಾಲಿನ ಅರ್ಧ ಲೀಟರಿನ ಪ್ಯಾಕೇಟನ್ನು ಒಳ ತರುತ್ತ ಅದರ ಮೇಲೆ ಮೆತ್ತಿರುವ ರಾಡಿಯನ್ನು ಒಂದು ನೀರಿನ ಭಾಂಡಿಯಲ್ಲಿ ಅದ್ದಿ ತೊಳೆದಳು. ಬುಕ್ಕು–ಪೆನ್ನು ಹಿಡಿದು ಸೀದ ಅಡಿಗೆ ಮನೆಗೇ ಬಂದ ಪುಟ್ಟಿಗೆ 'ಮೊದ್ಲು ಮುಖಾ ತೊಳೀಬೇಕು ಮರೀ' ಎಂದಳು. 'ಇಲ್ಲಾ ನಂತ್ರವೇ ಮುಖಾ–ಗಿಖಾ ಎಲ್ಲಾ, ಈಗ್ಲೇ ಹೇಳು' ಎಂದು ರಚ್ಚೆ ಹಿಡಿದು ಕೂತ ಮಗಳಿಗೆ ತಾನೇ ಸೋತಿದ್ದಳು ಉಮಾ. ಹಾಲು ಕಾಸಲಿಡುತ್ತಲೋ ಚಹಕ್ಕೆ ಸಕ್ಕರೆ, ಚಾಪುಡಿ ಹಾಕುತ್ತಲೋ ದೀಪಾವಳಿಯ ಬಗ್ಗೆ ಒಂದೊಂದೇ ಸಾಲುಗಳನ್ನು ಪೋಣಿಸುತ್ತ ಹೋದಳು.

ಅದಕ್ಕೆ ಜತೆಯಾಗಿ ಅಂದಿನ ಟಿಫಿನ್ನಿಗೆ ರೆಡಿಯಾಗುತ್ತಿದ್ದ ಕಾವಲಿಯಲ್ಲಿ ಚೊಂಯ್ಯನೆ ದೋಸೆ ಹುಯ್ಯುವ ಸ್ವರವೂ ಹಿಮ್ಮೇಳ ಒದಗಿಸಿತ್ತು. ಬಿಳಿಯಾದ ಮಿದುವಾದ ಪುಟ್ಟ ರಂದ್ರಗಳ ದೋಸೆಗಳು ಬಿಟ್ಟ ಎಣ್ಣೆಯಲ್ಲಿ ಜರ ಜರ ಬೇಯುವ ಸದ್ದು, ಸೌಟಿನಲ್ಲಿ ದೋಸೆ ಎಬ್ಬಿಸುವ ಗರಮರ ಇನಿದನಿ ಹಾಗೂ ಉದ್ದು, ಮೆಂತೆಯ ಮಾದಕ ಪರಿಮಳ ಮನೆಯಲ್ಲಿದ್ದ ಮೂವರಿಗೂ ಮತ್ತು ಹೊರಗೆ ಕಟ್ಟಿಟ್ಟ ಪುಟ್ಟ

ಪಪ್ಪಿಗೂ 'ಇದು ಬೆಳಗು ಹೌದೌದು' ಅಂತೆನಿಸುತ್ತಿತ್ತು.

ಮೊದಲು ಕಾವಲಿಗೆ ಹುಯ್ದು ಹರ–ಮುರುಕು ದೋಸೆಗಾಗಿ ಹೊರಗಿದ್ದ ಪಪ್ಪಿ ಹಿಂಗಾಲುಗಳ ಮಡಚಿ ಕೂತು ಕಾಯುತ್ತಿತ್ತು. ಕಿಟಕಿಯಲ್ಲೇ ಎದ್ದಂತಿರುವ ಎನ್‌ಟಿಟಿಎಫ್ ಕಾಲೇಜಿನ ನೆತ್ತಿಯನ್ನೇ ಶೂನ್ಯದಲ್ಲಿ ನಿರುಕಿಸುತ್ತ ಬೆಳ್ಳುಳ್ಳಿ ಚಟ್ನಿಯನ್ನು ಸುಮಿತ್ ಮಿಕ್ಸರಿನ ಗಿರ್ರನೆ ಸದ್ದಿನಲ್ಲಿ ರುಬ್ಬಿ ತೆಗೆದಳು ಉಮಾ. ಬಾತ್‌ರೂಮಿನಿಂದಲೇ ಹಲ್ಲುಜ್ಜುತ್ತ ನೊರೆ ತುಂಬಿದ ಪೇಸ್ಟನ್ನು ಫೂ... ಫೂ ಎಂದುಗಿಯುತ್ತಲೇ ಯಶವಂತ 'ನೀರು ಕಾದಿದ್ದರೆ ಹಾಕಿ ಕೊಡ್ತೀಯೊ ನೋಡು' ಎಂದು ಹೂಂಕರಿಸಿದ ರೀತಿ ಯಾಕೋ ಉಮಾಳ ಮನಸ್ಸಿಗೆ ಕಿರಿಕಿರಿ ತಂದುಬಿಟ್ಟಿತು.

'ಪಪ್ಪಾ, ನನ್ನದೂ ಸ್ನಾನವಿದೆ ಬೇಗ ಹೊರಬೀಳು ಬೇಗ' ಎಂದು ಕೂಗಿ ಹೇಳಿ ಬಾಗಿಲು ಬಡಿದು ಈಚೆ ಓಡಿಬಂದಳು ಪುಟ್ಟಿ. 'ದೋಸೆ ಜತೆ ಚಟ್ನೀ ಬೇಡಾ ಸಕ್ಕರೆಯೇ ಬೇಕು, ಊರಿಂದ ಯಾಕೆ ಜೇನುತುಪ್ಪ ತರಲಿಲ್ಲಾ' ಎಂದೆಲ್ಲ ಹಠ ಮಾಡಿ ಅರ್ಧ ದೋಸೆ ತಿನ್ನಲು ಒಂದು ತಾಸು ಮಾಡಿ ಬಿಟ್ಟಳು. ಒಳಗೆ ಮಮ್ಮಿ, ಮಗಳ ಚೀರಾಟವನ್ನೇ ಆಲಿಸುತ್ತ ಪಪ್ಪಿ ಕುಂಯ್ ಕುಂಯ್‌ಗುಡುತ್ತಿತ್ತು. ತನ್ನ ಪಾಲಿನ ದೋಸೆ ತನಗಿನ್ನೂ ಬಂದೇ ಇಲ್ಲವಲ್ಲಾ ಎಂಬಂತೆ ಈಗ ಎದ್ದು ನಿಂತ ಪಪ್ಪಿ ತುಸು ಜೋರಾಗಿಯೇ ಪ್ರತಿಭಟಿಸುತ್ತಿತ್ತು.

ಟಿಫಿನ್ನಿಗೆ ಅದು ಬೇಡಾ, ಇದು ಬೇಡಾ ಮ್ಯಾಗಿಯನ್ನೇ ಮಾಡಿ ಹಾಕು, ಎಂದೆಲ್ಲ ಪ್ರತಿದಿನವೂ ರಾದ್ಧಾಂತ ಮಾಡುತ್ತಿದ್ದ ಪುಟ್ಟಿ ಇಂದು ಒಂದು ಗುಟ್ಟು ಹೊರಗೆಡವಿದಳು. 'ಮಮ್ಮೀ ನಾವು ಟಿಫಿನ್ ತಿನ್ನಲು ಒಂದು ಐಡಿಯಾ ಮಾಡೇವೆ, ನನ್ನ ಪೆಟ್ ಫ್ರೆಂಡು ಅಸ್ಮಾ ತಂದ ಟಿಫಿನ್ ನಾನು ತಿಂತೇನೆ, ನನ್ನ ಟಿಫಿನ್ ಅಸ್ಮಾ ತಿಂತಾಳೆ. ಅವಳಿಗೆ ನಿನ್ನ ದೋಸೆಯಂದ್ರೆ ಪ್ರಾಣ. ನನಗೆ ಅವರ ಮಮ್ಮಿಯ ಪುಲಾವ್ ಅಂದ್ರೆ ರಾಶಿ ಇಷ್ಟಾ. ಹ್ಯಾಗಿದೆ ಐಡಿಯಾ?' ಎನ್ನುತ್ತಲೇ ಖುಷಿಯಿಂದ ಡಬ್ಬವನ್ನು ಬ್ಯಾಗಿನಲ್ಲಿ ತುರುಕಿಕೊಂಡಳು. 'ಹೌದೇನು? ಒಳ್ಳೇ ಛಾನ್ಸು ನೋಡು ನಿಂದು' ಎನ್ನುತ್ತ ಉಮಾ ಮಗಳ ಹಠಮಾರಿ ಗುಂಗುರು ಕೂದಲನ್ನು ರಿಬ್ಬನ್ನಿನಿಂದ ಬಂಧಿಸಲು ಶತಪ್ರಯತ್ನ ಮಾಡುತ್ತಿದ್ದಳು.

'ಏ ಪುಟ್ಟೀ, ನಿನ್ನೆ ಸಿಕ್ಸ್ಟೀನ್ ಒಂಜಾ ಬಾಯ್‌ಹಾರ್ಟ್ ಹಾಕು ಅಂದಿದ್ನಲ್ಲಾ ಹೇಳು ನೋಡ್ವಾ' ಎಂದು ಇದ್ದಕ್ಕಿದ್ದಂತೆ ಮಾರಕಾಸ್ತ್ರವಾಗಿ ಬಂದೆರಗಿದ ಮಮ್ಮಿಯ ಬೇಡಿಕೆ, ತನಗೆ ಸಂಬಂಧಿಸಿದ್ದೇ ಅಲ್ಲವೆಂಬಂತೆ ಪುಟ್ಟಿ ಪಾದವನ್ನು ಸಾಕ್ಸಿನಲ್ಲಿ ತುರುಕಿಕೊಳ್ಳುತ್ತ, ಅಡಿಗೆ ಖೋಲಿಯ ಪರ್ಲ್‌ಪೆಟ್ ಡಬ್ಬಗಳ ಸಾಲನ್ನೇ ವೀಕ್ಷಿಸುತ್ತ 'ಮಮ್ಮೀ, ಉದ್ದಿನಬೇಳೆ ಮಾತ್ರ ಯಾಕೆ ಬೆಳ್ಳಗಿರ್ತದೆ?' ಎಂದಳು. ಉಮಾ ಉತ್ತರಿಸುವದಕ್ಕೆ ಮುಂಚೆಯೇ ಇನ್ನೊಂದು ಪ್ರಶ್ನೆ. 'ಮಮ್ಮೀ ಅದು ಗಿಡದಲ್ಲೇ ಬೇಳೀತದೊ?' ಎನ್ನುತ್ತಲೇ 'ನನ್ನ ಪೆನ್ನು ಸರೀ ಇಲ್ಲಾ, ಪಪ್ಪನಂಥದೇ ಎಡ್ಜೆಲ್ ಪೆನ್ನು ನಂಗೂ ಬೇಕೂ...' ಎಂಬ ರಾಗ ತೆಗೆದು ಯೋಚನೆಯ ದಾರಿಯನ್ನೇ ತಿರುವು–ಮುರುವು ಮಾಡಿಬಿಟ್ಟಳು. ಉಮಾಗೆ ಆ ಹಾಳು ಸಿಕ್ಸ್ಟೀನ್ ಒಂಜಾ ನಿಜಕ್ಕೂ ಮರೆತೇ

ಹೋಯ್ತು. 'ಇವತ್ತು ನಾನು ಮಮ್ಮಿಯ ಜತೆ ನಡ್ಕೊಂಡು ಸ್ಕೂಲಿಗೆ ಹೋಗೂದಿಲ್ಲಾ, ಪಪ್ಪನೇ ಲೂನಾ ಮೇಲೆಯೇ ಬಿಡಬೇಕೂ...' ಎಂಬಂಥ ಕಠೋರ ಹಂತಕ್ಕೆ ಪುಟ್ಟಿಯ ಹಠ ತಲುಪಿದಾಗ ಯಶವಂತ ತುಂಟ ಮಗಳಿಗೆ ತಾನೇ ಸೋಲಬೇಕಾಯ್ತು.

ಆಗಷ್ಟೇ ಶೇವಿಂಗ್ ಮಾಡಿದ ಥಳಥಳ ಹೊಳೆವ ತನ್ನ ಕೆನ್ನೆಯನ್ನೇ ಮುದ್ದು ಬಂದಂತೆ ನೋಡುತ್ತ ಮೈಮರೆತು ನಿಂತೇ ಇದ್ದ ಹೆಂಡತಿಯನ್ನು ಎಚ್ಚರಿಸುವವನಂತೆ ಯಶವಂತ 'ಅಂತೂ ಥೊಲೋ ಮನೆ ಬೇಕೂ, ಥೊಲೋ ಮನೆ ಬೇಕೂ ಎಂದು ಹೇಳಿ–ಹೇಳಿ ಈ ಮನೆಗೆ ನೀನು ಕರೆತಂದು ಎರಡು ತಿಂಗಳಾಯ್ತು. ವಾರಕ್ಕೊಪ್ಪತ್ತಿನ ಮೀನೂಟವೂ ತಪ್ಪಿಸಿಬಿಟ್ಟೆ ನೀನು. ಈವತ್ತು ಮೀನು ಸಾರಿಲ್ಲದಿದ್ರೆ ನಾನು ಹೊಟೇಲಲ್ಲಿ ಊಟ ಮಾಡಿ ಬರ್ತೇನೆ' ಎಂದು ಹೆದರಿಸಿ ಕೆಟ್ಟ ಸಿಡುಕಿನ ಮುಖ ಮಾಡಿ ಮಗಳೊಂದಿಗೆ ಲೂನಾ ಏರಿದ. ಎರಡೂ ಕೈಗಳಿಂದ ಪಪ್ಪನ ಹೊಟ್ಟೆಯನ್ನು ಬಳಸಿಕೊಂಡ ಪುಟ್ಟಿ ಬಾಯಲ್ಲೇ 'ಟಾಟಾ ಮಮ್ಮೀ' ಎಂದಿದ್ದಳು. ಮಗಳಿಗೆ ಪ್ರತಿ ಟಾಟಾ ಮಾಡಲೂ ಸುತ್ರೈಸದೇ ಯಾವುದೋ ಸಂದಿಗ್ಧಕ್ಕೆ ಒಳಗಾದವಳಂತೆ ನಿಂತೇ ಇದ್ದಳು ಉಮಾ.

'ಇಂದು ಮೊದ್ಲು ಮೀನು ತರುವಾ ಆದದ್ದಾಗಲಿ' ಎಂದು ತನ್ನಲ್ಲೇ ಹೇಳಿಕೊಂಡ ಉಮಾ, ಗ್ಯಾಸಿನ ಮೇಲೆ ಇಂಡಾಲಿಯಂ ತಪ್ಪೇಲಿಯಲ್ಲಿ ಕಾಯ್ದಿದ್ದ ತನ್ನ ಸ್ನಾನದ ನೀರನ್ನು ಹಾಗೇ ಮುಚ್ಚಿಟ್ಟು ತಯಾರಾದಳು. ದೂರದಲ್ಲಿ ಸವದತ್ತಿ ರಸ್ತೆಗಿರುವ ಮೀನು ಪೇಟೆಗೆಂದು ಎಂಟಿಟಿಎಫ್ ಸ್ಟಾಪಿನಲ್ಲಿ ಬಂಡಿವಾಡ ಅಗಸಿಯ ಬಸ್ಸು ಹತ್ತಿದಳು. ಮೇಲಿನ ಸರಳಿಗೆ ಹಸ್ತ ಚಾಚಿ ನಿಂತ ಹೆಂಗಸರ ಬೆವರ ಗಂಧದಲ್ಲೇ ಆಪ್ತವಾಗಿ ತಾನೂ ನಿಂತುಕೊಂಡಳು.

ಅಷ್ಟೇ ಹೊತ್ತಿನಲ್ಲಿ ಮನೆಯ ಬಾಗಿಲಿಗೆ ಸರಪಳಿಯಲ್ಲಿ ಕಟ್ಟಿಟ್ಟ ಪಪ್ಪಿ ತನ್ನನ್ನೂ ಜತೆಯಲ್ಲಿ ಕರೆದೊಯ್ಯುವಂತೆ ಎದ್ದು–ಬಿದ್ದು ಗೋಗರೆಯುತ್ತಲೇ ಇದ್ದದ್ದು ಉಮಾಗೆ ಕೇಳುವಂತಿರಲಿಲ್ಲ. ಬಸ್ಸಿಳಿದ ಉಮಾ ರೀಗಲ್ ಟಾಕೀಸಿನ ಎದಿರು ರಸ್ತೆ ಹಿಡಿದು ಎಷ್ಟೋ ದೂರ ನಡೆದು ಪೇಟೆ ಸಮೀಪಿಸಿದೊಡನೆ ಅಲ್ಲಿಯ ವಿವಿಧ ಬಗೆಯ ಆಹ್ಲಾದಕರ ಪರಿಮಳಕ್ಕೇನೆ ಬಾಲ್ಯದ ನೆನಪುಗಳು ಅರಳಿಕೊಂಡ ಹಾಗೆ ರೋಮಾಂಚಿತಳಾದಳು.

ಪ್ರತಿ ಸರ್ತಿ ಮೀನು ಕೊಡುವ ಅಮೀರಸಾಬಿ, ನಾಯಿಮರಿಗೆಂದು ಪುಕ್ಕಟೆಯಾಗಿ ಸಣ್ಣ–ಸಣ್ಣ ಮೀನುಗಳನ್ನು ಆಯ್ದು ಬೇರೆ ಹಾಳೆಯಲ್ಲಿ ಹಾಕಿಕೊಟ್ಟು 'ಯಾಕಮ್ಮಾ, ನಿಮ್ದು ಮೀನು ತಿನ್ನೋದು ಕಮ್ಮಿ ಮಾಡಿದಿರೋ ಹ್ಯಾಂಗೆ? ಸಾಹೇಬ್ರು ಆಫೀಸಿಗೆ ಹೋದರೋ?' ಎಂತೆಲ್ಲ ಆತ್ಮೀಯವಾಗಿ ಮಾತಾಡಿಸುತ್ತ ಐದೇ ನಿಮಿಷದಲ್ಲಿ ಚಕಚಕನೆ ಕುಯ್ದು, ತೊಳೆದು ಪ್ಲಾಸ್ಟಿಕ್ಕಿನಲ್ಲಿ ಸುತ್ತಿಕೊಡುವಷ್ಟೊ ಹೊತ್ತು, ಅಂಗಡಿಯ ಗೋಡೆಗೆ ನೇತು ಹಾಕಿದ್ದ ಗ್ಲಾಸಿನಲ್ಲಿ ಕಟ್ಟು ಹಾಕಿಸಿದ ಉರ್ದು ಅಕ್ಷರಗಳ ಪುಟ್ಟ ಹಸಿರು ಫೋಟೋವನ್ನು ನೋಡುತ್ತ ನಿಂತ ಉಮಾಗೆ 'ಅದರಲ್ಲೇನು ಬರ್ದಿರ್ತದೆ' ಎಂದು ಕೇಳುವ ಕುತೂಹಲವಿದ್ದರೂ ಕೇಳದೇ ಸುಮ್ಮನಾಗಿಬಿಟ್ಟಳು.

'ಕುಯ್ದಿದ್ದಕ್ಕೆ' ಎಂದು ಎರಡು ರೂಪಾಯಿ ಜಾಸ್ತಿ ಕೊಡಲು ಹೋದರೆ ಆತ ಸರ್ವಥಾ ಮುಟ್ಟದೇ 'ಹೆ ಹೇ ಖಾಯಂ ಗಿರಾಕಿಗಳ ಹತ್ರ ಎಂಥದು ಅವೆಲ್ಲ' ಎಂದು ಅಕ್ಕರೆಯಿಂದ ಮುಖ ತಿರುವಿದ. ಆ ಎರಡು ರೂಪಾಯಿ ಕೈಯಲ್ಲೇ ಹಿಡಿದು, ಸಿಕ್ಕ ಬಸ್ಸನ್ನು ಗಡಿಬಿಡಿಯಿಂದ ಏರುವಾಗ ಅವಳ ಹಿಂದೆಯೇ ಅಲ್ಲಿ–ಇಲ್ಲಿ ಗಾಳಿಗೆ ಹಾರಾಡುತ್ತಿರುವ ಪ್ಲಾಸ್ಟಿಕ್ ಹಾಳೆಗಳು ತಾವೂ ಪ್ರಯಾಣಿಕರಂತೆ ಬಸ್ಸನ್ನೇರಿ ಬಿಟ್ಟವು.ಬಸ್ಸಿನಲ್ಲಿ ನಂತರ ರಸ್ತೆಯಲ್ಲಿ ಮೀನು ಚೀಲ ಹಿಡಿದಿದ್ದ ಉಮಾಗೆ ಯಾರ ಮುಖವನ್ನೂ ದಿಟ್ಟಿಸಿ ನೋಡುವ ಧೈರ್ಯ ಬರಲಿಲ್ಲ.

ಊರಿನಲ್ಲಾಗಿದ್ದರೆ, ಸಮುದ್ರ ಬೇಲೆಗೆ ಸುಮ್ಮನೇ ತಿರುಗಾಡಲು ಹೋದವರೇ ಅದಾಗ ಬಲೆಯೆಳೆದು ದಡಕ್ಕೆ ತಂದ ಚಟಪಟಿಸುತ್ತಿರುವ ಹಸೀ ಮೀನು ಕಂಡಿತೆಂದರೆ, ಕಿಸೆಯಲ್ಲಿದ್ದ ಕರವಸ್ತ್ರದಲ್ಲಿಯೇ ಮೀನುಗಳ ಕಟ್ಟಿ ತರುತ್ತ ದಾರಿಯುದ್ದಕ್ಕೂ 'ಬೇಲೆಯದೇ ಹಸಿ ಮೀನು' ಎಂದು ಗುರ್ತಿನವರಿಗೆಲ್ಲ ಕೈ ಎತ್ತಿ ತೋರಿಸುತ್ತ ಬರುವ ಅಪ್ಪನ ಆ ನಿರಾಳತೆ ಆ ಖುಷಿ ತಮಗೆಲ್ಲಿಂದ ಸಿಗಬೇಕು ಇಲ್ಲಿ? ಅಂದುಕೊಂಡಳು ಉಮಾ. ಈ ಮಂಜುಗಡ್ಡೆಯಲ್ಲಿ ಜಡಗೊಂಡ 'ಕಾರವಾರದ್ದು, ಹೊನ್ನಾವರದ್ದು, ಇದೀಗ ಬಂದದ್ದು' ಎಂದೆಲ್ಲ ಹಸೀ ಸುಳ್ಳು ಪೋಣಿಸುವ ಮೀನು ಅಂಗಡಿಗಳು ಎಷ್ಟೋ ಸಲ, ನಾವು ಹೋದ ವೇಳೆಯಲ್ಲಿ ತೆರೆದುಕೊಂಡಿರುವುದೇ ನಮ್ಮ ಪುಣ್ಯ ಎನ್ನಿಸಿಬಿಡುವಂತಿತ್ತು.

ಬಿಸಿಲಿನಲ್ಲಿ ಸುಸ್ತಾಗಿ ಮನೆ ತಲುಪಿದಾಗ, ಪಪ್ಪಿ ಕೈಯಲ್ಲಿಯ ಚೀಲವನ್ನೇ ಆಸೆ ಕಂಗಳಿಂದ ನೋಡಿ ಹಾರಿ ಹಾರಿ ಬೀಳುತ್ತಿತ್ತು. ಪಪ್ಪಿಯನ್ನು ಒಳ ತಂದು ಕಟ್ಟಿ, ಗಟ್ಟಿಯಾಗಿ ಚಿಲಕ ಹಾಕಿ ಒಳ ಬಂದಳು ಉಮಾ. ಆಗಷ್ಟೇ ಮನೆ ಮಾಲಿಕರು ಮಡೀಯುಡುಗೆಯಲ್ಲಿ ಮನೆ ಹಿಂದಿನ ಮಲ್ಲಿಗೆ ಹೂಗಳನ್ನು ನೀರಿದ್ದ ಹಿತ್ತಾಳೆಯ ಪಾತ್ರೆಯಲ್ಲಿ ಹಾಕಿ, ಹೂವನ್ನೂ ಸಹ ತೊಳೆದೇ ಬಳಸುತ್ತಿದ್ದರು. ಆ ಅಚ್ಚರಿಯನ್ನು ಕಿಟಕಿಯಿಂದ ಸವಿಯುತ್ತಲೇ ಉಮಾ, ಮೀನು ಸಾರು ಕುದಿಸಿದಳು. ಈಗ ಹೆಂಡತಿಯ ರೊಟ್ಟಿ ತಟ್ಟುವ ಆಲಾಪನೆಯ ಜೊತೆ–ಜೊತೆಗೆ ಮಾಲಿಕರ ವಿಷ್ಣು ಸಹಸ್ರನಾಮ ಮಧುರವಾಗಿ ಕಿವಿಗಪ್ಪಳಿಸುತ್ತಿತ್ತು. ಮನೆ ತುಂಬ ಹರಿದ ಮೀನಿನ ಪರಿಮಳ ಘಮ್ಮನೆ ಹರಡಿ ತನ್ನ ಪಾಲಿನದನ್ನು ತಿಂದು ಮುಗಿಸಿದ್ದರೂ ಪಪ್ಪಿ, ಅಡಿಗೆ ಖೋಲಿಯಲ್ಲಿ ಉಮಾಳ ಸುಳಿವು ಹತ್ತಿದ ಕೂಡಲೇ ಎದ್ದು ನಿಂತು ಮಗುವಿನ ಹಾಗೆ ಕರೆದಂತೆ ಮಾಡುತ್ತ ಖರಖರೆ ಕೊಡಲಾರಂಭಿಸಿತ್ತು.

ಮಾಲಿಕರ ಹೆಂಡತಿ ಈ ಎರಡು ತಿಂಗಳಲ್ಲಿ ಒಮ್ಮೆಯೂ ಬಾರದಿದ್ದವರು ಅದೇ ವೇಳೆ ಬಂದು ಬಾಗಿಲು ತಟ್ಟಿದಾಗ ಉಮಾಗೆ ಅತೀವ ಕಳವಳವೆನ್ನಿಸಿತು. 'ನಾಯಿ ಮರಿಯನ್ನೇಕೆ ಒಳಗೆ ಕಟ್ಟಿದ್ದೀರಿ?' ಎನ್ನುತ್ತಲೇ ಅಡ್ಡಲಾಗಿ ನಿಂತ ಉಮಾಳನ್ನು ದೂಡಿಕೊಂಡಂತೆಯೇ ಒಳಬಂದ ಅವರು, 'ಸ್ವಲ್ಪ ನಿಮ್ಮ ರುಬ್ಬು ಕಲ್ಲಿನ ಗುಂಡು ಇದ್ದರೆ ಕೊಡಿ, ನಮ್ಮದು ಪೂರ್ತಾ ಸವೆದು, ಬೇಗ ಸಣ್ಣವೇ ಆಗ್ತಿಲ್ಲ. ನೈವೇದ್ಯಕ್ಕೆಲ್ಲ ಕಡಬು–ಗಿಡಬು ಒಳ್ಳಲ್ಲಿ ರುಬ್ಬಿಯೇ ಆಗ್ಬೇಕು, ನೀವು ರೊಟ್ಟಿ–ಗಿಟ್ಟಿ ಮಾಡೋದಿಲ್ಲೇನು?'

ಎಂತೆಲ್ಲ ಮಾತಾಡುತ್ತ ಅಡಿಗೆ ಮನೆಯ ಒಳ್ಳಿನ ಬಳಿಯೇ ಬಂದು ಬಿಟ್ಟಿದ್ದರು.

ಗ್ಯಾಸಿನ ಮೇಲೆ ಹುರಿಯುತ್ತಿರುವ ಮೀನನ್ನು ಕಂಡವರೇ ನೋಡಿಯೂ ನೋಡದವರಂತೆ ಸೆರಗಿನಲ್ಲಿ ಮೂಗು ಮುಚ್ಚಿಕೊಂಡು ಹೋಗಿಬಿಟ್ಟರು. ಉಮಾ ಮಾತೇ ಕಳಕೊಂಡು ಅವಮಾನಿತಳಂತೆ ನಿಂತೇ ಇದ್ದಳು.

ಯಾವಾಗಲೋ ಕಾಸಿಟ್ಟ ಸ್ನಾನದ ನೀರು ತಣ್ಣಗಾಗಿ ಬಿಟ್ಟದ್ದನ್ನು ಬಕೇಟಿಗೆ ಸುರುವಿಕೊಂಡು ಮೀಯಲಿಳಿದವಳಿಗೆ ಬಿಸಿಲ ಝಳದಿಂದ ತಣ್ಣೀರು ಆರಾಮವೆನ್ನಿಸಿತು. ಸ್ನಾನ ಮುಗಿಸಿದ ಒದ್ದೆ ಮೈಯಿಗೆ ಆಗಲೇ ಬ್ಲೌಸು ವಿಪರೀತ ಬಿಗಿಯಾದಂತಾಗಿ, ಎಷ್ಟೋ ವರ್ಷಗಳಿಂದ ತೊಡದೇ ಕಪಾಟು ಕಾಯಲೆಂದೇ ಇಟ್ಟಂತಿರುವ ತನ್ನ ಕಾಲೇಜು ದಿನಗಳ ಉಡುಪೊಂದನ್ನು ತೆಗೆದು ಕೊಡವಿ ಹಾಕಿಕೊಂಡಳು ಉಮಾ.

ಕಿಟಕಿಯಲ್ಲಿ ಮಾಲಿಕರ ಬೆಕ್ಕು ಎಲ್ಲೆಡೆ ಆವರಿಸಿಕೊಂಡ ಪರಿಮಳಕ್ಕೆ ಸೋತು ಮ್ಯಾಂವ್ ಗುಡುತ್ತ ಒಳಗೆ ನುಸುಳಲು ಹೊಂಚು ಹಾಕುತ್ತಿತ್ತು. ಮಧ್ಯಾಹ್ನ ಊಟಕ್ಕೆ ಬಂದ ಯಶವಂತ ಹಳೆಯ ಡ್ರೆಸ್ಸಿನಲ್ಲಿದ್ದ ಹೆಂಡತಿಯನ್ನು 'ಏನಿದು ಈವತ್ತು ಹೊಸಾ ವೇಷಾ' ಎಂದು ಮೆಚ್ಚಿಗೆಯಿಂದ ನೋಡಿದ. ಅವನ ಬಳಿ ಮಾಲಿಕರ ಹೆಂಡತಿ ಒಳಬಂದು ಕಾವಲಿಯಲ್ಲಿದ್ದ ಮೀನು ಫ್ರಾಯನ್ನು ನೋಡಿ ಹೋದ ಕುರಿತು ಉದ್ದವಾಗಿ ಕಾಮೆಂಟರಿ ಒಪ್ಪಿಸಿದಳು ಉಮಾ.

'ಅದಕ್ಕೆ ನಾವೇನು ಮಾಡ್ಲಿಕ್ಕಾಗ್ತದೆ? ನಮ್ಮ ಆಹಾರವೇ ಅದು. ನಾವೇನು ಯಾರದಾದರೂ ಮನೆಯ ದರೋಡೆ ಮಾಡ್ತಿದ್ದೇವೆಯೇ? ನೀನ್ಯಾಕೆ ಅಷ್ಟು ತಲೆ ಕೆಡಿಸಿಕೋತಿ?' ಎಂದು ಸಮಾಧಾನ ಹೇಳುತ್ತಲೇ ಯಶವಂತ 'ಆದರೂ ಮನೆ ಹಿಡಿಯುವಾಗೇ ನಾವು ಮೀನು ತಿನ್ನುವ ವಿಷಯ ಅವರಿಗೆ ತಿಳಿಸಿ ಬಿಡಬೇಕಿತ್ತು ನೀನು' ಎಂದು ಹೆಂಡತಿಯನ್ನೇ ಆಕ್ಷೇಪಿಸಿದ.

'ಆದ್ರೂ ಇಂಥದ್ದಕ್ಕೆಲ್ಲ ನಾವು ಹಿಂದೆ ಇದ್ದ ಮಾಳಮಡ್ಡಿಯ ಕಲಾಲ್ ಚಾಳೇ ಅಡ್ಡಿಲ್ಲವಾಗಿತ್ತು' ಎಂದೆಲ್ಲ ವಟಗುಡುತ್ತ ಊಟಕ್ಕೆ ಕೂತವನನ್ನು 'ಓಹೋ! ಅಲ್ಲಿ ಪಕ್ಕದ ಖೋಲಿಯ ಗೌಂಡಿ ಕೆಲಸದ ಪರಮೇಶಿ ಕುಡಿದು ಬಂದು ಹಲ್ಕಟ್ ಭಾಷೆಯಲ್ಲಿ ಹ್ಯಾಗೆ ಗದ್ದಲ ಹಾಕ್ತಿದ್ದಾ ನೆನಪುಂಟೋ? ಅಂಥ ವಾತಾವರಣ ಬೆಳೆಯುವ ಮಗೂ ಮೇಲೆ ಎಂಥ ಪರಿಣಾಮ ಬೀರ್ತದೆ ಅಂತ ವಿಚಾರ ಉಂಟೋ ನಿಮಗೆ?' ಎಂದು ಮೊದಲ ಬಾರಿ ಎಂಬಂತೆ ಗಂಡನನ್ನೇ ಗದರಿದಳು ಉಮಾ.

ಬಹಳ ದಿನಗಳ ನಂತರ ಮೀನು ಸಾರಲ್ಲಿ ಆಸ್ಥೆಯಿಂದ ಅನ್ನ ಬಡಿಸಿಕೊಂಡು ಉಣ್ಣುತ್ತಿರುವ ಯಶವಂತನನ್ನು ತೃಪ್ತಿಯಿಂದ ನೋಡುತ್ತ 'ಮೀನು ತಂದರೆ ಹ್ಯಾಗೆ ಒಂದೇ ದಿನದಲ್ಲಿ ಖಾಲಿಯಾಗ್ತದೆ ನೋಡಿ, ಅದೇ ಬಾಬುಸಿಂಗರ ಕಾಲು ಕೇಜಿಯ ಪೇಡಾ ಬಾಕ್ಸು, ನಾಲ್ಕು ದಿನವಾದರೂ ಇರುವೆ ತಿನ್ನುತ್ತ ಅಲ್ಲಿ–ಇಲ್ಲಿ ಬಿದ್ದಿರ್ತದೆ' ಎಂದು ನಯವಾಗಿ ಮೂದಲಿಸಿದಳು ಉಮಾ. ಅದನ್ನು ಕೇಳಿಸಿಕೊಳ್ಳದವನಂತೆ 'ಇಂದು ರಾತ್ರಿ ಕುಚ್ಚಿಗೆ ಅಕ್ಕಿಯ ಅನ್ನ ಮಾಡೇ' ಎನ್ನುತ್ತಲೇ ಯಶವಂತ ಆಫೀಸಿಗೆ ಹೊರಟು ನಿಂತ.

ಅವನ ಹಿಂದೆಯೇ ಹೊರ ಬಂದ ಉಮಾ ಲೂನಾ ಸಪ್ಪಳ ಮರೆಯಾಗುವವರೆಗೆ ಗೇಟಿನಲ್ಲೇ ನಿಂತುಳಿದಳು. ಮಾಲಿಕರು ಹೊರಗಿದ್ದಾರೋ? ಏನು ಹೇಳಿ, ಕೇಳಿ ಮಾಡುತ್ತಾರೋ? ಎಲ್ಲ ನಿಖಾಲಿಯಾದರೆ ಎಂಥದೋ ಬಿಡುಗಡೆ, ಎಂದುಕೊಳ್ಳುತ್ತ ಆ ಬದಿ ಈ ಬದಿ ನೋಡುತ್ತ ನಿಂತೇ ಇದ್ದ ಉಮಾಳನ್ನು, ಕೈಯಲ್ಲಿ ಪುಸ್ತಕ ಹಿಡಿದು ತಮ್ಮ ಟೆರೇಸಿನ ಮೇಲೆ ಕೂತಿದ್ದ ಮಾಲಿಕರ ಮಗ ಕಿಶೋರ, ಮೇಲಿಂದ ಕೆಳಗೆ ನೋಡಲಾರಂಭಿಸಿದ. ಯೂನಿವರ್ಸಿಟಿಯಲ್ಲೆಲ್ಲೋ ಓದುತ್ತಿದ್ದ ಆತನನ್ನು ಯಾವ ಇಯರ್ರು? ಯಾವ ಸಬ್ಜೆಕ್ಟು? ಎಂತೆಲ್ಲ ಕೇಳಿ ಮಾತಾಡಿಸುವಾ ಅಂದುಕೊಂಡಳು ಉಮಾ. ಆದರೆ ಆತ ದೃಷ್ಟಿ ತಪ್ಪಿಸುತ್ತ ಸಣ್ಣಗೆ ಸಿಳ್ಳು ಹಾಕತೊಡಗಿದ್ದ. ಇದೆಲ್ಲಾ ಅವನದೇ ಓರಿಗೆಯವಳಂತೆ ಕಾಣುವ ತಾನು ಇಂದಷ್ಟೇ ತೊಟ್ಟ ಚೂಡೀದಾರದ ಕರಾಮತ್ತು ಅಂತನ್ನಿಸಿತು ಉಮಾಗೆ.

ಆಗಲೇ ರಸ್ತೆಯಲ್ಲಿ ದಾಂಧಲೆ ಹಾಕುತ್ತ ಎಲ್ಲಿಂದಲೋ ಹೀರೋಹೊಂಡಾ ಮೇಲೆ ಬಂದಿಳಿದ ಅವನ ಸ್ನೇಹಿತರು 'ಏನೋ ಕಿಶೋರ್? ಪದ್ಮಾದಲ್ಲಿ 'ಆಂಟೀ ಪ್ರೀತ್ಸೆ' ಬಂದಿದೆ ಹೋಗೂಣೇನ? ನಿನಗೂ ಟ್ರೇನಿಂಗ್ ಆಗ್ತದ' ಎಂದು ತಮಾಷೆ ಮಾಡುತ್ತಿದ್ದ ಸ್ವರ ಎಲ್ಲೋ ಸೂಕ್ಷ್ಮವಾಗಿ ಕಿವಿಗೆ ಬಿದ್ದದ್ದೇ ಎಂಥದೋ ಅಸಹ್ಯ ಆವರಿಸಿ, ಥಟ್ಟನೆ ಒಳ ಸರಿದು ಉಮಾ ಬಾಗಿಲು ಹಾಕಿಕೊಂಡಳು.

ಪುಟ್ಟಿಯನ್ನು ಕರೆಯಹೋಗಲು 'ಸೀರೆ ಉಡಲೋ? ಇಲ್ಲಾ ಇದೇ ಡ್ರೆಸ್ಸಿನಲ್ಲಿ ಹೊರಡಲೋ?'ಎಂಬ ದ್ವಂದ್ವದಲ್ಲಿಯೇ ಹಲವು ಬಾರಿ ಹಿಂದೆ ಮುಂದೆ ಕನ್ನಡಿಯಲ್ಲಿ ನೋಡಿಕೊಂಡು, ಕೊನೆಗೂ ಸ್ಕೂಲು ಬಿಡಲು ಇನ್ನೇನು ಹತ್ತೇ ಮಿನಿಟಿದೆ ಅನ್ನುವಾಗ ಉಮಾ ಅದೇ ಡ್ರೆಸ್ಸಿನ ಮೇಲೆಯೇ ಹಳೆಯದೊಂದು ವ್ಹೇಲು ಹುಡುಕಿ ತೆಗೆದು, ಅದನ್ನೇ ಧೈರ್ಯದಿಂದ ಹೊದ್ದು ಹೊರ ನಡೆದಾಗ ಪಪ್ಪಿ ಭೂಮ್ಯಾಕಾಶ ಒಂದು ಮಾಡುವಂತೆ ಕೆಲಿಯುತ್ತಿತ್ತು. ಹಾಗೇ ಬಗ್ಗಿ ಪಪ್ಪಿಯನ್ನು ಸರಪಳಿಯಿಂದ ಬಿಡುಗಡೆಗೊಳಿಸಿ 'ತಿಂದಿದ್ದಾದರೂ ಅರಗಿಸಿಕೊಂಡು ಬಾ' ಎನ್ನುತ್ತ ಕಕ್ಕುಲಾತಿಯಿಂದ ಮೈದಡವಿ ಗೇಟು ತೆರೆದಳು. ಇಂದು ಪಪ್ಪಿಯೂ ಸಹ ತನ್ನ ಒಡತಿ ಹೌದೋ ಅಲ್ಲವೋ ಎಂಬ ಅನುಮಾನದಿಂದ ಉಮಾಳನ್ನು ಮುಖ-ಮುಖ ನೋಡುತ್ತ ಹಿಂದೆ-ಮುಂದೆ ಓಡುತ್ತಿತ್ತು. ದಿನವೂ ಸೀರೆ ಉಟ್ಟು ನಡೆದ ರಸ್ತೆಯಲ್ಲಿ ಇಂದು ಒಮ್ಮೆಲೇ ಡ್ರೆಸ್ಸು ಹಾಕಿಕೊಂಡು ನಡೆಯುವುದು ಒಂದು ರೀತಿಯ ಮುಜುಗರ ಎಂದು ಉಮಾಗೂ ಅನ್ನಿಸತೊಡಗಿತ್ತು.

ಎಂಟಿಟಿಎಫ್ ಸಿಗ್ನಲ್ ಬಳಿ ರಸ್ತೆ ದಾಟಲೆಂದು ನಿಂತಳು ಉಮಾ. ಅವಳ ಹಿಂದೆಯೇ ಬಾಲವಾಡಿಸುತ್ತ ಓಡಿ ಬಂದು ತಾನೂ ನಿಂತಿತು ಪಪ್ಪಿ. ಹಿಂಬದಿಯಲ್ಲಿ ಯಾವುದೋ ಬೀದಿ ನಾಯಿಗೆ ಹೆದರಿಕೊಂಡ ಪಪ್ಪಿ ಒಮ್ಮೆಲೇ ಬಾಲ ಮುದುರಿಕೊಂಡು ರಸ್ತೆಯ ಮಧ್ಯೆಯೇ ಓಡಿಬಿಟ್ಟಿತ್ತು. ಉಮಾ ನಿಂತು ಗಾಬರಿಯಿಂದ ಕರೆಯುತ್ತಿರುವಾಗಲೇ ಲಕ್ಷ್ಮಿ ಟಾಕೀಸಿನ ಕಡೆಯಿಂದ ವೇಗವಾಗಿ ಬರುತ್ತಿರುವ ಸೈಕಲ್ ಸವಾರನಿಗೆ ಅಡ್ಡ ಹಾಯ್ದು, ಕ್ಷಣದಲ್ಲಿ ಪಪ್ಪಿಯ ಪುಟ್ಟ ಮುಂಗಾಲುಗಳ

ಮೇಲೆಯೇ ಚಕ್ರ ಹರಿದು ರಸ್ತೆ ಮಧ್ಯದಲ್ಲಿಯೇ ಅದು ಬಿದ್ದು ಒದ್ದಾಡ ಹತ್ತಿತು. ಅದರ ಬಲಗಾಲಂತೂ ಅಪ್ಪಚ್ಚಿಯಾಗಿ ಬಿಟ್ಟದ್ದನ್ನು ನೋಡಿ ಕೈ-ಕಾಲು ಆಡದೇ ನಿಂತ ಉಮಾಗೆ ಆ ಕ್ಷಣ ಏನು ಮಾಡಬೇಕೆಂದೇ ತೋಚಲಿಲ್ಲ. ವಾಹನಗಳೆಲ್ಲ ಬಿದ್ದಿದ್ದ ಪಪ್ಪಿಯನ್ನು ಅರ್ಧ ಸುತ್ತು ಹಾಕಿ ಓಡುತ್ತಿದ್ದವು. ಪಪ್ಪಿಯ ಚೀರಾಟವಂತೂ ಕೇಳುವ ಹಾಗೇ ಇರಲಿಲ್ಲ. ಆಗಲೇ ಯಾರೋ ಒಬ್ಬ ದಾರಿ ಹೋಕ ಪಪ್ಪಿಯನ್ನೆತ್ತಿ ರಸ್ತೆ ಬದಿಗೆ ಇಟ್ಟು ನಡೆದಿದ್ದ. ಅಷ್ಟರಲ್ಲೇ ಹತ್ತು ನಿಮಿಷಗಳು ಸಂದು ಪುಟ್ಟಿಯ ಶಾಲೆ ಬಿಡುವ ವೇಳೆ ಆಗಿ ಹೋಗಿತ್ತು.

'ಪಪ್ಪಿಯನ್ನು ಹೇಗೆ ಎತ್ತೊಯ್ಯುವದು? ಮನೆಯ ಬಳಿ ಬಿಟ್ಟು ಬರುವದಾದಲ್ಲಿ ಪುಟ್ಟಿಯನ್ನು ಕರೆತರಲು ಲೇಟಾಗಿ ಹೋದರೆ' ಅಂತೆಲ್ಲ ಸಂದಿಗ್ಧಕ್ಕೆ ಸಿಲುಕಿದ ಉಮಾ, ನಡುಗುವ ಕಾಲ್ಗಳಲ್ಲಿಯೇ ಕೊನೆಗೂ ಮಗಳ ಅಳುಮುಖವೇ ತೀವ್ರವಾಗಿ ಕಾಡಿ ಮೊದಲು ಶಾಲೆಗೇ ನಡೆದುಬಿಟ್ಟಳು. ಸ್ಕೂಲಿನ ದೊಡ್ಡ ಗೇಟು ಹಿಡಿದು ಏಕಾಂಗಿಯಾಗಿ ಭಯಗೊಂಡು ನಿಂತಿದ್ದ ಪುಟ್ಟಿಗೆ ಮಮ್ಮಿಯ ಮುಖ ಕಂಡ ಕೂಡಲೇ ಅಳುವೇ ಬಂದುಬಿಟ್ಟರೂ, ಮಮ್ಮಿಯ ಈ ಹೊಸ ರೂಪ ಕಂಡು ಅಯ್! ಅನ್ನುತ್ತ ಪುಟ್ಟಿ ಚೂರೇ ನಗು ತರಿಸಿಕೊಂಡಳು.

ಪುಟ್ಟಿಯ ಭಾರದ ಬ್ಯಾಗನ್ನು ಮಮ್ಮಿಯೇ ಹಿಡಿದುಕೊಂಡು ಪಪ್ಪಿಯ ಬಗ್ಗೆಯೇ ಮಾತಾಡುತ್ತ ಇಬ್ಬರೂ ಲಗುಬಗೆಯಿಂದ ಹೆಜ್ಜೆ ಹಾಕಿದರು. ಆದರೆ ಪಪ್ಪಿ ಬಿದ್ದ ಜಾಗದಲ್ಲಿ ಅದರ ಸುಳಿವೇ ಕಾಣದೇ ಎ... ಎ... ಎನ್ನುತ್ತ ಮಾತೇ ಹೊರಡದೇ ಇಬ್ಬರೂ ಹೌಹಾರಿದಂತೆ ಹುಡುಕಲು ಬಿದ್ದರು. 'ಇಲ್ಲೇ ಇತ್ತಲ್ಲ ಇಲ್ಲೇ' ಎನ್ನುತ್ತ ಉಮಾ ಗಾಬರಿಗೊಂಡರೆ, ಪುಟ್ಟಿ ಮಾತ್ರ ಆಗಲೇ 'ಪಪ್ಪಿ ಬಂದರೆ ಮಾತ್ರ ನಾನು ಊಟ ಮಾಡ್ತೀನಿ, ಪಪ್ಪಿ ಬಂದರೆ ಮಾತ್ರ ನಾನು ಹೋಂವರ್ಕ್ ಮಾಡ್ತೀನಿ' ಎಂದು ತಗಾದೆ ಶುರುಮಾಡಿದ್ದಳು.

ಅತ್ತಿತ್ತ ಹುಡುಕುತ್ತ ಇಬ್ಬರೂ ನಿಧಾನ ಮನೆಗೆ ಬಂದರೆ ಪಪ್ಪಿ ಮೆಟ್ಟಿಲು ಹತ್ತಲಾರದೇ ಅತೀವ ನೋವಿನಿಂದ ಸುತ್ತಿಕೊಂಡು ಮಲಗಿ ಕುಂಯ್-ಕುಂಯ್ ಎನ್ನುತ್ತ ಸಣ್ಣ ಸ್ವರ ತೆಗೆದು ರೋಧಿಸುತ್ತಿತ್ತು. ಪುಟ್ಟಿ ಕನಿಕರ ತುಂಬಿಕೊಂಡು 'ಇಂಥ ಮುರಿದ ಕಾಲಲ್ಲಿ ನಮ್ಮದೇ ಮನೆ ಅಂತ ಹೇಗೆ ಬಂತು ನೋಡು ಮಮ್ಮಿ' ಎನ್ನುತ್ತಲೇ ಪಪ್ಪಿಯ ತಲೆ ಸವರುತ್ತ, ಯೂನಿಫಾರ್ಮ್ ತೆಗೆಯಲೂ ಆಸಕ್ತಿ ತೋರದೇ ಪಪ್ಪಿಯ ಬಳಿಯೇ ಕೂತಳು.

ಇದ್ದಕ್ಕಿದ್ದಂತೆ ಪುಟ್ಟಿ 'ಮಮ್ಮೀ ಈವತ್ತು ನನ್ನ ಫ್ರೆಂಡು ಅಸ್ಮಾ, ದೀಪಾವಳಿ ಎಸ್ಸೇ ಬರೀಲೇ ಇಲ್ಲಾ ಅಂತ ಟೀಚರು ಥೋಲೋ ಹೊಡೆದು ಬಿಟ್ಟರು. ಅವರ ಮಮ್ಮಿಗೂ ದೀಪಾವಳಿ ಬಗ್ಗೆ ಗೊತ್ತಿಲ್ಲಂತೆ. ಅವ್ರು ದೀಪಾವಳಿ ಮಾಡೋದೇ ಇಲ್ಲಂತೆ ಯಾಕೆ ಮಮ್ಮಿ?' ಅಂತೆಲ್ಲ ಕುತೂಹಲದಿಂದ ಕೇಳಲಾರಂಭಿಸಿದ್ದಳು. ಉಮಾಗೆ ಏನೆಂದು ಉತ್ತರಿಸಬೇಕೆಂದೇ ತೋಚದೇ ಮಗಳ ಯೂನಿಫಾರ್ಮಿನ ಹುಕ್ಕು ತೆಗೆಯುತ್ತ ಟೈ-ಬೆಲ್ಟು ಕಳಚುತ್ತ 'ನಿಮ್ಮ ಟೀಚರಿಗ್ಯಾಕೆ ಬುದ್ದೀ ಇಲ್ಲಾ, ಅವರ ಹಬ್ಬ, ದೇವರು, ಅವರ

ಧರ್ಮ....' ಎಂದು ಮಾತು ನಿಲ್ಲಿಸಿದ ಮಮ್ಮಿಯನ್ನು 'ಧರ್ಮ ಎಂದರೆ ಏನು ಮಮ್ಮಿ?' ಎಂದು ಕಣ್ಣರಳಿಸಿ ಕೇಳಿದಳು ಪುಟ್ಟಿ.

ಮಗಳ ಪ್ರಶ್ನೆಗೆ ಉತ್ತರವೇ ಹೊಳೆಯದೇ ಅವ್ಯಕ್ತ ಕಸಿವಿಸಿಯುಂಟಾಗಿ ರಸ್ತೆಯಲ್ಲಿ ಕಾಲು ಮುರಿದು ಬಿದ್ದ ಪಪ್ಪಿಯನ್ನು ಯಾವ ಹಂಗೂ ಇಲ್ಲದೇ ಅಲ್ಲೇ ಬಿಟ್ಟು ತಾನು, ಮಗಳನ್ನೇ ಕರೆತರಲು ಹೊರಟ ದೃಶ್ಯವೇ ಧುತ್ತನೆ ಎದುರು ಬಂದಂತಾಗಿ ಗಲಿಬಿಲಿಗೊಂಡಳು ಉಮಾ.

ಪುಟ್ಟಿ ಮತ್ತೆ ಮತ್ತೆ ಅದೇ ಪ್ರಶ್ನೆ ಕೇಳಿದಾಗ ಉಮಾ ಸಿಟ್ಟು ಬಂದವಳಂತೆ ನಟಿಸಿ 'ಧರ್ಮ ಅಂದ್ರೆ ನಿನ್ನ ತಲೆ, ಬೇಗ ಬೇಗ ಉಣ್ಣು, ಪಪ್ಪಿಯ ಕಾಲಿನ ಅವಸ್ಥೆ ಏನಾಗಿದೆ ನೋಡುವಾ, ಸದ್ಯ ನಮ್ಮ ಧರ್ಮ ಅದೇ' ಎಂದಳು.

ಅನವಶ್ಯಕ ಕೋಪಿಸಿಕೊಂಡ ಮಮ್ಮಿಯ ಮುಖವನ್ನೇ ಭೀತಿಯಿಂದ ನೋಡುತ್ತ ಬಾಯಲ್ಲಿದ್ದ ತುತ್ತನ್ನು ನುಂಗುವ ಮೊದಲೇ ಪುಟ್ಟಿ ಸನ್ನೆ ಮಾಡುತ್ತ 'ಅಸ್ಮಾ ಈವತ್ತು ನಮ್ಮನೆಗೆ ಬರ್ತಾಳಂತೆ, ನನ್ನ ಎಸ್ಸೇ ನೋಡ್ಕೊಂಡು ಬರಿಯೋಕೆ' ಎನ್ನುತ್ತಲೇ ತಟ್ಟೆಯಲ್ಲಿದ್ದ ಹುರಿದ ಮೀನು ಖಾಲಿಯಾದ ಒಡನೆಯೇ ಅನ್ನ ಬಿಟ್ಟೆದ್ದು ಹೊರ ನಡೆದಳು. ಅವಳನ್ನು ಒಳ ಜಗ್ಗಿ ಬಾಯಿ ತೊಳೆಸುತ್ತ ಉಮಾ 'ಯಾರಾದ್ರೂ ನಿಮ್ಮನೆಯಲ್ಲಿ ಯಾವ ಸಾರು? ಅಂತ ಕೇಳಿದರೆ, ಬಟಾಟೆ ಸಾರು ಅಂತ ಹೇಳ್ಬೇಕು ಹ್ಞಾ' ಎಂದು ಮಗಳ ಕಿವಿಯಲ್ಲಿ ಹೇಳಲು ಮರೆಯಲಿಲ್ಲ.

ರಸ್ತೆಯಲ್ಲಿ ಗೇಟಿನ ಬಳಿ ಬರುತ್ತಿದ್ದ ಯಶವಂತನನ್ನು ಲೂನಾ ಸದ್ದಿಗೆ ಎಚ್ಚರಗೊಂಡವರಂತೆ, ಪತ್ರಿಕೆ ಓದುತ್ತ ಕೂತ ಮಾಲಿಕರು ಕೂಗಿ ನಿಲ್ಲಿಸಿದರು. ಎದ್ದು ನಿಂತು ಕನ್ನಡಕ ತೆಗೆದು ಬಾಕ್ಸಿಗೆ ಸೇರಿಸುತ್ತ 'ನಿಮ್ಗೆ ಹ್ಯಾಗೆ ಹೇಳಬೇಕೆಂದೇ ಗೊತ್ತಾಗ್ತಾ ಇಲ್ಲ. ಇತ್ತೀಚೆಗೆ ನಿಮ್ಮ ನಾಯಿಮರಿಯ ಕಿರುಚಾಟ ಜಾಸ್ತಿಯಾಗಿ ತಲೆ ಚಿಟ್ಟು ಹಿಡೀತಿದೆ. ನಮ್ಮ ಕಿಶೋರನಿಗೆ ಬೇರೆ ಪರೀಕ್ಷೆಯ ಸಮಯ. ದಯಮಾಡಿ ಸ್ವಲ್ಪ ಅದಕ್ಕೇನಾದರೂ ಉಪಾಯ....' ಎಂದು ತೀರ ವಿನಯದಿಂದ ಕೈ-ಕೈ ಹಿಸುಕಿಕೊಳ್ಳುತ್ತ ಕೇಳಿಕೊಂಡ ಮಾಲಿಕರಿಗೆ ಯಶವಂತ 'ಆಯ್ತು-ಆಯ್ತು, ಅದಕ್ಕೊಂದು ವ್ಯವಸ್ಥೆ ಮಾಡ್ತೇನೆ' ಎಂದೆನ್ನುತ್ತ ಹಿಂತಿರುಗಿದ.

ಆಗಲೇ ನೋಟುಬುಕ್ಕು-ಪೆನ್ನು ಹಿಡಿದು ತಿರುವಿನಲ್ಲಿ ಬರುತ್ತಿರುವ ಅಸ್ಮಾಳನ್ನು ಓಡಿ ಹೋಗಿ ಗೇಟು ತೆಗೆದು ಸ್ವಾಗತಿಸಿದಳು ಪುಟ್ಟಿ. ಯಶವಂತ ತನ್ನನ್ನೇ ಮರೆತು ನಿಂತ ಮಗಳನ್ನು ಆಶ್ಚರ್ಯದಿಂದ ಗ್ರಹಿಸುತ್ತಿದ್ದಾಗಲೇ ಪುಟ್ಟಿ, ಪಪ್ಪ- ಮಮ್ಮಿಯರಿಗೆ ಪರಿಚಯಿಸುತ್ತ, ಅಸ್ಮಾಳಷ್ಟೇ ಮುದ್ದಾಗಿ ತಾನೂ ನಾಚಿದಳು.

'ಎಸ್ಸೇ ಬರಕೋಳ್ತೀ ಅಲ್ಲಾ? ಬಾ ಕೂಡು ಬಾ' ಎಂದು ನಯವಾಗಿ ಉಸುರಿ, ಅಸ್ಮಾಳ ಕಣ್ಣುಗಳನ್ನೇ ತಪ್ಪಿತಸ್ಥಳಂತೆ ನೋಡುತ್ತ ಉಮಾಗೆ, ಎಲ್ಲ ಗೋಜಲು-ಗೋಜಲು ಅನ್ನಿಸಿ 'ಎಂಥಾ ಅಂತೆ ಮಾಲಿಕರು?' ಎಂದು ಗಂಡನ ಮೇಲೆಯೇ ಗುಡುಗುವಂತಾಯಿತು.

ಯಶವಂತ ವಿಷಾದದಿಂದ ನಗುತ್ತ 'ನಿನ್ನ ಹುರಿದ ಮೀನಿನ ಸುದ್ದಿಯಲ್ಲ ಬಿಡು,

ಇದು ಪಪ್ಪಿ ಹಾಕುವ ದಾಂಧಲೆ ವಿಷಯ. ಅವರ ಮಗನಿಗೆ ಅಭ್ಯಾಸ ಮಾಡಲೂ ಆಗ್ತಿಲ್ಲವಂತೆ ಪಾಪ. ನೀನೇ ಏನಾದ್ರೂ ಉಪಾಯ ಮಾಡು' ಎನ್ನುತ್ತ ಶೂ ಕಳಚಿ, ಇನ್‌ಶರ್ಟನ್ನು ಹೊರಗೆಳೆದುಕೊಂಡು ಬಟನ್ ಬಿಚ್ಚುತ್ತ ಒಳ ನಡೆದ ಗಂಡನ ಹಿಂದೆಯೇ ಹೋಗುತ್ತ ಉಮಾ, 'ಅಂದರೆ? ನಿಮ್ಮ ಮನಸ್ಸಿನಲ್ಲಿದ್ದದ್ದು ಏನು? ಈಗಷ್ಟೇ ಪೀಬಿ ರಸ್ತೆಗೆ ನುಗ್ಗಿ, ಕಾಲು ಜಜ್ಜಿಕೊಂಡು ಚಡಪಡಿಸ್ತಾ ಬಿದ್ದಿದೆ ಅದು. ನಂಗೆ ಕೈಕಾಲೇ ಆಡುತ್ತಿಲ್ಲ. ಈ ಸ್ಥಿತಿಯಲ್ಲಿ ಅದನ್ನು ಬಿಟ್ಟು, ಗಿಟ್ಟು ಬಾ ಅಂದರೆ ನಾನು ಸುಮ್ಮನಿರೂದಿಲ್ಲ' ಎಂದು ಇನ್ನಷ್ಟು ಆಘಾತಗೊಂಡಳು.

ಪುನಃ ಪುನಃ ಅದೇ ಧಾಟಿಯಲ್ಲಿ ಟ್ರ್ಯಾಕು ಬಿಡದೇ ಅಲವತ್ತುಕೊಳ್ಳುತ್ತಿರುವ ಹೆಂಡತಿಯನ್ನು ಯಶವಂತ 'ಇನ್ನೆಂಥ ಮಾಡುವದು? ಪಪ್ಪಿ ಬೇಕಿದ್ದರೆ ಈ ಮನೆ ಇಲ್ಲ, ಈ ಮನೆ ಬೇಕಿದ್ದರೆ ಪಪ್ಪಿ ಇಲ್ಲ, ಎರಡರಲ್ಲೊಂದು ನೀನೇ ತೀರ್ಮಾನಿಸು' ಎಂದು ತಾನೂ ಅಷ್ಟೇ ಬೇಸರದಿಂದ ಕೈ–ಕಾಲು ತೊಳೆದು ಬಂದು, ಪಪ್ಪಿಯನ್ನು ನೋಡಲು ಹೊರ ಹೋದ.

ಹೂವಿನಂಥ ಪುಟ್ಟಿ ಪಪ್ಪಿಯದೇ ಧ್ಯಾನದಲ್ಲಿ ಒಂದು ಕಣ್ಣು ಹೊರಗಿಟ್ಟೇ ಬೆಳಿಗ್ಗೆ ಮಮ್ಮಿ ಬರೆಸಿದ ದೀಪಾವಳಿ ಎಸ್ಸೇಯಿದ್ದ ಪೇಜನ್ನೇ ಹುಡುಕಿ ತೆಗೆದು ಅಸ್ಮಾಳ ಹೂವಂತ ತೊಡೆಯ ಮೇಲಿಡುತ್ತಿದ್ದಳು.

ಪೇಜು ಗಾಳಿಗೆ ಹಾರದಂತೆ ಎಡಗೈಯಲ್ಲಿ ಒತ್ತಿ ಹಿಡಿದು ಅಸ್ಮಾ ಬಾಯಲ್ಲಿ ಉಚ್ಛರಿಸುತ್ತ ಬರೆದುಕೊಳ್ಳಲಾರಂಭಿಸಿದಳು, Deepavali is the festival of lights...

ಸಂಯುಕ್ತ ಕರ್ನಾಟಕ ಬಹುಮಾನ – 2003

ಪ್ರಕೃತಿ ಧಾವಂತ

'ಗೌರೀ, ಸ್ವಲ್ಪ ದೇವರ ದೀಪ ಹಚ್ಚುತ್ತಿಯೋ' ಎಂದು ಚಿಟ್ಟಿಯ ಮೇಲೆ ಮಲಗಿದ್ದ ಆಯಿ ಗೋಗರೆದಾಗ ನಾನು ಇತಿಹಾಸದ ನಾಲ್ಕನೇ ಪಾಠದ ಐದನೇ ಪ್ರಶ್ನೆಗೆ ಉತ್ತರ ಬರೀತಾ ಕೂತಿದ್ದೆ. 'ಈ ಆಯೀದು ತಿಂಗಳಿಗೆ ಮೂರು ದಿನಾ ಇದೇ ಗೋಳಪ್ಪಾ. ಶೀ...' ಎಂದು ಮನಸ್ಸಲ್ಲೇ ಅಂದುಕೊಂಡು ದೀಪ ಹಚ್ಚಲು ದೇವರ ಕೋಣೆಗೆ ಹೋದೆ. ಹಿಂದೆ-ಹಿಂದೇನೆ ಬಂದ ಅವ್ವ 'ಮೊದ್ಲೂ ಕೈ-ಕಾಲು ತೊಳ್ಕೊಂಡು ಬಾ ಇಲ್ಲಾ ಅಂದ್ರೆ ದೇವರಿಗೆಲ್ಲಾ ಮೈಲಿಗೆ ಆಗ್ತದೆ' ಎಂದು ಜೋರೇ ಮಾಡಿದಳು. ಆಗ ನಾನು ಎದುರಾಡದೇ ಸುಮ್ಮನೆ ಬಚ್ಚಲ ಕೋಣೆಗೆ ಹೋಗಿ ಕಾಲ ಮೇಲೆ ಎರಡು ತಂಬಿಗೆ ನೀರು ಹುಯ್ದುಕಂಡ ಶಾಸ್ತ್ರ ಮಾಡಿ, ಕೈಯನ್ನು ಸ್ಕರ್ಟಿಗೆ ಉದ್ದಿಕೊಳ್ಳುತ್ತ ಬಂದು ದೀಪ ಹಚ್ಚಿದ್ದೆ. ಚೂರು ನೀರಿನ ಅಂಶ ತಾಗಿ ದೀಪದ ಬತ್ತಿ ಚಟ್-ಚಟ್ ಸದ್ದು ಮಾಡಿತು.

■

ಈಗ ಇತಿಹಾಸ ಪುಸ್ತಕ ತೆಗೆದಿಟ್ಟು ಗಣಿತ ಮಾಡತೊಡಗಿದೆ. ಅಭ್ಯಾಸ-8ರ ಮೂರನೇ ಗಣಿತ ಯಾಕೋ ಬಿಡಿಸಲು ಬರಲೇ ಇಲ್ಲ. ಆಯಿ ಜಾಣೆ. ನಾಲ್ಕನೇಯತ್ತೆ ಕಲಿತರೂ ಏಳನೇಯತ್ತೆಯ ಗಣಿತ ಹೇಳಿಕೊಡುತ್ತಾಳೆ. ಆಯಿಯೊಡನೆ ಕೇಳೋಣವೆಂದು ಹತ್ತಿರ ಹೋಗಿ ಕೂತೆ. ಅವ್ವ ಎಲ್ಲಿದ್ದಳೋ ಪ್ರತ್ಯಕ್ಷಳಾದಳು. 'ಕಿಟ್ ಬೇಡಾ ನಿಮ್ಮ ಆಯೀಗೆ. ಮೈಲಿಗೆ ಕಿಟ್‌ಕೊಂಡು ಒಳಗೆ ಬಂದರೆ ನೋಡು ನಿಂಗೆ' ದನಿ ಏರಿಸಿದಳು ಮತ್ತೆ. ಈ ಸರ್ತಿ ನನಗ್ಯಾಕೋ ರಾಶಿ ಕಿರಿಕಿರಿ. 'ಮೈಲಿಗೆಯಂತೆ ಮೈಲಿಗೆ ಏನಾಗಿದೆ ಆಯಿಗೆ?' ಎಂದು ಧೈರ್ಯದಿಂದ ಮರುಪ್ರಶ್ನೆ ಹಾಕಿದೆ. ಅವ್ವ ಈ ವಿಷಯಕ್ಕೆ ಮಾತ್ರ ಭಾಳ ಹೆದರಿಸುತ್ತಾಳೆ. ಇನ್ನುಳಿದಂತೆ ಯಾರಾದರೂ ಹಲ್ಲಿಗೆ

ಬಾರದ ಚಕ್ಕುಲಿ-ಗಿಕ್ಕುಲಿ ಕೊಟ್ಟರೆ ಮುಚ್ಚಿಟ್ಟುಕೊಂಡು ನನಗೇ ಕರೆದು ಕೊಡುವದು. 'ನಿಮ್ಮ ಆಯಿಗೆ ಏನಾಗಿದೆ ಅಂತ ನಂಗೇನು ಗೊತ್ತು? ಅದು ನಿಮ್ಮ ಆಯಿಗೇ ಕೇಳ್ಕೊ' ಎನ್ನುತ್ತ ಅವ್ವ ಒಳನಡೆದಳು.

■

ಆಯಿಯನ್ನು ಹೀಗೆ ಮೂರು ದಿನ ಹೊರ ಕುಳ್ಳಿರಿಸಿ ಅಡಿಗೇ ಕೆಲಸವನ್ನೆಲ್ಲ ತಾನೇ ಮಾಡುವುದರಿಂದ ವಯಸ್ಸಾದ ಅವ್ವನಿಗೆ ಈ ವೇಳೆಯಲ್ಲಿ ಜಾಸ್ತಿ ಸಿಟ್ಟು. ಸಮೀಪ ಕೂತ ನನ್ನನ್ನು ದೂರ ಸರಿಯುವಂತೆ ಆಯಿ ಕಣ್ಣುಸನ್ನೆ ಮಾಡಿದಳು. ದಿನವೂ ಖುಷಿಯಿಂದ ಓಡಾಡಿಕೊಂಡು ಮನೆಗೆಲಸ ಪೂರೈಸುತ್ತಿದ್ದ ಆಯಿ ಈ ಸಮಯದಲ್ಲಿ ಹೊಟ್ಟೆ ಹಿಡಿದು ನರಳುತ್ತಾಳೆ. ಇಲ್ಲವೇ ಸೊಂಟ ನೋವೆಂದು ಮುದ್ದೆಯಾಗಿ ಮಲಗುತ್ತಾಳೆ. ಮುಖವೋ ನೋವಿನಿಂದ ಹುಳಿ ಸಪ್ಪಾಗಿರುತ್ತದೆ. ದಾದ ಒಂದೊಂದು ದಿನ ಲಿಂಬು ಶರಬತ್ತು ಮಾಡಿಕೊಡುವರು. ಆಯಿ ಗೌರಿಗೂ ಚೂರು ಕೊಡಿ ಎಂದು ಪರತ್ತು ಸುರಿಯುವಳು. ಈ ವೇಳೆಯಲ್ಲಿ ಆಯಿಯನ್ನು ನೋಡಿ ನನಗೂ ಪಾಪ ಎನ್ನಿಸುವುದು.

■

ಕೆಲಸ ಮುಗಿಸಿದ ಅವ್ವ ಹೊರ ಬಂದು ಕಾಲು ನೀಡಿ ಕೂತು ಮುಂಗೈಯಲ್ಲಿ ಕಾಲು-ಕೈ ತಿಕ್ಕಿಕೊಳ್ಳುತ್ತ 'ಮಗಳು ಮೈ ನೆರೆಯೂ ವಯಸ್ಸಿಗೆ ಬಂದರೂ ಅದರ ಹತ್ತಿರ ಹನೀ ಕೆಲಸವನ್ನೂ ಮಾಡಿಸಬೇಡಾ ನೀನು, ಅಭ್ಯಾಸ-ಅಭ್ಯಾಸ ಅಂದ್ಕೊಂಡು, ನಾಳೆ ಏನು ನಿನಗೇ ದುಡಿದು ಹಾಕ್ತಾಳೋ ನೋಡ್ತೆ' ಎಂದು ವಟಗುಡುತ್ತ ಬತ್ತಿ ಹೊಸೆಯತೊಡಗಿದಳು. 'ನಾಳೆ ಒಂದೇ ದಿನಾ, ನಾಡಿದ್ದು ಮಿಂದು ಒಳಗೆ ಬಂದು, ನಿಂಗೆ ಗಣೀತ ಹೇಳಿ ಕೊಡ್ತೆ. ಈಗ ಒಳಗೆ ಹೋಗು' ಆಯಿ ಮೆಲ್ಲನುಸುರಿದಳು. ನಾನು ಬೇಸರದಿಂದ ಒಳಬಂದು ಪುಸ್ತಕ ಪಟ್ಟಿಯನ್ನು ಪಾಠೀ ಚೀಲದ ಮೇಲೆ ಬಿಸಾಕಿ ಭಾಗಾಯತ ತಿರುಗಲು ಹೋದೆ.

■

ಮನೇ ಹಿಂದಿನ ಪೇರಲ ಮರಕ್ಕೆ ತುದಿಯಲ್ಲೆರಡು ಹಣ್ಣು ಬಿಟ್ಟಿತ್ತು. ಸರ್ರನೆ ಗಿಡವನ್ನೇರಿ ಅಲ್ಲೇ ರೆಂಬೆಯ ಮೇಲೆ ಕೂತು ಒಂದು ಹಣ್ಣನ್ನು ತಿಂದು ಮುಗಿಸಿ ಇನ್ನೊಂದನ್ನು ಆಯಿಗೆಂದು ಸ್ಕರ್ಟಿನ ಕಿಸೆಯಲ್ಲಿರಿಸಿಕೊಂಡೆ. ಇಳಿಯುವಾಗ ರೆಂಬೆಯ ಕೊಕ್ಕೆ ತಾಗಿ ಸ್ಕರ್ಟು ಚೂರೇ ಹರಿಯಿತು.

■

ಅಲ್ಲೇ ಬೇಲಿಯ ಮೇಲೆ ಆಯಿ ಎಂಥದೋ ಎರಡು ಬಟ್ಟೆ ತುಂಡುಗಳನ್ನು ಒಣಗಿಸಿದ್ದಳು.ಅದನ್ನು ಆಯಿಗೆ ಕೊಟ್ಟು ಬರೋಣವೆಂದು ತೆಗೆದೆ. ಮತ್ತೆ ಅವ್ವನ ನೆನಪಾಗಿ ಅಲ್ಲೇ ಇಟ್ಟೆ.

■

ದಾದ ನೀರಿನ ಪಂಪ್ ಚಾಲೂ ಮಾಡಿ ತೆಂಗಿನ ಗಿಡಕ್ಕೆ ನೀರು ಬಿಡುತ್ತಿದ್ದರು. ಸುಂಯನೆ ಬರುವ ನೀರಲ್ಲಿ ಕಾಲು ಹಾಕಿ ಕೆಲ ನಿಮಿಷ ಆಟವಾಡಿದೆ. 'ನೀರಲ್ಲಿ ಆಡಬೇಡಾ, ಥಂಡೀ ಆಗ್ತದೆ' ಎಂದರು ದಾದ. ನಾನು ಕೇಳಿಸಿಕೊಳ್ಳದವಳ ಹಾಗೆ ಮತ್ತೂ ನೀರಿನಲ್ಲಿ ನಿಂತು ಆಟವಾಡುತ್ತಲೇ ಇದ್ದೆ. 'ಮರದ ಮೇಲಿನ ಮಡಲು ಒಣಗಿದೆ, ಜೋರು ಗಾಳಿಗೆ ಬಿದ್ದರೂ ಬಿದ್ದೀತು' 'ಮನೆಗೆ ಹೋಗೂ ಗೌರೀ' ಎನ್ನುತ್ತ ದಾದ ಒಂದು ಮರದ ಆಳಿ ತುಂಬಿದ ಕೂಡಲೇ ಕುಟಾರಿಯಿಂದ ಮಣ್ಣನ್ನು ಎತ್ತಿ ಹಾಕಿ ಇನ್ನೊಂದಕ್ಕೆ ನೀರನ್ನು ಬಿಟ್ಟು ಕೊಡುತ್ತಿದ್ದರು.

ದಾದನಿಗೆ ಸಿಟ್ಟು ಬಂದದ್ದೇ ನಾನು ಕಂಡಿಲ್ಲ. ನಾನು ನೀರು ಬಿಟ್ಟು ಮೇಲೆ ಬಂದು ನಿತ್ಯ ಪುಷ್ಪಗಿಡಗಳ ಜೊತೆ ಆಟವಾಡುತ್ತ ನಿಂತೆ. ನಾಲ್ಕು ಗಿಡದ ಆಳಿ ತುಂಬುವುದರಲ್ಲಿ ಬಾವಿಯ ನೀರು ಖಾಲಿಯಾಗಿ ಪಂಪಿನಲ್ಲಿ ಗೊಂಯ್ ಎಂದು ಸದ್ದು. 'ಗೌರೀ, ಓಡೋಡು, ಪಂಪು ಬಂದ್ ಮಾಡು' ಎಂದು ದಾದ ಅವಸರಿಸಿದರು. ನಾನು ಅವರು ಕಣ್ಣು–ಮುಚ್ಚಿ ತೆಗೆಯುವುದರೊಳಗೆ ಓಡಿ ಹೋಗಿ ಪಂಪು ನಿಲ್ಲಿಸಿದೆ. 'ಭಪ್ಪರೆ ಮಗಳೇ' ಎಂದು ಅವರು ಸಣ್ಣದಾಗಿ ಹೇಳಿದ್ದು ಕೇಳಿತು.

■

ಖಾಲಿ ಬಾವಿಯಲ್ಲಿ ಒಮ್ಮೆ ಹಣಕಿದೆ. ತಳದಲ್ಲಿ ಬರೀ ಮಣ್ಣು. ನೀರೆಲ್ಲವೂ ಹೋಗಿ ಮರಗಳ ಆಳಿಯನ್ನು ತುಂಬಿಕೊಂಡಾದ ಮೇಲೆ ಬರಿ ಉಸುಕಿನ ತಂಪಾದ ಬೆಲಗಿನಲ್ಲಿ ಕೂತು ಆಡುವುದೇ ಒಂದು ಸ್ವರ್ಗ ಸುಖ. ಅದರಲ್ಲಿರುವ ಬಿಳಿಯ ಪುಟ್ಟ ಪುಟ್ಟ ಕಲ್ಲುಗಳನ್ನು ಒಂದೊಂದಾಗಿ ಹೆಕ್ಕಿ ಕಿಸೆಯಲ್ಲಿ ತುಂಬತೊಡಗಿದೆ. ಆಗ ಕಿಸೆಯಲ್ಲಿಯೇ ಉಳಿದ ಪೇರಲ ಹಣ್ಣು ನೆನಪಾಯಿತು. ಒಂದೇ ನೆಗೆತಕ್ಕೆ ಆಯಿ ಮಲಗಿದ್ದಲ್ಲಿಗೆ ಓಡಿದರೆ ಅಲ್ಲಿ ಆಯಿ ಇಲ್ಲ. ಮನೆಯ ಒಳ ಹುಡುಕುವ ಹಾಗಿಲ್ಲ. ಈ ಮೂರು ದಿನ ಆಯಿ ಒಳ ಸೇರುವಂತೆಯೇ ಇಲ್ಲವಲ್ಲ. ಹಾಗೇ ಮನೆಯ ಹಿಂದೆ ಹೋದರೆ ಅಲ್ಲಿ ಆಯಿ ಬೇಲಿಯ ಮೇಲೆ ಒಣಗಿಸಿದ ಬಟ್ಟೆ ತುಂಡನ್ನು ತೆಗೆದು ನೀಟಾಗಿ ಮಡಿಚುತ್ತಿದ್ದಳು. ನನ್ನನ್ನು ಕಂಡು ಅದನ್ನು ಸೆರಗಿನಲ್ಲಿ ಮುಚ್ಚಿಕೊಂಡಳು.

■

ದಾದ ಆಗಲೇ ಮೀನು ತರಲು, ಮೀನು ಚೀಲ ಝಾಡಿಸುತ್ತಿದ್ದರು. ಮೀನಿಲ್ಲದಿದ್ದರೆ ಅವತ್ತು ಅವ್ವನ ಊಟ ಬಂದ್. ಪಂಚೆಯನ್ನೊಮ್ಮೆ ಸರಿಯಾಗಿ ಇಟ್ಟು, ಗೂಟಕ್ಕೆ ತೂಗಿಟ್ಟ ಹಳೆಯ ಅಂಗಿಯನ್ನು ಬನಿಯನ್ನಿನ ಮೇಲೆ ಹಾಕಿಕೊಂಡು ಮೀನು ಚೀಲವನ್ನು ಸಣ್ಣದಾಗಿ ಮಡಿಚುತ್ತ ದೆಣಪೆ ದಾಟುತ್ತಿದ್ದರು. ನಾನು ಅವರ ಹಿಂದೆ ಬಿರುಗಾಳಿಯಂತೆ ರೊಂಯ್ಯನೆ ನುಗ್ಗಿದೆ. ಅವರೊಮ್ಮೆ ಹಿಂತಿರುಗಿ ನೋಡಿ ಮತ್ತೆ ಮುನ್ನಡೆದರು.

■

ಏನು ಮಾಡುವುದೆಂದು ಬೇಸರವೆನಿಸಿದಾಗ ಅಡಿಗೆ ಆಟದ ನೆನಪಾಯಿತು. ಅಲ್ಲೇ ದೆಣಪೆಯ ಹತ್ತಿರವೇ ಮೂರು ಕಲ್ಲು ಗುಂಡನ್ನು ಹೆಕ್ಕಿ ತಂದು ಒಲೆಯ ಹಾಗೆ ಇಟ್ಟೆ. ಅದರ ಮೇಲೆ ಪಾತ್ರೆಯಂತೆ ತೆಂಗಿನ ಚಿಪ್ಪು. ಈಗ ಬೆಂಕಿ ಮಾಡಬೇಕು. ಅಡಿಗೆ ಮನೆಯ ಒಲೇ ಬಳಿ ಇರುವ ಕಡ್ಡೀ ಪೆಟ್ಟಿಗೆಯ ನೆನಪಾಯಿತು. ಅಲ್ಲಿ ಹೋದರೆ ಅವ್ವ ಅನ್ನದ ಮಡಿಕೆಯ ಒಳಗೆ ಸೌಟು ಆಡಿಸುತ್ತ ಕೂತಿದ್ದಳು. ಅದು ಕೊತ ಕೊತ ಕುದಿವ ಸಪ್ಪಳವಿತ್ತು. 'ಬೆಂಕೀ ಪಟ್ನ ಎಲ್ಲಿಗೆ? ಕೊಡೂ ಇಲ್ಲಿ' ಎಂದು ಕಸಿದು ಕೊಂಡಳು. 'ನಿಲ್ಲು ನಿಲ್ಲು' ಎನ್ನುತ್ತ ಎದ್ದು ಹಿತ್ತಾಳೆಯ ಕರಡದೊಳಗಿನ ಬತ್ತಾಸವನ್ನು ತೆಗೆದು ನನಗೊಂದು ಕೊಟ್ಟು, ತಾನೊಂದು ಬಾಯಲ್ಲಿ ಹಾಕಿಕೊಂಡಳು. ಅವ್ವ ಈಗ ಬೇಕೂ ಅನ್ನಿಸಿತು.

ಮತ್ತೆ ದೇವರ ಕೋಣೆಗೆ ನುಗ್ಗಿ ಬೆಂಕೀ ಪಟ್ನ ತಂದು ಅಲ್ಲಿ–ಇಲ್ಲಿ ಬಿದ್ದ ಒಣಗಿದ ಮಾವಿನ ಎಲೆಗಳನ್ನು ಒಲೆಯಲ್ಲಿಟ್ಟು ಕಡ್ಡಿ ಗೀರಿದೆ. ಮೂರನೇ ಕಡ್ಡಿ ಹೊತ್ತಿಕೊಂಡಿತು. ಆಗ ಬರುವ ಕಡ್ಡಿಯ ಪರಿಮಳ ನನಗಿಷ್ಟ. ಈಗ ಬಾಯಲ್ಲಿಯ ಬತ್ತಾಸು ಪೂರ್ತಿ ಕರಗಿ ನೀರಾಗಿತ್ತು.

ಬೆಂಕಿ ಬಗಬಗನೆ ಉರಿಯತೊಡಗಿತು. ಪುನಃ ಪುನಃ ಒಣ ಎಲೆಗಳನ್ನು ಹಾಕುತ್ತಲೇ ಇದ್ದೆ. ಈಗ ಬೆಂಕಿ ನಾನು ಪಾತ್ರೆಯಂತಿಟ್ಟ ಚಿಪ್ಪಿಗೆ ತಗುಲಿತು. ಅಯ್! ಬೆಂಕಿ ಪಾತ್ರೆಗೇ ಹಿಡೀತಲ್ಲ ಎನ್ನುತ್ತ ಚಿಪ್ಪನ್ನು ಬರಿಗೈಯಲ್ಲಿ ಕೆಳಗಿಳಿಸಿ ಕೈಬೆರಳು ಸುಟ್ಟುಕೊಂಡೆ. ಬೆರಳು ಉರಿಯತೊಡಗಿತ್ತು. ಬಚ್ಚಲಿಗೆ ಹೋಗಿ ತಣ್ಣೀರ ತಂಬಿಗೆಯಲ್ಲಿ ಉರಿವ ಬೆರಳಿಟ್ಟು ಸ್ವಲ್ಪ ಹಾಗೇ ನಿಂತೆ.

■

ಮತ್ತೆ ಕಿಸೆಯಲ್ಲಿಯ ಪೇರಲ ಹಣ್ಣಿನ ನೆನಪಾಯಿತು. ಆಯಿ ಇದ್ದಲ್ಲಿ ಹುಡುಕಿ

ಹೋಗಿ ಹಣ್ಣನ್ನು ಮುಂದೆ ಹಿಡಿದೆ. 'ನನಗೆ ಬೇಡಾ, ನೀನೇ ತಿನ್ನು' ಎಂದಳು. 'ನಾನೊಂದು ಆಗಲೇ ತಿಂದೆ. ಇದು ನಿನಗೆ' ಎಂದು ಹೇಳುವ ಮನಸ್ಸಾದರೂ ನಾನು ಹೇಳಲಿಲ್ಲ. ಇದನ್ನೂ ನಾನೇ ಎರಡೂ ಕೈಯಲ್ಲಿ ಹಿಡಿದು ಕಚ್ಚಿ ಕಚ್ಚಿ ತಿಂದು ಹಣ್ಣಿನ ಸವಿಯನ್ನು ಸವಿಯುತ್ತಲೇ ಕೈಯನ್ನು ಸ್ಕರ್ಟಿಗೆ ಒರೆಸಿಕೊಂಡೆ. ನಂತರ ಎಷ್ಟೋ ಹೊತ್ತಿನವರೆಗೂ 'ಎರಡೂ ಹಣ್ಣನ್ನು ಯಾರಿಗೂ ಕೊಡದೇ ನಾನೊಬ್ಬಳೇ ತಿಂದೆನಲ್ಲ' ಎಂಬ ಭಾವನೆಯಿಂದ ಮನಸ್ಸು ಅಸಮಾಧಾನಗೊಂಡಿತ್ತು. ದಾದ, ಮೀನು ಚೀಲ ಹಿಡಿದು ಹಿತ್ತಲ ಬಾಗಿಲು ತಟ್ಟಿದಾಗ, ಅದನ್ನು ಮರೆತಿದ್ದೆ.

<

ಮಡಲು ಹೆಣೆಯುತ್ತ ಅಂಗಳದಲ್ಲಿ ಕೂತ ಆಯಿ ನಿಧಾನವಾಗಿ ಎದ್ದು ಮೀನು ಕೊಯ್ಯಲೆಂದು ಕೊಟ್ಟಿಗೆಯಲ್ಲಿನ ಮೆಟಗತ್ತಿಯನ್ನು ಎತ್ತಿ ತಂದಳು. ಆಯಿಯ ಸುಳಿವು ಸಿಕ್ಕ ಅಲ್ಲಿಯ ಗಂಗೆ 'ಅಂಬೋ' ಎನ್ನುವ ಸಣ್ಣ ಗುಟುರು ಹೊರಡಿಸಿತು. ಕತ್ತಲಾಗತೊಡಗಿತ್ತು. ನಮ್ಮ ಕುನ್ನಿಯ ಜೊತೆ ಪಕ್ಕದ ಕಾವೇರಿ ಮನೆಯ ಕುನ್ನಿಯೂ ಸೇರಿ ಆಯಿ ಕುಯ್ದು ಬಿಸಾಕುತ್ತಿದ್ದ ಮೀನಿನ ಕರುಳಿಗಾಗಿ ಕಚ್ಚಾಟ ನಡೆಸುತ್ತಿದ್ದವು.

ಆಯಿ ಮೀನ ತಲೆಯನ್ನು ಯಾವಾಗಲೂ ಬಿಸಾಕುವುದಿಲ್ಲ. ಅದು ಅವ್ವನಿಗೂ ಸೇರುತ್ತಿತ್ತು. ಆಯಿಗೂ ಸೇರುತ್ತಿತ್ತು. ಆಯಿ–ಅವ್ವ ಜಗಳಾಡಿದ ದಿನ ದಾದ, 'ಎಲ್ಲ ಗೊತ್ತುಂಟು, ಬಂಗಡೆ ಮೀನಿನ ತಲೆ ಜಗಿಯುವಾಗ ಅತ್ತೆ–ಸೊಸೆ ಒಂದೇ' ಎಂದು ಸಣ್ಣಗೆ ನಕ್ಕು ಮುಖ ನೋಡುತ್ತಿದ್ದರು.

ಈಗ ನಾನು ಒಂದು ಬೆತ್ತದಂತಹ ಕೋಲು ಹಿಡಿದು ಶಿಸ್ತಿನ ಸಿಪಾಯಿಯ ಗತ್ತಿನಲ್ಲಿ ನಾಯಿಗಳೆರಡೂ ಮುಂದೆ ಬರದಂತೆ ಆಯಿಯ ಹಿಂದೆ ನಿಂತು ಗಸ್ತು ಕಾಯುತ್ತಿದ್ದೆ. ಇದು ನನಗೆ ಪ್ರಿಯವಾದ ಕೆಲಸ. ಮನೆಯ ಬೆಕ್ಕಿಗೆ ಹೊಡೆಯುವಂತಿಲ್ಲ. ಅದಕ್ಕೆ ಆಯಿಯ ಮೆಟಗತ್ತಿಯ ತೀರ ಹತ್ತಿರದಲ್ಲಿ ಕೂತುಕೊಳ್ಳುವ ಸ್ವತಂತ್ರ. ಅದು ಹಾಗೆಲ್ಲ ಮಡಕೆಯ ಮೀನಿಗೆ ಬಾಯಿ ಹಾಕುವುದಿಲ್ಲ. ಕೊಯ್ಯುವಾಗ ಸಿಡಿಯುತ್ತಿದ್ದ ಮೀನಿನ ಹೆಣಚು–ಗಲೀಜೆಲ್ಲ ಬೆಕ್ಕಿನ ಮೈಯಿಗೆ ಮುಖಕ್ಕೆ ಸಿಡಿಯುತ್ತಿತ್ತು. ಅದು ಮೀನಿನ ಒಂದೇ ಒಂದು ಕರುಳು ಹಿಡಿದು ಕೂತು ನಿಧಾನ ಮೆಲ್ಲುತ್ತಿತ್ತು. ನಂತರ ಇಡೀ ದಿನ ತನ್ನ ಮೈಯನ್ನು ನೆಕ್ಕಿಕೊಳ್ಳುತ್ತ ಅಲ್ಲಿ–ಇಲ್ಲಿ ಕೂತು ಸ್ವಚ್ಛ ಮಾಡಿಕೊಳ್ಳುತ್ತಿತ್ತು. ನಮ್ಮ ಬೆಕ್ಕು ತುಂಬ ದಪ್ಪ ಇತ್ತು. ನನಗೆ ಎತ್ತಲು ಭಾರವಾಗುವ ಹಾಗೆ. ನೊಣಗಳು ಕಾಲುಗಳನ್ನು ಮುತ್ತಿಕೊಂಡು ಕಚಗುಳಿ ಇಡುತ್ತಿದ್ದವು. ನಾನು ಒಂದು ಕಾಲಿನಿಂದ ಇನ್ನೊಂದು ಕಾಲನ್ನು ತಿಕ್ಕಿಕೊಳ್ಳುತ್ತ ಕಾಲ ಮೇಲಿನ ನೊಣ ಓಡಿಸುತ್ತಿದ್ದರೆ, ಆಯಿ ತನ್ನ ಮೊಣಕೈಯಿಂದಲೇ ತನ್ನ ಕಾಲನ್ನು ಉಜ್ಜಿಕೊಳ್ಳುತ್ತಿದ್ದಳು. 'ಕೋಲು ಬಿಸಾಕಿ, ನೀರು ಹಾಕ್ ಬಾ' ಆಯಿ ಕರೆದಳು.

■

ದಾದ ಬಾವಿಯಿಂದ ತುಂಬಿ ತಂದಿಟ್ಟು ಹೋದ ಕೊಡ ಬಗ್ಗಿಸಿ ಮೀನಿನ ಪಾತ್ರೆಗೆ ನೀರು ಹೊಯ್ಯುವಾಗ ಜೋಲಿ ಹೊಡೆದು ಆಯಿಯ ಮೇಲೆಯೇ ಬಿದ್ದು ಬಿಟ್ಟೆ. ಆಯಿ ಆಸರೆಯಾಗಿ ಹಿಡಿದು ನಿಲ್ಲಿಸುತ್ತ, 'ನಂಗೆ ಮುಟ್ಟಿದ್ದು ಅವ್ವಗೆ ಹೇಳಬೇಡಾ' ಎಂದು ಕಿವಿಯಲ್ಲಿ ಹೇಳಿದಳು. ನಾನು 'ಹ್ಞೂ' ಎನ್ನುತ್ತ ಮೀನು ಮಡಿಕೆಯನ್ನು ಗಟ್ಟಿಯಾಗಿ ಹಿಡಿದು ಅಡಿಗೆ ಮನೆಗೆ ತಂದೆ.

■

ದಾದ ಮಸಾಲೆ ಅರಿಯುತ್ತಿದ್ದರು. 'ನಾನ್ ಅರೀತೇನೆ' ಎಂದು ದಾದನ ಬಳಿ ನೋಡಿದೆ. 'ಬೇಡಾ, ಏನಾದ್ರೂ ಓದ್ಕೋ-ಬರ್ಕೋ ಹೋಗ್' ಎಂದರು. ನನಗೋ ಖುಷಿ. ಅವ್ವ ಬೈಲು ಕಡೆಗೆ ಹೋಗಿ ಬಂದವಳು ಕೈಕಾಲು ತೊಳೆಯುತ್ತಿದ್ದಳು. ನನಗೋ ಈ ಶಾಲೆಯ ಅಭ್ಯಾಸ ಬೇಜಾರು. ಅದಕ್ಕೇ ಅಲ್ಲೇ ಇದ್ದ ಕಪಾಟಿನಲ್ಲಿಯ ಹಳೇ ಪತ್ರಿಕೆಗಳನ್ನು ಒಂದೊಂದಾಗಿ ತೆಗೆದೆ. ಎಲ್ಲ ಪತ್ರಿಕೆಗಳ ಎರಡನೇ ಪುಟದ ಮೇಲ್ತುದಿಯಲ್ಲಿ ಸುಭಾಷಿತಗಳಿದ್ದವು. ಅದನ್ನಷ್ಟೇ ಓದುತ್ತಾ ಹೋದೆ. ಎಲ್ಲ ಓದಿ ಮುಗಿದಾಗ ಒಂದೂ ನೆನಪಿರಲಿಲ್ಲ. ಕತ್ತರಿಯೊಂದನ್ನು ಹುಡುಕಿ ತಂದು ಎಲ್ಲ ಸುಭಾಷಿತಗಳನ್ನು ಒಂದೇ ಅಳತೆಯಲ್ಲಿ ಕೂತು ಕತ್ತರಿಸಿದೆ. ಆ ಕತ್ತರಿ ನನಗೆ ತುಂಬ ಆಕರ್ಷಕ ವಸ್ತು. ಎಲ್ಲವನ್ನೂ ಜೋಡಿಸಿ ಕನ್ನಡ ಪಟ್ಟಿಯಲ್ಲಿಟ್ಟುಕೊಂಡೆ. 'ನಾಳೆ ಶಾಲೇಲಿ ಅನೀತಳಿಗೆ ತೋರಿಸಬೇಕು.'

■

ರಾತ್ರಿ ದಿನವೂ ಆಯಿ ಜೊತೆ ಮಲಗುವ ರೂಢಿ. ಬಹಳ ಹೊತ್ತಾದರೂ ನಿದ್ದೆಯೇ ಬರಲಿಲ್ಲ. ಆಯಿ ಅಪರೂಪಕ್ಕೊಮ್ಮೊಮ್ಮೆ ನನಗೆ ಎಚ್ಚರವಾದಾಗ ನನ್ನ ಪಕ್ಕದಲ್ಲಿ ಇರುತ್ತಿರಲಿಲ್ಲ. ಬಚ್ಚಲಿಗೆ ಹೋಗಿದ್ದಾಳೋ ಎಂದು ಕೂತು ಕಾಯ್ದರೆ ಎಷ್ಟು ಹೊತ್ತಾದರೂ ಇಲ್ಲ. ನಂತರ ಭಯದಿಂದ ಕರೆದು ಬಿಟ್ಟರೆ, 'ಆಯೀ...' ಎನ್ನುವುದರೊಳಗೆ ದಾದನ ಖೋಲಿಯಿಂದ ಎದ್ದು ಬರುತ್ತಿದ್ದಳು. ದಾದನಿಗೆ ಖಾಯಂ ಮಂಡಿನೋವು ಬರುತ್ತಿತ್ತು. ಅದಕ್ಕೆ ಎಣ್ಣೆ ಹಚ್ಚಲು ಹೋಗಿದ್ದಳೇನೋ ಅಂತ ಅಂದುಕೊಂಡು ನಾನು ಮತ್ತೆ ಆಯಿಯ ಬಾಜೂ ಧೈರ್ಯದಿಂದ ಮಲಗಿಬಿಡುತ್ತಿದ್ದೆ.

ಇತ್ತೀಚೆಗೇಕೊ ನನ್ನ ದೇಹದಲ್ಲಿ ಎಂಥದೋ ಬದಲಾವಣೆ. ದಾರಿಯಲ್ಲಿ ನಡೆವಾಗ ಎಲ್ಲರ ದೃಷ್ಟಿ ನನ್ನ ಎದೆಯ ಮೇಲೆಯೇ ಇದೆಯೇನೋ ಅನ್ನಿಸಿ ನಾಚಿಕೆಯಾಗುತ್ತಿತ್ತು. ದಿನಾಲೂ ಆಯಿ ಚೆನ್ನಾಗಿ ಬಾಚಿ, ಹೇನು ಹೆಕ್ಕಿ ವರೆದು, ತಪ ತಪ ಎಣ್ಣೆ ಹಾಕಿ, ಎರಡು ಜಡೆ ಕಟ್ಟಿ, ಕೆಂಪು ರಿಬ್ಬನ್ ಬಿಗಿದು ಎರಡೂ ಜಡೆಯನ್ನು ಎದೆ ಮುಚ್ಚುವಂತೆ ಇಳಿಬಿಟ್ಟು ಶಾಲೆಗೆ ಕಳಿಸುತ್ತಿದ್ದಳು.

■

ಇಂದು ಅವ್ವ ಹಾಕಿದ ಸೊಟ್ಟ ಜಡೆ ಯಾಕೋ ಮನಸ್ಸಿಗೆ ಬರಲಿಲ್ಲ. ಅಸಮಾಧಾನದಿಂದಲೇ ಶಾಲೆಗೆ ನಡೆದಿದ್ದರೂ 'ಆಯಿ ನಾಳೆ ಮೀಯುತ್ತಾಳಲ್ಲ' ಎಂದು ಸಮಾಧಾನ ತಂದುಕೊಂಡೆ. ಶಾಲೆಯಲ್ಲಿ ಅಂದು ತಲೆ ನೋವು. ಏನೋ ಆಲಸ್ಯ. ಅಂದು ಚಿದು ನನ್ನ ಸೊಟ್ಟ ಜಡೆಯನ್ನೇ ನೋಡಿದ. ನನಗೆ ಅವನ ನೋಟ ಇಷ್ಟ. ಮತ್ತು ಅವನ ಕೊಂಕಣಿ ಇಷ್ಟ. ಸುಭಾಷಿತ ಅನಿತಾಗೆ ತೋರಿಸಲೇ ಇಲ್ಲ. ಚಿದೂಗೆ ತೋರಿಸಬೇಕೆನ್ನಿಸಿತು. 'ಬೇಡ, ಹಾಗೆಲ್ಲ ಹುಡುಗರ ಜೊತೆ ಮಾತಾಡಿದರೆ ಅವ್ವ ಬೈಯ್ತಾಳೆ.'

ಮನೆಗೆ ಬಂದರೆ ಆಡಲೂ ಮನಸ್ಸಿಲ್ಲ. ದಾದ, 'ಇದು ಪಬ್ಲಿಕ್ ಪರೀಕ್ಷೆ. ಘೊಲೋ ಮಾಡಿ ಅಭ್ಯಾಸ ಮಾಡ್ಬೇಕು' ಎಂಬ ಬುದ್ಧಿ ಹೇಳಿದರು.

ತಲೆ ಸುತ್ತಿದಂತೆ, ವಾಕರಿಕೆ ಬಂದಂತೆ, ಮಲಗಿಕೊಳ್ಳಬೇಕೂ ಎನ್ನುವ ಹಾಗೆ ಏನೋ ಸಂಕಟ. ಉಂಡು ಮಲಗಿದಾಗ ಎದೆ ಹೊಟ್ಟೆಯೆಲ್ಲ ತುರಿಕೆ. ಜೋರಾಗಿ ತುರಿಸಿಕೊಂಡಿದ್ದಕ್ಕೆ ಚರ್ಮವೆಲ್ಲ ಭಗಭಗನೆ ಉರಿಯತೊಡಗಿತ್ತು. ಸೊಂಟದಲ್ಲಿ ಸೆಳಕು, ಹೊಟ್ಟೆ ನೋವು, ಆಯಿ ಹತ್ತಿರ ಹೋಗಿ ಮಲಗಲೇ? ಅನ್ನಿಸಿತು. ಅವ್ವನ ಭಯದಿಂದ ಮತ್ತೆ ಅಲ್ಲೇ ಮುದ್ದೆಯಾಗಿ ಮಲಗಿದೆ.

■

ಬೆಳಿಗ್ಗೆ ಅವ್ವ 'ಗೌರೀ, ಬಾಗಿಲ ಮೆಟ್ಟಲಿಗೆ ನೀರು ಹಾಕ್ ಏಳೂ ನಾನು ಚಾ ಮಾಡ್ತೆ' ಎಂದು ಚಾದರ ಜಗ್ಗಿ ಒಳ ನಡೆದಿದ್ದಳು. ನಾನು ನಿಧಾನವಾಗಿ ಎದ್ದೆ. ತೊಟ್ಟ ಸ್ಕರ್ಟೆಲ್ಲ ಒದ್ದೆಯಾಗಿತ್ತು. ಹೋಳಿ ಹಬ್ಬದ ದಿನ ಪಕ್ಕದ ಮನೆ ಶೋಭಾ, ಕೆಂಪು ಬಣ್ಣ ಚೋಕಿದಾಗ ಹೀಗೆಯೇ ಸ್ಕರ್ಟಿನ ತುಂಬ ಚಿತ್ತಾರವೇರ್ಪಟ್ಟಿತ್ತು. ನನಗೆ ಒಮ್ಮೆಲೇ ಭಯ. ಎದ್ದು ಆಯಿಯನ್ನರಸಿ ಹೊರಟೆ.

■

ಆಯಿ ಬಚ್ಚಲಲ್ಲಿ ಚಿಲಕ ಸಿಕ್ಕಿಸಿ ಮೀಯುತ್ತಿದ್ದಳು. ಬಾಗಿಲು ಜೋರಾಗಿ ಬಡಿದೆ. 'ಆಯೀ... ಆಯೀ...' ಕೂಗಿದೆ. 'ಏನೇ' ಎನ್ನುತ್ತ ತುಂಡು ಸೀರೆಯನ್ನು ಸುತ್ತಿಕೊಂಡ ಆಯಿ ಮಿಂದ ತಲೆಗೆ ಪಂಚೆ ಸುತ್ತಿಕೊಳ್ಳುತ್ತ ಬಾಗಿಲು ತೆರೆದಳು. 'ಆಯೀ, ಇಲ್ನೋಡೇ ಶೀ' ಎಂದು ಸ್ಕರ್ಟು ಅಗಲ ಮಾಡಿ ತೋರಿಸಿದೆ. ಆಯಿ ನನ್ನನ್ನಪ್ಪಿಕೊಂಡಳು. 'ಅಯ್ಯೋ ಮಗಳೇ' ಉದ್ಗಾರ ಸಣ್ಣದಾಗಿ ಕೇಳಿತು.

■

ನನಗೆ ಸ್ನಾನ ಹಾಕಿದಳು. ತನ್ನ ಹಳೆಯ ಸೀರೆಯೊಂದನ್ನು 'ಫರ್' ಅಂತ ಹರಿದು, ಮಡಿಕೆ ಮಾಡಿ ನನ್ನ ಬಟ್ಟೆಯೊಡನೆ ಅದನ್ನಿಟ್ಟು ತೊಡಿಸಿದಳು. 'ಈವತ್ತು ಒಂದು ದಿನಾ ಶಾಲೆಗೆ ಬೇಡಾ ಮಗನೇ' ಎನ್ನುತ್ತ ತಲೆ ನೇವರಿಸಿದಳು. 'ಹೊಟ್ಟೆ ಭಾಳ ನೋಯ್ತುದೇನೇ ಮಗಾ' ಗಲ್ಲ ಸವರಿದಳು. 'ಇಲ್ಲಾ, ನಂಗೆ ತಿಂಗಳ ಪರೀಕ್ಷೆ, ನಾನು ಹೋಗ್ಲೇಬೇಕೂ' ಹಠ ಮಾಡಿದೆ. ದೇಣಪೆಯಲ್ಲಿ ಹಿಂದಿನ ಮನೆ ಸುಮನ, 'ಗೌರೀ, ಜಾಲ್‌ಗೋ ಬಿಗ್ಯೋ' ಎಂದು ಎಂದಿನಂತೆ ಕೂಗುತ್ತ ನಿಂತಿದ್ದಳು. ಅವ್ವ ಏನಾದರೂ ಅಷ್ಟೇ ಹೊತ್ತಿಗೆ ಆ ಕಡೆ ಇದ್ದುಬಿಟ್ಟಿದ್ದರೆ, 'ಮುಕಾರ್ ವಚ್' ಎಂದು ಹೇಳಿ ಅವಳನ್ನು ಕಳಿಸಿಬಿಟ್ಟು ಆಯಿ-ದಾದ ಇಬ್ಬರ ಹತ್ತಿರವೂ ಬೈಸಿಕೊಳ್ಳುತ್ತಿದ್ದಳು. ನಾನು ನಿಧಾನ ನಡೆದೆ.

■

ದಾದ ಮೌನವಾಗಿ ಕೈಯಲ್ಲಿರುವ ಕತ್ತಿಯಿಂದ ದೇಣಪೆಯ ಪಕ್ಕ ಇರುವ ಬೇಲಿಯ ಗುಟ್ಟವನ್ನು ಬಡಿದೂ ಬಡಿದೂ ಗಟ್ಟಿ ಮಾಡುತ್ತಿದ್ದರು. ಅಂದು ಶಾಲೆಯಲ್ಲಿ ಕುಳಿತಲ್ಲಿಂದ ಏಳಲಿಕ್ಕೇ ಆಗಲಿಲ್ಲ. ಕಾಲಿಗೆ ಝುಮ್ ಹತ್ತಿದಂತಾಗಿ ಬೆಂಡಾಗಿ ಮತ್ತೆ ಸರಿಯಾಯ್ತು. ಶಶಿಕಲಾ ಬಾಯೋರು, ತಮ್ಮ ಮುಂಬೈ ಮೊಮ್ಮಗ ಬರೆದ ಇಂಗ್ಲೀಷ್ ಕಾರ್ಡು ಎಲ್ಲರಿಗೂ ತೋರಿಸಿದರು. ನಾಯಕ್ ಮಾಸ್ತರು 'ಏನ್ ಗೌರೀ, ಸುಮ್ನೇ ಇದ್ದೆ. ಆರಾಮಿಲ್ವೇನೇ?' ಹುಬ್ಬೇರಿಸಿದರು. ನಾನು ತಲೆ ತಗ್ಗಿಸಿದೆ. ಶಾಲೆ ಬಿಟ್ಟಿತು. ಸೆಟೆದು ಹೋದ ಕಾಲು-ಸೊಂಟವನ್ನು ಸಾವಕಾಶ ಬಿಚ್ಚುತ್ತ ಎದ್ದು ನಿಂತೆ. ಸುಮನನೊಂದಿಗೆ ಮನೆ ಕಡೆ ನಡೆಯುತ್ತಿದ್ದೆ. 'ಹಾಗಾದರೆ ಆಯಿಯ ತಿಂಗಳ ನೋವು?' ಹೆಜ್ಜೆಗೊಂದರಂತೆ ಅವ್ವ ಆಯಿಗೆ ವಿಧಿಸುತ್ತಿದ್ದ ಕಟ್ಟಳೆಗಳ ನೆನಪಾದವು. ನಾನೂ ಆಯಿಯಂತೆ ಭಾಗಾಯ್ತದ ಒಂದು ಮೂಲೆಯಲ್ಲಿ ಮಡ್ಲಿನ ಮರೆಯ ಕಲ್ಲಿನ ಮೇಲೆ ಮೂರು ದಿನ ಮೀಯಬೇಕು. ಅವ್ವ ಹೆಕ್ಕಿ ಕೊಡುವ ಅದೇ ಹರಕು ಚಾದರ ಚಾಪೆಯನ್ನು ಚಿಟ್ಟಿಯ ಮೇಲೆ ಹಾಸಿಕೊಂಡು ಒಬ್ಬಳೇ ಮಲಗಬೇಕು. ಬಚ್ಚಲ ಕೋಣೆಯ ಮೂಲೇಲಿ ಕೂತು ಮೇಲಿನಿಂದ ಬಾಳೆಲೆಯ ಮೇಲೆ ಹುಯ್ಯುವ ಅನ್ನ-ಸಾರನ್ನು ತುದಿಗಾಲಲ್ಲಿ ಕೂತು ಉಣ್ಣಬೇಕು. ರಾತ್ರಿಯ ಕತ್ತಲಲ್ಲಿ ಕೊಟ್ಟಿಗೆಗೆ ಹೋಗಿ ಸೆಗಣಿ ತಂದು ಉಂಡ ಜಾಗವನ್ನು ಸಾರಿಸಬೇಕು. ಬಿಸಿ ಚಹವನ್ನೂ ಮೇಲಿನಿಂದಲೇ ಕುಡಿಯಬೇಕು.

■

ಮನೆ ಬಂದಿದ್ದೇ ತಿಳಿಯಲಿಲ್ಲ. ಒಳ ಹೋಗಿ ಪಾಠೀ ಚೀಲ ಒಂದು ಕಡೆ ಬಿಸಾಕಿ ಆರಾಮ ಖುರ್ಚಿಯ ಮೇಲೆ ಸುಮ್ಮನೇ ಕೂತೆ. ಸಮಾಧಾನವೆನ್ನಿಸಿತು. ಅಲ್ಲಿಯೇ ಇದ್ದ ಅವ್ವ 'ಎ....ಎ... ಎ ಗೌರೀ ಗೌರೀ ಅಲ್ಯಾಕೆ ಕೂತೆ? ಖುರ್ಚಿ ವಸ್ತ್ರವೆಲ್ಲ ಮೈಲಿಗೆ ಆಯ್ತು ನೋಡು ಅದನ್ನು ತೆಗೆದು ಮೊದ್ಲು ನೀರಲ್ಲಿ ನೆನೆ ಹಾಕು' ಎಂದು ಸಿಡುಕಿದಳು. ನಾನು ಮಿಕಿ–ಮಿಕಿ ಅವ್ವನನ್ನೇ ನೋಡುತ್ತಾ ಕೂತೆ.

ಅಷ್ಟರಲ್ಲಿ ಅಲ್ಲಿಗೆ ಬಂದ ಆಯಿ, 'ಅದಕ್ಕೇನು ಗೊತ್ತಾಗ್ತದೆ? ಇನ್ನೂ ಸಣ್ಣದು' ಎನ್ನುತ್ತ ಮುಖ ಚಿಕ್ಕದು ಮಾಡಿ ಒಳನಡೆದಳು. ಆಗಲೇ ಒಳ ಬಂದ ದಾದನಲ್ಲಿ ಅವ್ವ 'ಮಡೀ ಮೈಲಿಗೆ ಏನೇನಿಲ್ಲ ನಮ್ಮನೇಲಿ, ಎಲ್ಲಾ ಕಿಟ್‌ಮುಟ್ಟು. ನಮ್ಮ ಕಾಲದಲ್ಲಿ ಕೊಟ್ಟಿಗೆಯಲ್ಲಿ ಮಲಗಿ ಸಗಣಿಯ ಗುಳಗೀ ನುಂಗತಿದ್ವಿ. ಇವರಿಗೆ ಸೌಲತ್ತು ಸಿಕ್ಕಿದೆ ಸೌಲತ್ತು' ಎಂದು ಬಡಬಡಿಸುತ್ತಲೇ ಇದ್ದಳು.

ಮಾವಿನ ಮರದ ಸುತ್ತ ಮಣ್ಣು ಪೇರಿಸಿ ದಣಿದು ಬಂದ ದಾದ ಏನೂ ಮಾತಾಡದೇ 'ಹುಶ್' ಎನ್ನುತ್ತ ಇನ್ನೊಂದು ಖುರ್ಚಿಯ ಮೇಲೆ ಕೂತು ಪೇಪರು ಓದ ಹತ್ತಿದರು. ಅವ್ವ 'ಆಗ್ಲಿ ಆಗ್ಲಿ ನಾನೇ ಆ ಆರಾಮ ಖುರ್ಚಿಯ ಮೇಲೆ ಕೂತುಕೊಳ್ಳೋದು ಬಿಟ್ಟುಬಿಡ್ತೇನೆ' ಎಂದು ಘೋಷಿಸಿಬಿಟ್ಟಳು. ದಾದ ನನ್ನ ಮುಖ ನೋಡಿ ನಸು ನಗುತ್ತ ಗೊನೆಯ ಬಾಳ ಹಣ್ಣನ್ನು ಜಗ್ಗಿ ತಂದು ನನಗೊಂದು ಕೊಟ್ಟು, ತಾವು ಎರಡು ತಿಂದರು. ದಾದನೇ ಕೈಯಾರೆ ನೆಟ್ಟ ಪುಟ್ಟ ಮಾವಿನ ಸಸಿ, ಕಸಿ ಮಾಡಿಸಿದ ಮೇಲೆ ಈ ವರ್ಷವೇ ಹೂವು ಬಿಟ್ಟಿತ್ತಂತೆ. ದಾದ ಆಯಿಯ ಬಳಿ ಖುಷಿಯಿಂದ ಹೇಳಿಕೊಂಡರು.

'ಉಣ್ ಬಾರೇ ಗೌರೀ' ಎಂದು ಆಯಿ ಅಡಿಗೇ ಮನೆಗೇ ಕರೆದು ದಿನವೂ ಉಣ್ಣುವ ತಾಟಲ್ಲೇ ಅನ್ನ ಇಕ್ಕಿದಳು. ಒಳ ಜಗಲಿಯಲ್ಲೇ ಹಾಸಿಕೊಟ್ಟು ಸ್ವಲ್ಪ ಹೊತ್ತು ಮಲಗಿ ಏಳಲು ಹೇಳಿದಳು. ಅವ್ವ 'ನನ್ನ ತಾಟು ನಾನು ಬೇರೆ ಕಡೆ ತೆಗೆದಿಟ್ಟುಕೋಳ್ತೇನೆ' ಎಂದು ಅವಸರದಿಂದ ಒಳನಡೆದಿದ್ದಳು.

■

ಕೆಲಸ ಮುಗಿಸಿ ಹೊರ ಬಂದ ಆಯಿ, ನನ್ನ ಹಾಸಿಗೆಯಲ್ಲೇ ತಲೆ ಬೆನ್ನು ಸವರುತ್ತ ತಾನೂ ಅಡ್ಡಾದಳು. ಕೊಟ್ಟಿಗೆಯಲ್ಲಿಯ ಕರುವನ್ನು ದಾದ ಕಟ್ಟು ಬಿಡಿಸಿ, ಆಕಳಿಗೆ ಹುಲ್ಲು ಹಾಕಿ ಬಂದರು. ಆಗಲೇ ಮೋಡವೊಂದು ಬಾಯಿ ಬಿಚ್ಚಿಕೊಂಡು ದೋದೋ ಎಂದು ಮಳೆ ಸುರಿಯಲಾರಂಭಿಸಿತು..

ತುಷಾರ – 2000

ಬಣ್ಣದ ಕೌದಿ

ರಾಮದಾಸ ಬಂದಾಗ ವೇದಾ ಹೊರ ಖೋಲಿಗೆ ಹೊಂದಿಕೊಂಡಂತೆಯೇ ಇರುವ ಬಚ್ಚಲ ಖೋಲಿಯಲ್ಲಿ ಸ್ನಾನ ಮಾಡುತ್ತಿದ್ದಳು. ಹೊರಗೆ ಬೆತ್ತದ ಖುರ್ಚಿಯಲ್ಲಿ ಕೂತ ಮಾಮಾ ಎರಡೆರಡು ಬಾರಿ ಕಣ್ಣು ತಿಕ್ಕಿಕೊಳ್ಳುತ್ತ ಗೇಟಿನ ಸದ್ದು ಬಂದತ್ತ ನೋಡುತ್ತಲೇ ಇದ್ದರು. ಇತ್ತೀಚೆಗೆ ಕಣ್ಣು ತುಸು ಹೆಚ್ಚೇ ಮಸುಕಾದುದರಿಂದ ಅವರಿಗೆ, ಬಂದವನು ಎಡ್ವಿನ್ನನೋ ರಾಮದಾಸನೋ ಒಮ್ಮೆಲೇ ಗೊತ್ತಾಗಲಿಲ್ಲ. ಚಿಕ್ಕವರಿದ್ದಾಗಲೂ ಅಷ್ಟೇ. ಇಬ್ಬರೂ ಹೋಲಿಕೆಯಲ್ಲಿ ಒಂದೇ ತರಹ. ನಿಧಾನ ಬಂದು ಹತ್ತಿರ ನಿಂತು ಅಲ್ಲೇ ಇದ್ದ ಬಿಳಿಯ ಪ್ಲಾಸ್ಟಿಕ್ ಖುರ್ಚಿಯೊಂದನ್ನು ಎಳೆದು ಕೂತವನನ್ನು ಶಬ್ದಗಳಲ್ಲೇ ಗ್ರಹಿಸಿ ಪರಾಂಬರಿಸುತ್ತ ನೋಡಿದರು ಮಾಮಾ.

ಅರೆ! ಹೌದು, ನಮ್ಮ ದಾಸನೇ. ಒಂದೂ ಮಾತಿಲ್ಲ. ಬಾಡಿದ ಮುಖ. ಮಾಮಾಗೆ ಅಚ್ಚರಿ. ಇನ್ನು ಮುಂದೆ ನೋಡಿಯೇನೊ ಇಲ್ಲವೊ ಎಂಬಂಥ ಅನುಮಾನದಲ್ಲಿದ್ದ ಅದೇ ಮುದ್ದು ಮಗನ ಮುಖ. 'ಅರೇ.... ಅರೇ... ದಾಸಾ...' ಎನ್ನುತ್ತ ಕಳಕೊಂಡ ಅಮೂಲ್ಯ ವಸ್ತುವೊಂದು ಪುನಃ ಸಿಕ್ಕ ಉತ್ಸಾಹದಲ್ಲಿ ಏಳಲು ಹೋದರು ಮಾಮಾ. 'ಕೂತ್ಕೊ.... ಕೂತ್ಕೊ....' ಎಂದು ದಾಸ ಸೋತಂತಹ ಸಣ್ಣ ದನಿ ತೆಗೆದ. ಮೂರು ವರ್ಷಗಳ ಮೇಲೆ ಕೇಳಿದ ಮಗನ ಈ ಕಂಪನದ ಹೊಸ ದನಿಗೆ ಮಾಮಾ ಚಾಳೀಸು ಹುಡುಕಿ ಹಾಕಿಕೊಂಡು ಅವನ ಮುಖವನ್ನೇ ದಿಟ್ಟಿಸಿ, ಅದರಲ್ಲಿದ್ದ ಭಾವವನ್ನು ಓದಲು ಪ್ರಯತ್ನಿಸಿದರು. ಕ್ಷಮೆ ಯಾಚಿಸುವಂತಿರುವ ವಾಲಿದ ಕಣ್ಣುಗಳು, ಬಿಗಿದುಕೊಂಡ ತುಟಿ. ಯಾರದು ಸರಿಯೋ ಯಾರದು ತಪ್ಪೊ ತೀರ್ಪು ಹೇಳಲು ನಾನು ಯಾರು? ಎಂದು ಅನ್ನಿಸುತ್ತ ಹೋದ ಹಾಗೆ, ಎಲ್ಲದಕ್ಕೂ ತಾನು ಅಸಹಾಯಕ ಎಂದೆನಿಸಿ ಅವರಿಗರಿವಿಲ್ಲದೇ ಕಣ್ಣು ತುಂಬಿ ನಿಂತಿತು.

ಮಗ ಮ್ಯಾಟ್ರಿಕ್ ಇರುವಾಗ ತೀರಿ ಹೋದ ಆ ತಾಯಿಯದೇ ಕಣ್ಣು ಮೂಗು ಹಣೆಗಳ ಹೋಲಬು. ಹೌದಲ್ಲ, ಅಷ್ಟು ವರ್ಷಗಳು ನಾನು ಇಷ್ಟು ಅಕ್ಕರೆಯಿಂದ

ಇವನನ್ನು ನೋಡಿಯೇ ಇರಲಿಲ್ಲ. ಮಾತುಗಳೇ ಹೊರಬರದೇ 'ಅದೂ... ಹ್ಞು... ಹ್ಞು' ಎಂದು ಮುಖ ಅಲುಗಾಡಿಸುತ್ತ ತೊದಲಿದರು. ಅಪ್ಪನ ತೀಕ್ಷ್ಣ ದೃಷ್ಟಿಯನ್ನು ಎದುರಿಸಲಾಗದೇ ರಾಮದಾಸ, ಒಳಗೆ ಬಚ್ಚಲ ಖೋಲಿಯಿಂದ ಕೇಳಿ ಬರುತ್ತಿದ್ದ ಸ್ನಾನದ ನೀರು ಚೆಲ್ಲುವ ಸ್ವರವನ್ನಾಲಿಸುತ್ತ ಅಲ್ಲಿಯೇ ಇದ್ದ ಪತ್ರಿಕೆಯೊಂದನ್ನು ಎಳೆದು ಅದರಲ್ಲೇ ಕಣ್ಣು ನೆಟ್ಟಂತೆ ಕೂತುಬಿಟ್ಟ.

ಹೊರಗೆ ಮಳೆ ಬರುವ ಸೂಚನೆಯಿತ್ತು. ಬಿಸಿಲೇರಬೇಕಾದ ಆ ಹನ್ನೊಂದರ ಸಮಯದಲ್ಲಿ ಸಂಜೆ ಆರರ ತಂಪು ವಾತಾವರಣ. ಸುತ್ತ ದಟ್ಟ ಅರಣ್ಯಗಳಿರುವ ಈ ಹಳಿಯಾಳ ಭಾಗದಲ್ಲಿ ಮಳೆ ಸುರಿಯಿತೆಂದರೆ ಮೋಡವೇ ಕಿತ್ತು ಬಿದ್ದಂತೆ. ಮಳೆ ಬಂದು ನಿಂತ ನಾಲ್ಕು ದಿನ ರಸ್ತೆಗಳಲ್ಲಿ ನಡೆಯುವ ಹಾಗಿಲ್ಲ.

ಮಾಮಾ ತಾವು ಸರ್ವಿಸಿನಲ್ಲಿದ್ದಾಗ ಮನೆಯ ಸುತ್ತ ತಂದು ಹಚ್ಚಿದ ಕಾಡಿನ ಪುಟ್ಟ ಸಸಿಗಳೆಲ್ಲ ಈಗ ಬೆಳೆದು ಮರವಾಗಿವೆ. ಅವರ ಈ ಹಳೆಯ ಹೆಂಚಿನ ಮನೆಗೆ ಬಿಸಿಲ ಝಳವೇ ತಟ್ಟಿದ್ದಿಲ್ಲ. ಮರಗಳ ನೆರಳು ಸದಾ ಮನೆಯನ್ನಾವರಿಸಿರುತ್ತದೆ. ಮಾಮಾ ಮನೆಗೆ 'ಅರಣ್ಯ' ಅಂತಲೇ ಹೆಸರಿಟ್ಟಿದ್ದಾರೆ. ಇದಿರಿನ ಹಸಿರು ಗೋಡೆಗೆ ಬರೆಸಿದ ಆ ಬಿಳಿಯ ಬಣ್ಣದ ಅಕ್ಷರಗಳು ಈಗ್ಯಾಕೋ ತುಸು ಮಸುಕಾದಂತೆ ಕಾಣುತ್ತಿದೆ.

■

ಬಚ್ಚಲು ಖೋಲಿಯಿಂದಲೇ ವೇದಾ ಹೊರಗೆ ಯಾರೋ ಬಂದಂತಹ ಸದ್ದು ಆಲಿಸಿದ್ದಳು. ಬೆಚ್ಚಗಿನ ನೀರು ಬೆತ್ತಲೆ ಮೈ ಮೇಲೆ ಬೀಳುತ್ತಿದ್ದಂತೆ ಎಂಥದೋ ಹೊಸ ಚೇತನ. ಎಲ್ಲಿಂದೆಲ್ಲಿಗೋ ಹಾರಿ ನೆಗೆದಂತೆ. ರೆಕ್ಕೆ ಬಂದುಬಿಟ್ಟಿದೆಯೊ ಎಂಬಷ್ಟು ಹಗುರು. ಮಿಂದ ನೀರಿನೊಂದಿಗೆ ಮನಸ್ಸಿನ ವಿಕಾರಗಳೆಲ್ಲ ಬಚ್ಚಲು ತೂತಿನಲ್ಲಿ ಹರಿದು ಕಳೆದು ಹೋದಂತೆ. ಹೊಸ ಹಸಿರಿಗೆ ಮೈ ತಳೆದು ನಿಂತಂತೆ. ಮೈ ವರೆಸಿಕೊಳ್ಳುವಾಗ ಏನೋ ರೋಮಾಂಚನ. ನಾನು ಬದಲಾಗುತ್ತಿದ್ದೇನೆ ಅನ್ನಿಸಿತವಳಿಗೆ. ಗರಿಗರಿಯಾದ ನೈಟಿ ತೊಟ್ಟು, ಲಿರಿಲ್ ಸೋಪಿನ ಸುವಾಸನೆ ಹರಡಿದ ಬೆಚ್ಚಗಿನ ಬಚ್ಚಲಿನ ಬಾಗಿಲು ತೆರೆಯುವದೇ ಬೇಡಾ ಅನ್ನಿಸುತ್ತಿದ್ದರೂ ಕೈ ತಾನೇ ತಾನಾಗಿ ಚಿಲಕ ಜಗ್ಗಿತ್ತು.

ಹೆಗಲಲ್ಲಿ ಬಿಳಿಯ ಟಾವೆಲ್ಲೊಂದನ್ನು ಹಾಕಿಕೊಂಡೇ ಅದರ ತುದಿಯಿಂದ ಕಿವಿಯನ್ನೊರೆಸುತ್ತ ಹೊರ ಬಂದಳು. ಎದುರು ಕಂಡ ಈ ದೃಶ್ಯ ನಂಬಲಿಕ್ಕೇ ಆಗದೇ ತಕ್ಷಣ ಬಾಗಿಲ ಹಿಂದೆ ಸರಿದು ನಿಂತಳು. ವೇದಾ ಹೊರ ಬಂದ ಸುಳಿವು ಸಿಕ್ಕರೂ ದಾಸ, ತಲೆ ಎತ್ತಿ ನೋಡುವ ಧೈರ್ಯ ತೋರದೇ ಪತ್ರಿಕೆಯಲ್ಲೇ ಕಣ್ಣು ಕೀಲಿಸಿ ವಿಗ್ರಹದಂತೆ ಕೂತುಬಿಟ್ಟ. ವೇದಾ ಮೈ ಮೇಲೆ ಸ್ವಾಸ್ಥ್ಯವೇ ಕಳಕೊಂಡಂತೆ, ನೆತ್ತರೆಲ್ಲ ಒಮ್ಮೆಲೇ ಕಣ್ಣಿಗೆ ನುಗ್ಗಿ ಬಂದಂತೆ, ಅದುರುತ್ತಿರುವ ಕಾಲನ್ನು ಭಾರ ಹಾಕಿ ನೆಲಕ್ಕೂರುತ್ತ ತತ್ತರಿಸಿದಳು. ಇಬ್ಬರ ನಡುವೆ ಬರೀ ಮೌನವೇ ಮನೆ ಮಾಡಿಕೊಂಡಿತ್ತು.

■

‘ಯಾಕೆ ಹೀಗೆ ಮಾಡಿದಿ?’ದಾಸನ ಕಾಲರು ಪಟ್ಟಿ ಹಿಡಿದು ಜಗಳ ತೆಗೆವ, ಕೆನ್ನೆಗೆರಡು ಬಾರಿಸುವ ಅಥವಾ ಅತ್ತು ಕರೆದು ಗೋಳಾಡುವ ಎಲ್ಲ ಅಧಿಕಾರವೂ ಅವಳಿಗಿತ್ತು. ಆದರೆ ಏನೂ ಅರ್ಥವಿಲ್ಲದ್ದದು. ಯಾಕೆಂದರೆ ಅವನಲ್ಲಿ ಅದಕ್ಕೆ ಉತ್ತರವೇ ಇರಲಿಲ್ಲ. ಯಾಕೋ ಈತ ಬೇಗ ಇಲ್ಲಿಂದ ಎದ್ದು ಹೋಗಿಬಿಡಲಿ ಅನ್ನಿಸತೊಡಗಿತು.

ಮಾಮಾ ಚಾಳೀಸು ತೆಗೆದು ಕೈಯಲ್ಲಿ ಹಿಡಿದು, ಏನನ್ನೂ ಹೇಳಲಾರೆ, ಕೇಳಲಾರೆ ಎಂಬಂತಹ ಬಗೆಯಲ್ಲಿ ಅದೇ ಬೆತ್ತದ ಖುರ್ಚಿಯಲ್ಲಿ ಮುಖ ಮೇಲಕ್ಕೆತ್ತಿ ತಲೆಯಾನಿಸಿಕೊಂಡು ಕಣ್ಣು ಮುಚ್ಚಿ ಕೂತುಬಿಟ್ಟಿದ್ದರು. ಅದೊಂದು ಮಾವ, ಸೊಸೆ ಹಾಗೂ ಮಗನ ಸುಂದರ ರೇಖೆಗಳ ಕಟ್ಟು ಹಾಕಿದ ಚಿತ್ರದಂತೆ ತೋರುತ್ತಿತ್ತು. ಇಲ್ಲಿ ವರ್ಣಗಳನ್ನು ಮಾತ್ರ ತುಂಬದೇ ಬಿಟ್ಟಿದ್ದ ಆ ಕಲಾವಿದ.

ದಾಸ ಬದಲಾಗಿದ್ದಾನೆ. ವೇದಾ ಬಾಗಿಲ ಸಂದಿಯಿಂದಲೇ ತೀಕ್ಷ್ಣವಾಗಿ ವೀಕ್ಷಿಸಿದಳು. ತಲೆಗೂದಲ ಒಪ್ಪದಿಂದ ಹಿಡಿದು ತೊಟ್ಟ ಬೂಟಿನವರೆಗೆ. ಆ ಕಣ್ಣುಗಳಲ್ಲಿ ತನಗೆ ಅಪರಿಚಿತವಾದಂಥ ತನ್ನದಲ್ಲದ ನೋಟ ತುಂಬಿಕೊಂಡಿದೆ. ಇಷ್ಟು ದೊಡ್ಡ ಚಕ್ಸ್‌ಗಳಿರುವ ಶರ್ಟನ್ನು ಅವನು ಎಂದೂ ಧರಿಸಿದ್ದೇ ಇಲ್ಲ. ಈ ತರಹದ ಕಡು ಕಪ್ಪು ಬಣ್ಣದ ಪ್ಯಾಂಟನ್ನು ಅವನು ಎಂದೂ ತೊಟ್ಟಿರಲೇ ಇಲ್ಲ. ಎಲ್ಲ ತನ್ನ ಮನಸ್ಸಿನಾಚೆಯದು. ಈ ಮೂರು ವರ್ಷಗಳಲ್ಲಿ ಸಂಪೂರ್ಣ ಬದಲಾಗಿದ್ದಾನೆ. ಈ ಸಮಯದಲ್ಲಿ ಯಾವ ರೀತಿ ವರ್ತಿಸಬೇಕೆಂದೇ ತಿಳಿಯದೆ ವೇದಾ ದಿಗಿಲುಗೊಂಡಳು. ಈ ‘ಅರಣ್ಯ’ದಲ್ಲಿಯೇ ಹುಟ್ಟಿ–ಬೆಳೆದ ಈ ಜೀವಕ್ಕೆ ಯಾವ ಅನುಬಂಧದ ಭಾವನೆಗಳೂ ಇಲ್ಲವೇ? ಕೂತದ್ದು ಏನು? ಶಿಲೆಯೋ? ಮನುಷ್ಯನೊ?

■

ಏನಿದು? ಏನಾಗಬೇಕಿತ್ತು? ಈಗ ಏನು ನಡೆಯುತ್ತಿದೆ? ಖಂಡಿತ ನಾನು ಇವನಿಗೆ ಬೇಕಾಗಿಲ್ಲ. ಎಲ್ಲದರ ಹಿಂದಿನ ಸತ್ಯ ಇದು. ವೇದಾ ಒಳ ಓಡಿ ದೇವರ ಖೋಲಿಯಲ್ಲಿ ಮುಖ ಮುಚ್ಚಿ ಕೂತಳು. ಅಳಬೇಕೂ ಅನ್ನಿಸುತ್ತಲೇ ಇಲ್ಲ.

■

ಜೀವನದಲ್ಲಿ ಯಾರನ್ನೂ ಯಾವುದನ್ನೂ ಅಷ್ಟಾಗಿ ಹಚ್ಚಿಕೊಳ್ಳದ ಅಣ್ಣ, ಒಮ್ಮೆ ಬಂದು ಸಿಟ್ಟಿನಿಂದ ಹಾರಾಡಿದ್ದ: ‘ನನ್ನ ವಿಷಯ ಅವನಿಗಿನ್ನೂ ಗೊತ್ತಿಲ್ಲ. ಅವನು ಮುಂಬೈನಲ್ಲಲ್ಲ, ಪಾತಾಳದಲ್ಲಿ ಅಡಗಿದ್ದರೂ ಚಿಟಿಕೆ ಹೊಡೆದರೆ ಸಾಕು ಅವನ ಕೈಕಾಲು ಮುರಿದು ಬರುವ ಗ್ಯಾಂಗಿದೆ ನನ್ನ ಬಳಿ. ಯಾರೋ ದೋಸ್ತನ ಹೆಂಡತಿಯಂತೆ, ಆ

ಅವಳೇನಾದರೂ ಕೈಗೆ ಸಿಕ್ಕರೆ ಬ್ಲೇಡಿನಲ್ಲಿ ಸಿಗಿದುಬಿಡ್ತೇನೆ'.

■

ಇಬ್ಬರೂ ಜೀವದ ಗೆಳೆಯರು. ಒಮ್ಮೊಮ್ಮೆ ಒಂದೇ ತಾಟಿನಲ್ಲಿ ಊಟ. ದೀಪಾವಳಿ ಹಬ್ಬದಲ್ಲೆಲ್ಲ ಎಡ್ವಿನ್ ಇಲ್ಲಿ ಬಂದರೆ, ಕ್ರಿಸ್‌ಮಸ್‌ಗೆ ದಾಸ ಚರ್ಚಿಗೆ ಹೋಗಿ ಪ್ರಾರ್ಥನೆ ಮಾಡಿ ಎಡ್ವಿನ್ ಮನೆಯಲ್ಲಿ ಬಿರಿಯಾನಿ ತಿಂದೇ ಮನೆಗೆ ಬರುವಾ. ಸ್ಕೂಲು-ಕಾಲೇಜಿಗೆ ದಾಂಡೇಲಿ-ಧಾರವಾಡದ ಪಿಕ್‌ನಿಕ್ಕು-ಸಿನೆಮಾ ಅಂತೆಲ್ಲ ಜೊತೆಯಲ್ಲೇ ಓಡಾಡಿದವರು. ಮನೆಯ ಸುತ್ತ ತಾನು ತಂದು ನೆಟ್ಟ ಗಿಡ-ಮರಗಳ ಲೆಕ್ಕ ಹಾಕುತ್ತ ಅದರ ವಿಚಿತ್ರ ಹೆಸರುಗಳನ್ನು ಕೇಳಿ ಕೇಳಿ ಸವಿಯುತ್ತ ಅವು ಬೆಳೆದ ಹಾಗೆ ತಾವೂ ಬೆಳೆದವರು. ನೌಕರಿಗಾಗಿ ಕಾಯದೇ ಇಬ್ಬರೂ ಅಂಗಡಿಯಿಟ್ಟರು. ಎರಡು ಬೇರೆ ಬೇರೆ ಬೀದಿಗಳಲ್ಲಿ. ಜತೆಯಲ್ಲೇ ಅಂದರೂ ಎರಡು-ಮೂರು ತಿಂಗಳ ಅಂತರದಲ್ಲಿ ಮದುವೆ. ಮುಂದೆ ಹೀಗೆ ಪರಸ್ಪರ ಅವರಲ್ಲಿಗೆ ಇವರು, ಇವರಲ್ಲಿಗೆ ಅವರು ಬಂದು ಹೋಗಿ ಮಾಡುವರು. ಹಾಗಿರುವಾಗ ಇದ್ದಕ್ಕಿದ್ದಂತೆ ಹೀಗೇಕಾಯ್ತು? ಯಾರಿಗೂ ಗೊತ್ತಾಗಲಿಲ್ಲ. ಆ ಬಗ್ಗೆ ಯೋಚನೆ ಬಂದರೇನೇ ವಿಚಿತ್ರವೆನ್ನಿಸುತ್ತಿತ್ತು ಮಾಮನಿಗೆ.

ಅರಣ್ಯ ಇಲಾಖೆಯಲ್ಲಿ ಒಂದು ಕಾಲದಲ್ಲಿ ಶಿಸ್ತಿನ ಸಾಹೇಬನಾಗಿ ಕೆಲಸ ಮಾಡಿದ ಮಾಮಾ ರಿಟಾಯರ್ ಆಗಿಯೇ ಹತ್ತು ವರ್ಷ ಕಳೆದಿತ್ತು. ತಡವಾಗಿ ಮದುವೆ, ತಡವಾಗಿ ಒಬ್ಬ ಮಗ. ಮಾಮಾ, ದಾಸನ ಅಮ್ಮ ಹೋದ ಮೇಲಂತೂ ಮನೆಯಲ್ಲಿ ಇದ್ದುದಕ್ಕಿಂತ ಅರಣ್ಯದಲ್ಲಿದ್ದುದೇ ಜಾಸ್ತಿ. ಮಾಮಾನ ಕನಸಿನಲ್ಲಿ ಈಗಲೂ ಆ ದಟ್ಟ ಗಿಡ-ಮರಗಳೇ ಬರುತ್ತವಂತೆ. ಹಾಗೆ ಕನಸು ಕಂಡ ಇಡೀ ದಿನ ಮಾಮಾ ಖುಷಿಯಾಗಿರುತ್ತಾರೆ. ಆಗೆಲ್ಲ ದಾಸನೇನೂ ಒಂಟಿಯಾಗಿರಲಿಲ್ಲ. ಸದಾ ಜತೆಯಾಗಿ ಎಡ್ವಿನ್ನನಿರುತ್ತಿದ್ದ. ಮಾಮನಿಗೆ ಅದೇ ಸಮಾಧಾನವಿತ್ತು. ಈಗ ಅಷ್ಟು ದೊಡ್ಡ ಜೀವ ಮುಷ್ಟಿಯಲ್ಲಿ ಹಿಡಿದು ಕೂತು, 'ಅದು ಏನಾಯ್ತು ಅಂದ್ರ. ಹೇಗಾಯ್ತದು? ಅಂದ್ಕೊಂಡೇ ನಮಗ್ಯಾರಿಗೂ ಗೊತ್ತಾಗ್ಲಿಲ್ಲ' ಎಂದು ಬಂದವರೆದುರು ಕಣ್ಣೀರೊರೆಸಿಕೊಳ್ಳುತ್ತಿದ್ದರು ಮಾಮಾ.

■

ಅಂದು ಆ ದಿನ ದಾಸ ಮನೆಯಲ್ಲಿ ದೀರ್ಘ ಮೌನಿಯಾಗಿದ್ದ. ಮೊದಲ ದಿನವೂ, ರಾತ್ರಿ ನಿದ್ರೆ ಬರದೇ ಸೊಳ್ಳೆ ಹೊಡೆದುಕೊಳ್ಳುತ್ತ ಖಾಲಿಯಾದ ಗುಡ್‌ನೈಟ್ ಮ್ಯಾಟಿಗಾಗಿ ಹುಡುಕಾಡುತ್ತಿದ್ದ. 'ಅಪ್ಪನಿಗೆ ಬುದ್ಧಿ ಇಲ್ಲಾ , ಹೀಗೆ ಮನೇ ಸುತ್ತಲೂ ಇದ್ದ ಗಿಡ-ಮರಗಳ ತಂಪಿಗೆ ಸೊಳ್ಳೆ ಹೆಚ್ಚಾಗಿದೆ' ಅಂತೆಲ್ಲ ಗೊಣಗಾಡಿದ್ದ. 'ಅಬ್ಬಾ! ಈ 'ಅರಣ್ಯ'ದಲ್ಲಿ ಹುಟ್ಟಿ ಬೆಳೆದು ಇಪ್ಪತ್ತೆಂಟು ವರ್ಷದ ನಂತರ ಅವನಿಗಾದ ಜ್ಞಾನೋದಯವಿದು ಅನ್ನಿಸಿತ್ತು ವೇದಾಗೆ. ಬೆಳಿಗ್ಗೆ ಕುಡಿಯಲು ತುಂಬಿಟ್ಟುಕೊಂಡ

ನೀರು ವೇದಾ ಗಿಡಗಳಿಗೆ ಹಾಕಿದಳೆಂದು ರೇಗಿದ್ದ.

ಮಧ್ಯಾಹ್ನ ವೇದಾ ಅಡಿಗೆಗಿಡುವಾಗಲೇ ಇದ್ದ ಒಂದೇ ಗ್ಯಾಸು ಸಿಲೆಂಡರ್ ಖಾಲಿಯಾಗಿಬಿಟ್ಟಿತ್ತು. ದಾಸ ಇದ್ಯಾವುದೂ ತನಗೆ ಸಂಬಂಧಪಟ್ಟಿದ್ದೇ ಅಲ್ಲ ಎಂಬಂತಿದ್ದ ವೇದಾಗೆ, ಮಾಮಾನ ಊಟದ ಹೊತ್ತು ಮೀರುತ್ತದೆಂದು ಆತಂಕ ಶುರುವಾಗಿತ್ತು. ಆತ ಎಲ್ಲೋ ಹೊರಡುವ ತಯಾರಿ ನಡೆಸಿದ್ದಂತೆ ಕಂಡರೂ ಅಷ್ಟು ಗಾಬರಿ ಪಡುವಂತಹದ್ದೇನೂ ಇರಲಿಲ್ಲ. ದಾಸನ ಶರ್ಟಿನಿಂದಲೇ ದುಡ್ಡು ತೆಗೆದುಕೊಂಡ ವೇದಾ ಆಟೋ ತಂದು ಖಾಲಿ ಸಿಲೆಂಡರ್ ಹಾಕಿಕೊಂಡು ಹೊರಟರೂ ಯಾವುದೋ ಲೋಕದ ಯೋಚನೆಯಲ್ಲಿರುವಂತೆ ನಿಗೂಢವಾಗಿದ್ದ.

■

ವೇದಳ ತುಂಬಿದ ಸಿಲೆಂಡರ್ ಮನೆಗೆ ಬರುವ ಹೊತ್ತಿಗೆ ದಾಸ ಹೊರಟಾಗಿತ್ತು. ಊಟವಾಗಿರಲಿಲ್ಲ. 'ಇಲ್ಲೇ ಎಲ್ಲೋ ಹೋಗಿರಬೇಕು, ಬರ್ತಾನೆ' ಎಂದರು ಮಾಮಾ. ಮಾವ-ಸೊಸೆ ಊಟ ಮುಗಿಸಿದರು. ಈತ ಸಂಜೆಯಾದರೂ ಇಲ್ಲ. ರಾತ್ರಿ ಹತ್ತರ ಸುಮಾರಿಗೆ 'ನಮ್ಮ ಜಸಿಂತಾ ಏನಾದರೂ ನಿಮ್ಮ ಮನೆ ಕಡೆ ಬಂದಿದ್ದಳೊ?' ಎನ್ನುತ್ತ ಸ್ವಲ್ಪ ಆವೇಶದ ನಡಿಗೆಯಲ್ಲೇ ಎಡ್ವಿನ್ ಬಂದಿದ್ದ. ಆದರೂ ಯಾರಿಗೂ ಈ ಥರದ ಸಂಶಯವಿಲ್ಲ. ಊರಿನಲ್ಲಿರುವ ಅಮ್ಮನಿಂದ ಹಿಡಿದು ಎಲ್ಲಾ ಸಂಬಂಧಿಕರ ಮನೆಗೂ ಫೋನಾಯಿತು. ತನ್ನ ಮಾನ ಹರಾಜಾಗುವ ಸುದ್ದಿಯನ್ನು ತಾನೇ ಎಲ್ಲೆಡೆ ಹರಡಿದಂತೆ ಎಡ್ವಿನ್ನನಿಗೆ ಕಸಿವಿಸಿಯಾಯಿತು. ನಂತರ ಒಂದೂ ಆಸ್ಪತ್ರೆ ಬಿಡದೇ ಹುಡುಕಿಯೂ ಆಯ್ತು. ಎಲ್ಲೋ ಹೊರ ಹೋದವಳಿಗೆ ಅಪಘಾತವೇನಾದರೂ ಆಗಿ ಪ್ರಜ್ಞೆ ತಪ್ಪಿ ಮಲಗಿರುವಳೋ ಎಂಬ ಸಣ್ಣ ಆಸೆ ಅವನಿಗೆ.

'ಇಬ್ಬರ ಮನೆಯಲ್ಲೂ ಇಬ್ಬರೂ ಇಲ್ಲ' ಅಂತ ತಿಳಿದ ಗಳಿಗೆಯಲ್ಲಿ ಎಡ್ವಿನ್ ಮತ್ತು ವೇದಾಗೆ ಪ್ರಾಣ ಕುತ್ತಿಗೆಗೆ ಬಂದಂತೆನ್ನಿಸಿತು. ಇನ್ನು ಮೇಲೆ ತಲೆ ಎತ್ತಿ ತಿರುಗುವುದು ಹೇಗೆ?

ಆ ನಂತರ ಹಳಿಯಾಳದ ಜನ ಒಬ್ಬೊಬ್ಬರಾಗಿ ದಾಸ ಮತ್ತು ಜಸಿಂತಾಳನ್ನು ಒಟ್ಟೊಟ್ಟಿಗೆ ನೋಡಿದ ದೃಶ್ಯವನ್ನು ಬಣ್ಣ ಕಟ್ಟಿ ಮಾತಾಡಿದರು. ಅದು ಜನರ ತಪ್ಪಲ್ಲವಲ್ಲ. ವೇದಾಗೆ ಖಾತ್ರಿಯಾಗತೊಡಗಿತು. ಎಡ್ವಿನ್ ಮಾತ್ರ ಯಾವುದೇ ಲೆಕ್ಕದಲ್ಲೂ ನಂಬಲು ತಯಾರಿರಲಿಲ್ಲ.

ಯಾರಿಗೂ ಮುಖವನ್ನೇ ತೋರಿಸದೇ ಅಂಗಡಿ ಬಂದು ಮಾಡಿ ತಿಂಗಳುಗಟ್ಟಲೇ ದಾಡಿ ಬಿಟ್ಟುಕೊಂಡು ಚರ್ಚಿನಲ್ಲಿ ಹೋಗಿ ಕೂತಿರುತ್ತಿದ್ದ. ದಿನಾ ಅಲ್ಲಿ ಗಮನಿಸುತ್ತಿದ್ದ ಫಾದರ್ರು, ಕೊನೆಗೊಂದು ದಿನ 'ನೀನು ಇಷ್ಟು ದುಃಖಪಡುವಂಥದ್ದೇನೂ ನಡೆದಿಲ್ಲ, ಬೆಳಕಿಗೆ ಬಾ'ಅಂದರಂತೆ.

ನಂತರ ಮಾಮನ ಆರೋಗ್ಯ ವಿಚಾರಿಸುವ ಕಾಳಜಿಯಿಂದ ದಿನಾ ಮನೆಗೆ

ಬಂದ. ಆಗ ಒಂದು ದಿನ 'ನಾನು ಅವಳಿಗೆ ಏನನ್ನೂ ಕಡಿಮೆ ಮಾಡಿದ್ದಿಲ್ಲ' ಅವನ ಬಾಯಲ್ಲಿ ಹೊರಟ ಮಾತು ಇದೊಂದೆ. ಆಮೇಲೆ ಮಾತಿಲ್ಲದೇ ಕೂತ. ಆ ಮೌನವೇ ವೇದಳಿಗೂ ಹಿತವಾಗಿತ್ತು.

■

ಅಮ್ಮ ಊರಿಗೆ ಕರೆದೊಯ್ಯಲು ಬಂದವಳು ಬಹಳ ನೊಂದಿದ್ದಳು. 'ತಂದೆಯಂತಿರುವ ಮಾಮನನ್ನು ಒಂಟಿಯಾಗಿ ಇಲ್ಲಿ ಬಿಟ್ಟ, ಅಲ್ಲಿ ಬಂದು ಏನು ಸುಖ ಪಡಲಿ?' ಎಂಬ ವೇದಾ ಮಾತಿಗೆ ಊರಿಗೆ ಹಿಂತಿರುಗುವ ಅಮ್ಮ 'ಮಾವನ ಸೇವೆ ಮಾಡುತ್ತ ಬದುಕು ಸವೆಸುತ್ತಿಯೊ?' ಅಂತ ಯಾಕೋ ವ್ಯಂಗ್ಯವಾಗಿ ಕೇಳಿದಂತೆನಿಸಿತು. ಅಮ್ಮ ಅಳಿಯನನ್ನು ಮನಸ್ಸಿಗೆ ಬಂದಂತೆ ಬೈಯಲೂ ತಯಾರಿಲ್ಲ. ಅವಳಿಗೆ ಮಗನನ್ನು ಈ ತರಹ ಬೆಳೆಸಿದ ಮಾಮನ ಮೇಲೆ ಅಸಮಾಧಾನ. 'ಇಲ್ಲಿ ನನ್ನದೇನೂ ತಪ್ಪಿಲ್ಲದಿದ್ದರೂ ಶಿಕ್ಷೆ ಮಾತ್ರ ನನಗೆ' ಎಂದು ವೇದಾ ಅಮ್ಮನ ಬಳಿ ಮಾತ್ರ ಪ್ರಾಮಾಣಿಕವಾಗಿ ಬಿಕ್ಕಳಿಸಿದಳು.

ಜಸಿಂತಾನ ಮಮ್ಮಿ-ಡ್ಯಾಡಿ ಬಂದವರು ಅವಳನ್ನು ಅರ್ಥಮಾಡಿಕೊಳ್ಳದೇ ಸಂಕಟಪಡುತ್ತ 'ಅಂಥದ್ದೊಬ್ಬಳು ಮಗಳಿದ್ದಳು ಎಂಬುದನ್ನೇ ಮರೀತೇವೆ' ಎನ್ನುತ್ತ ದುಃಖಪಟ್ಟರು. ಹೀಗೆ ಎಲ್ಲ ಕಡೆಯಿಂದಲೂ ಅನುಕಂಪದ ಅಲೆ ಹರಿದು ಬರತೊಡಗಿತ್ತು. ಅದನ್ನು ಉಳಿಸಿ ಬೆಳೆಸಿಕೊಳ್ಳಲು ವೇದಾ ಮೊದಮೊದಲು ತನಗೇ ಗೊತ್ತಿಲ್ಲದಂತೆ ನಿತ್ಯವೂ ದಾಸನ ಧ್ಯಾನದಲ್ಲೇ ಇರುವಂತೆ ನಟಿಸತೊಡಗಿದ್ದಳು.

ಅಲ್ಲಾ, ಎಂಥಾ ಆಕರ್ಷಣೆ ಇದ್ದೀತು ಅವಳಲ್ಲಿ. ನನಗಿಂತ ದಪ್ಪಗಿದ್ದಾಳೆ, ನನಗಿಂತ ಕುಳ್ಳಗಿದ್ದಾಳೆ, ನನಗಿಂತ ಕಪ್ಪಗಿದ್ದಾಳೆ. ಒಮ್ಮೊಮ್ಮೆ ಜಸಿಂತಾ ಮೇಲೆ ದ್ವೇಷದ ಜ್ವಾಲೆ ಭುಗಿಲೇಳುವುದು. ಆಗ ಎಲ್ಲ ನನ್ನದಾಗಿದ್ದದ್ದು ಈಗ ಅವಳ ಪಾಲಿಗೆ ಹೋಗಿದೆ. ತನ್ನಲ್ಲಿ ಇಲ್ಲದೇ ಇದ್ದ ಏನೋ ಒಂದನ್ನು ದಾಸ ಅವಳಲ್ಲಿ ಕಂಡುಕೊಂಡ. ಎಲ್ಲಾದರೂ ಸುಖವಾಗಿರಲಿ ಎಂದೂ ಒಮ್ಮೊಮ್ಮೆ ದೊಡ್ಡ ತ್ಯಾಗಮಯಿಯಂತೆ, ಸತೀ ಶಿರೋಮಣಿಯಂತೆ ಯೋಚಿಸುವಳು.

ವರ್ಷಗಟ್ಟಲೇ ಕಾಯ್ದು ಅಣ್ಣ, ಮತ್ತೆ ಬಂದು ಎಗರಾಡಿದ್ದ: ಅವನಿಗೇ ನೀನು ಬೇಡಾ, ಪುನಃ ಅವನ ಧ್ಯಾನವೆಂಥದು? ಎಲ್ಲಿದ್ದಾನೆ ಹುಡುಕಿ, ಅವನಿಂದ ಸಹಿ ತೊಗೊಂಡು ಬರ್ತೇನೆ.

ಈ ಅಣ್ಣನಿಗೆ ಎಡ್ವಿನ್ ಮೇಲೂ ವಿಪರೀತ ಸಿಟ್ಟು. 'ಎಲ್ಲ ಆಗಿದ್ದು ಇವನಿಂದಲೇ, ಈತ ಹೆಂಗಸರಂಥವ, ಹೆಂಡತಿಯನ್ನು ಹದ್ದುಬಸ್ತಿನಲ್ಲಿಟ್ಟಿದ್ದರೆ ನಿನ್ನ ಗತಿ ಹೀಗಾಗುತ್ತಿರಲಿಲ್ಲ. ಅಂಥವನನ್ನು ಮನೆಯೊಳಗೆ ಬಿಟ್ಟುಕೊಳ್ಳುತ್ತೀರಿ, ನೀನೂ ಸರಿ; ನಿನ್ನ ಮಾಮನೂ ಸರಿ. ಇವನಿಗೆ ಮೊದಲು ಝಾಡಿಸಬೇಕು.' ಅಣ್ಣನ ದ್ವೇಷ, ಉರಿ ಎಲ್ಲ ಕಣ್ಣೆದುರಿಗಿದ್ದ ಪಾಪದ ಈ ಎಡ್ವಿನ್ ಮೇಲೆ.

ಮಾಮನೇ ಆ ದಿನ ಸಮಾಧಾನದಿಂದ ಅಣ್ಣನನ್ನು ಕೂಡಿಸಿಕೊಂಡು ಬುದ್ಧಿ ಹೇಳಿದರು:'ಅವನನ್ನು ನಾನು ಸಣ್ಣವನಿದ್ದಾಗಿಂದ ಬಲ್ಲೆ, ಅವನೇನು ಗಂಟು-ಮೂಟೆ ಕಟ್ಟಿ ಇಂಥವನ ಜತೆ ಹೋಗೆಂದು ಕಳಿಸಿದ್ದಾನೋ, ಸ್ವಲ್ಪ ಶಾಂತವಾಗಿ ಯೋಚಿಸು. ಇದರಿಂದ ಎಡ್ವಿನ್ನನೂ ಬಹಳೇ ನೊಂದಿರುವಾ'.

ವರ್ಷದಿಂದೀಚೆಗೆ ದಾಸ, ಇಲ್ಲಿರುವ ತನ್ನ ಅಂಗಡಿಯನ್ನು ಯಾರಿಗೋ ಮಾರಿದ್ದಾನೆ ಅಂತೆಲ್ಲ ಗಾಳಿ ಸುದ್ದಿ ತೇಲಿ ಹೋದರೂ ಅವನ ಮುಖ ಪುನಃ ಹೀಗೆ ನೋಡುವ ಸಂದರ್ಭ ಬರುತ್ತದೆಂದು ವೇದಾಗೆ ಅನ್ನಿಸಿರಲೇ ಇಲ್ಲ. ಈ ಮೂರು ದೀರ್ಘ ವರ್ಷಗಳಲ್ಲಿ ವೇದಳೂ ಮರೆತಿದ್ದಳು. ಜನರ ಬಾಯಿಗೂ ಬೀಗವಿತ್ತು. ಮಾಮಾ ಮಾತ್ರ ಬರಿ ಗೇಟಿನ ಬದಿಯೇ ಲಕ್ಷ್ಯವಿಟ್ಟಿರುತ್ತಿದ್ದರು.

■

ದೇವರ ಖೋಲಿಯಿಂದ ಎದ್ದು ಬಂದು ಮತ್ತೆ ಬಾಗಿಲ ಸಂದಿಯಿಂದ ಹಣಕಿದಳು ವೇದಾ. ಇನ್ನೂ ತಲೆ ತಗ್ಗಿಸಿ ಅದೇ ಭಂಗಿಯಲ್ಲಿ ಕೂತೇ ಇರುವ ರಾಮದಾಸನ ಶರ್ಟಿನ ಕಿಸೆಯಲ್ಲಿ ಎದ್ದು ಕಾಣುವ ನಾಲ್ಕು ಮಡಿಕೆಯ ಬಿಳೀ ಹಾಳೆ. ವೇದಾಗೆ ಮೈಯೆಲ್ಲ ಉರಿದಂತಾಯಿತು. ಏನೋ ಅರ್ಥವೇ ಆಗದ ಸೋಲು, ಬಳಲಿಕೆ. ಅಪ್ಪನನ್ನೇ ನೋಡುತ್ತ ಎದ್ದು ನಿಂತ.

'ನನ್ನ ಜತೆ ಬಂದುಬಿಡಪ್ಪ' ಒಂದೇ ಮಾತು ಅವನ ಬಾಯಿಂದ ಉದುರಿತ್ತು. ಮಾಮ ಕೇಳಿಸದವರಂತೆ ಕಣ್ಣು ಮುಚ್ಚಿ ಕೂತೇ ಇದ್ದರು. 'ಮತ್ತೇನು ಹೇಳುತ್ತಾನೋ, ಇನ್ನೇನಾದರೂ ಕೇಳುತ್ತಾನೋ ಅಯ್ಯೋ ದೇವರೇ' ಎಂದು ವೇದಾ ಅಂದುಕೊಳ್ಳುತ್ತಿರುವಾಗಲೇ ದಾಸ ಎದ್ದು ನಡೆದೇಬಿಟ್ಟಿದ್ದ. ಒಳಗೊಮ್ಮೆ ತಿರುಗಿಯೂ ನೋಡಲಿಲ್ಲ. ಹೊರಗೆ ಮಳೆ. ಆ ಸುರಿಯುವ ಮಳೆಯಲ್ಲೇ ಹೋದ. ವೇದಾಗೆ ನಿರಾಳ. ಪುನಃ ದೇವರ ಖೋಲಿಗೆ ಹೋಗಿ ಕೂತು ಏನೂ ಯೋಚಿಸದೆ ಕಣ್ಣು ಮುಚ್ಚಿದಳು. ಅಲ್ಲಿ ನಿತ್ಯ ಮಾಮನೇ ಪೂಜಿಸುವ ಎಲ್ಲ ದೇವರುಗಳೂ ಇದ್ದವು.

ಈ ಸಲ ಹೊರಗೆ ಎಡ್ವಿನ್ ಬಂದ ಸದ್ದು. ಅವನ ಪರಿಚಿತ ಹೆಜ್ಜೆ ಸಪ್ಪಳದಲ್ಲೇ ಈಗೀಗ ಗೊತ್ತಾಗಿ ಹೋಗುತ್ತದೆ. ಮಾಮನನ್ನು ನಯವಾಗಿ 'ಗುಳಿಗೆ ತೊಗೊಂಡಿದೀರೊ'ವಿಚಾರಿಸಿದ. 'ಇವತ್ತು ಬೀಪಿ ಚೆಕಪ್ಪಿಗೆ ಡಾಕ್ಟ್ರು ಬರ್ತಾರೆ, ರೆಡಿಯಾಗಿರಿ' ಅಂದ. ಹೊರಗೇ ತೆಗೆದಿಟ್ಟ ಚಾಳೀಸಿನ ಧೂಳು ವರೆಸಿ, ಅದರ ಬಾಕ್ಸಿಗೆ ಸೇರಿಸಿದ. ಈಗ ಕಣ್ಣು ತೆರೆದ ಮಾಮಾ 'ಊಟ ಮಾಡಿಕೊಂಡು ಹೋಗೋ' ಎಂದರು. ಆತ ರಾಮದಾಸ ಬಿಟ್ಟು ಹೋದ ಖುರ್ಚಿಯನ್ನೇ ಇನ್ನಷ್ಟು ಹತ್ತಿರಕ್ಕೆಳೆದು ಕೂತ. 'ಕಿವಿ ಯಾಕೋ ಸ್ವಲ್ಪ ನೋವು' ಎನ್ನುತ್ತ ಮಾಮಾ, ಎಡಗಿವಿಯಲ್ಲಿ ಕಿರುಬೆರಳು ತೂರಿಸಿ ಪಟ-ಪಟ ಅಲುಗಾಡಿಸಿದರು. 'ಹೀಗೆ ಗಾಳಿಗೆ ಕೂತಿದ್ದೀರಿ, ಒಳಗೆ ಹೋಗುವಾ. ನಾಳೆ ಒಂದು ಮಫ್ಲರ್ ತರ್ತೇನೆ, ಬೆಚ್ಚಗಿರ್ತದೆ' ಅಂದ. ಇವೆಲ್ಲ ಯಾವುದೋ ಲೋಕದ

ಸಂಭಾಷಣೆಯಂತೆ ವೇದಾಗೆ ಕೇಳುತ್ತಿತ್ತು.

ಕನಸು ಚೂರು ಚೂರಾದಂತೆನಿಸಿದರೂ ಎಲ್ಲದಕ್ಕೂ ಬಣ್ಣವಿದೆ. ಅವೆಲ್ಲ ಬಣ್ಣದ ಚೂರುಗಳು ಒಂದಕ್ಕೊಂದು ಹೇಗೆ ಸೇರಿಕೊಂಡುಬಿಟ್ಟಿವೆ, ಆಶ್ಚರ್ಯ! ಬೆಚ್ಚಗೆ ಹೊದೆಯಲು ಮೋಹಕವಾದ ಬಣ್ಣದ ಕೌದಿ ತನ್ನಿಂದ ತಾನೇ ನಿರ್ಮಾಣವಾಗಿಬಿಟ್ಟಿದೆ. ವೇದಾ ಒಳಗೆ ಏನೂ ಇಲ್ಲದವಳಾಗಿ ಹಾಗೂ ಆ ಖಾಲಿತನದಲ್ಲಿಯೇ ಎಲ್ಲ ಪಡೆದುಕೊಂಡವಳಂತೆ ವಿಸ್ತಾರವಾಗುತ್ತ ನಡೆದಳು.

■

ಈಗ ಹೊರಗಿನ ಎಲ್ಲ ಸದ್ದುಗಳೂ ತನ್ನಷ್ಟಕ್ಕೆ ತಾನೇ ನಿಂತುಬಿಟ್ಟವು. ಈಗ ಪೂಜಾ ಕೋಣೆಯ ಪುಟ್ಟ ಕಿಟಕಿಯಷ್ಟೇ ತೆರೆದಿದೆ. ಅಲ್ಲಿಂದ ದಾಸ ಎದ್ದು ಹೋದ ಮಳೆ ತೊಯ್ದು ನಿಂತ ಗೇಟು ಕಾಣುತ್ತಿದೆ. ಇನ್ನೇನೂ ಇಲ್ಲ.

ಆಕಾಶಕ್ಕೆ ಚಾಚಿದಂತೆ ಆ ಹಸಿರು ಬೆಟ್ಟ ಸನಿಹಕ್ಕೆ ಬಂತು. ಈಗ ಪೂಜಾ ಖೋಲಿಯೇ ಹಂಸದಷ್ಟು ಬೆಳ್ಳಗಿನ ಒಂದು ಲಿಫ್ಟಾಗಿ ಪರಿವರ್ತನೆಯಾಯಿತು. ಮೂರು ಬಾಯ್ ಮೂರರ ಆಕಾರದ ಪುಟ್ಟ ಲಿಫ್ಟು. ಅಲ್ಲಿ ಕೂತಿದ್ದ ದೇವರುಗಳೆಲ್ಲ ಒಂದು ಮನುಷ್ಯಾಕೃತಿಯಾಗಿ ರೂಪು ತಳೆದವು. ಲಿಫ್ಟಿನ ಬಾಗಿಲು ಹಾಗೇ ಸದ್ದಿಲ್ಲದೇ ಮುಚ್ಚಿಕೊಂಡಿತು.

ಅಷ್ಟೆಲ್ಲ ದಿನಗಳು ಹೊಟ್ಟೆಯಲ್ಲಿದ್ದವ, ಎದೆಯಲ್ಲಿದ್ದವ, ಹೊರಬಂದು ಮುಖತೋರದೇ ಸತಾಯಿಸಿದವ, ಈತ ಯಾರಾಗಿರಬಹುದು? ಯಾರವ? ಯಾರವ? ಎನ್ನುತ್ತ ಕಾತರದಿಂದ ವೇದಾ ಚಡಪಡಿಸಿದಳು. ಕ್ಷಿತಿಜದಷ್ಟು ದೂರವಾಗಿದ್ದ ಆ ಮುಖ, ಅವನ ಮಿಂಚಿನ ಕಣ್ಣುಗಳ ಬಿಂಬ ಅವಳೆದೆಯಲ್ಲೇ ಮೂಡಿ ಬಂದಂತೆ ಸ್ಪಷ್ಟವಾಗತೊಡಗಿತು. ಅರೆ! ಅಲ್ಲಿ... ಅಲ್ಲಿ... ಎಡ್ವಿನ್ನನೇ ಇದ್ದ. ಅವನ ಕೈಯಲ್ಲಿ ಒಂದು ಕೆಂಪು ಗುಲಾಬಿ ಮೊಗ್ಗಿತ್ತು. ಕಿಸೆಯಿಂದ ಹೇರ್‌ಪಿನ್ ತೆಗೆದು ಹಲ್ಲಿನಲ್ಲಿ ಕಚ್ಚಿ, ಅವಳ ಕಿವಿಯ ಬಳಿ ಮುಡಿಸಿದ. ಅಲ್ಲಿ ಬರಿ ತಾಯಂತೆ ಪೊರೆವ, ಗೆಳೆಯನಂತೆ ಸ್ವೀಕರಿಸುವ ಅಂತಃಕರಣದ ಭಾವ. ವೇದಾಗೆ ಈಗ ಏಳು ಮಲ್ಲಿಗೆಯ ತೂಕ. ಈ ಕ್ಷಣಗಳು ಯುಗಗಳಾಗಲಿ. ಅವನ ಹಸ್ತ ಹೂವಿನ ಹಾಗೆ, ಮಗುವಿನ ಹಾಗೆ ಅವಳ ತಲೆ ಸವರಿತು. ಈ ಮಧುರ ಸಾಂಗತ್ಯದಲ್ಲಿ ಬದುಕು ದುಸ್ತರವಲ್ಲ ಅನ್ನಿಸಿತು.

ಯಾವ ಯಂತ್ರದ ಸಹಾಯವಿಲ್ಲದೇ ಈ ಲಿಫ್ಟು ಹೂವ ಎಸಳಿನ ಹಾಗೆ ಆಗಸದ ತುಂಬ ವಿಹರಿಸತೊಡಗಿತು. ಈ ಆಸ್ತಿ–ಪಾಸ್ತಿ, ಮನೆ–ಮಠ, ದುಡ್ಡು–ಕಾಸು, ಮಾನ–ಮರ್ಯಾದೆ ಅವೆಂಥದೂ ಬೇಕೇ ಆಗದ ಹಸಿವೇ ಇಲ್ಲದ ಲೋಕಕ್ಕೆ ಎಡ್ವಿನ್ ಕರೆದೊಯ್ದ. ವೇದಳಿಗೆ ಈಗ ರಾಮದಾಸ್–ಜಸಿಂತಾ ಅರ್ಥವಾಗತೊಡಗಿದರು. ಸನಿಹಕ್ಕೆ ಬಂದರು. ಇಲ್ಲಿ ಎಡ್ವಿನ್ನ ಕಣ್ಣುಗಳಲ್ಲಿ ಸಮುದ್ರದ ನೀಲಿ ಇತ್ತು. ಅವನ ಇನಿದನಿಗೆ ತಂಗಾಳಿಯ ಲಾಲಿತ್ಯ. ಇಲ್ಲಿ ಎಲ್ಲವೂ ಹಿತ. ಆಕಾರವೇ ಇಲ್ಲದ ಆತ್ಮವಷ್ಟೇ

ಇದೆ ಇಲ್ಲಿ. ಎಲ್ಲ ಸಂಗತಿಗಳಿಗೂ ಇಲ್ಲಿ ಆತ್ಮದ ಮೂಲಕವೇ ಸಂವಾದ.

■

ಹಾರುತ್ತಿರುವ ಲಿಫ್ಟು ಎಲ್ಲೋ ಒಂದು ಕಡೆ ಭೂಮಿಯ ಮೇಲೆ ಕೆಳಗಿಳಿಯಿತು. ಬಾಗಿಲು ತೆರೆಯಿತು. ಅಲ್ಲೆಲ್ಲ ಮೈಮೇಲೆ ಬಟ್ಟೆಗಳೇ ಇಲ್ಲದ ಹೆಂಗಸರಿದ್ದರು. ಅವರೆಲ್ಲ ಹಸಿವಿನಿಂದ ರೋಧಿಸುತ್ತಿದ್ದರು. ಅವರೆಲ್ಲರ ಕೈಯಲ್ಲಿ ಒಂದೊಂದು ಕಪ್ಪುಬೋರ್ಡು. ಅದರಲ್ಲಿ ಮೂಡಿದ್ದ ಕಪ್ಪು ಬಣ್ಣದ್ದೇ ಅಕ್ಷರಗಳು. ವೇದಾಗೆ ಅದೇನೆಂದು ಓದಲು ಕಾಣಲೇ ಇಲ್ಲ. ಆ ಬೋರ್ಡಿನ ನಡುವೆ ಹಚ್ಚಿದ್ದ ರಾಮದಾಸನ ಕಿಸೆಯಲ್ಲಿ ಇದ್ದಂತಹುದೇ ಬಿಳಿಯ ಕಾಗದ.

ಆ ಹೆಂಗಸರೆಲ್ಲ ತಮ್ಮದೇ ಆಹಾರ ಕಂಡಂತೆ ಓಡಿ ಬಂದು ಲಿಫ್ಟನ್ನು ಮುತ್ತಿಗೆ ಹಾಕಿದರು. ವೇದಳಿಗೆ ವಿಚಿತ್ರ ಭೀತಿ ಕಾಡಿತು. ಎಡ್ವಿನ್ ಅವಳನ್ನು ಬಳಸಿ ಲಿಫ್ಟಿನ ಒಳಗೆಳೆದುಕೊಂಡ. ಬಾಗಿಲು ಮುಚ್ಚಿಕೊಂಡಿತು. ಲಿಫ್ಟು ಚಲಿಸುತ್ತಿದೆ. ಬೆತ್ತದ ಖುರ್ಚಿಯಲ್ಲಿ ತೊಯ್ದು ಗೇಟನ್ನು ದಿಟ್ಟಿಸುತ್ತಲೇ ಕೂತ ಮಾಮಾನ ಮುಖದಲ್ಲಿ ನೆಮ್ಮದಿಯ ಛಾಯೆ ಮೂಡುತ್ತಿದೆ.

ಉತ್ಥಾನ

ವಶ

ಬಾಲ್ಯದ ಗೆಳತಿ ಮಾಧವಿಯ ಗೃಹಪ್ರವೇಶದಲ್ಲಿ ಕನ್ನಿಕಾ, ತನ್ನ ಮೂರು ವರುಷದ ಮಗಳು ರಶ್ಮಿಗೆ ಮೊದಲ ಪಂಕ್ತಿಯಲ್ಲೇ ಉಣ್ಣಿಸಿ ಕೈ ಬಿಟ್ಟು, ತಾನು ಮನೆಯ ಹೆಂಗಸರೊಂದಿಗೆ ಬಡಿಸಲು ಓಡಾಡುತ್ತಿದ್ದಳು. ಬರು-ಹೋಗುವವರ ಸಂಭ್ರಮ ಮುಗಿದು ಮನೆಯವರು ಊಟಕ್ಕೆ ಕೂಡುವ ಸಮಯದಲ್ಲಿ ಸರೀ ಹೊತ್ತಿಗೆ ರಶ್ಮಿ ಬಂದು 'ಅಮ್ಮಾ ಇಜ್ಜೀ ಅಮ್ಮಾ ಇಜ್ಜೀ' ಎಂದು ಮುಖ ಕಿವಿಚಿದಳು. ಕನ್ನಿಕಳಿಗೆ ಎಲ್ಲಿಲ್ಲದ ಕೋಪ ಉಕ್ಕಿ ಬಂತು. ಹೊಟ್ಟೆ ಬೇರೆ ಹಸಿದಿತ್ತು.

ಊಟ ಮುಗಿಸಿ ಹರಟೆ ಹೊಡೆಯುತ್ತ ಕೂತ ಅಜ್ಜಿಯರ ಗುಂಪೊಂದು ರಶ್ಮಿಯನ್ನು ನೋಡಿ 'ಅಬಾಬಾಬಾ, ಎಲ್ಲಾ ಮನೇ ಮಕ್ಕಳದೂ ಒಂದೇ ಹಾಡಾಯ್ತಲ್ಲ. ತಾಯಂದಿರು ಊಟಕ್ಕೆ ಕೂಡುವಾಗೇ ಈ ಮಕ್ಕಳಿಗೆ ಏನಾಗ್ತದೆ?' ಎಂದು ತಮ್ಮಷ್ಟಕ್ಕೇ ತಾವು ಅಂದುಕೊಂಡಿತು.

ಬಡಿಸುತ್ತಿದ್ದವಳು ಬಿಟ್ಟು ಕನ್ನಿಕಾ ಇತ್ತ ಬಂದಳು. ಹೊಸ ಮನೆಯ ಹೊಸ ಕಕ್ಕಸ್ಸು ಯಾಕೆ ಗಲೀಜು ಮಾಡುವದು? ಎಂದುಕೊಳ್ಳುತ್ತ ಮಗಳನ್ನು ಗೇಟಿನ ಹೊರಗೆ ಕರೆದೊಯ್ದಳು. ಸ್ವಲ್ಪ ದೂರಕ್ಕೆ ನಡೆದು ಗಿಡ ಗಂಟಿಗಳ ಹಿಂಡಿನ ನೆರಳಲ್ಲಿ, ಚೆಡ್ಡಿ ತೆಗೆದು ಕೂಡಿಸಿದಳು. ಅದೇ ಪುಟ್ಟ ಚಡ್ಡಿಯನ್ನು ಸೊಂಟಕ್ಕೆ ಸಿಕ್ಕಿಸಿಕೊಂಡಳು. 'ಆಯ್ತೇನೇ ಬೇಗ ಮಾಡು'ಎಂದು ಒಂದೇ ರಾಗ ಎಳೆಯುತ್ತ ನಿಂತಳು.

ಬಿಸಿಲಿನ ಝಳಕ್ಕೆ ಕೆಂಪು ಮಣ್ಣಿನ ಹೊಸ ರಸ್ತೆ ಕಾಯ್ದಿತ್ತು. ಹಿಂದಕ್ಕೆ ಕೈ ಕಟ್ಟಿ ಪಾದಗಳನ್ನು ಎತ್ತಿ ಎತ್ತಿ ಹಾಕುತ್ತ ಕನ್ನಿಕಾ ತುಂಬ ಹೊತ್ತು ನಿಂತೇ ಇದ್ದಳು. ತಾಳ್ಮೆಗೆಡತೊಡಗಿದ್ದಳು. ಹೊಟ್ಟೆ ಬೇರೆ ಚುರುಗುಡುತ್ತಿತ್ತು. ಆಹಾರ, ಜಾಗಗಳ ಬದಲಾವಣೆಯಿಂದ ನೀರು-ಗೀರು ಸರಿ ಯಾಗಿ ಕುಡಿಯದ ರಶ್ಮಿ ಬೇಗ ಬೇಗ ಇಜ್ಜಿಯೇ ಬರದೇ ಕೂತಲ್ಲೇ ಅರ್ಧ ತಾಸು ಮಾಡಿಬಿಟ್ಟಳು. ನಂತರ ನಿಧಾನ ಎದ್ದು ಬಂದವಳಿಗೆ ಕನ್ನಿಕಾ ಎಲ್ಲಿಯೋ ಇದ್ದ ಹೊಸ ಪ್ಲಾಸ್ಟಿಕ್ ತಂಬಿಗೆ ಹುಡುಕಿ ತಂದು

ತೊಳೆಸಿ ಚಡ್ಡಿ ಹಾಕಿ ತಾನೂ ಕೈ ತೊಳೆದುಕೊಂಡು ಊಟದ ಪೆಂಡಾಲಿಗೆ ಬಂದಳು.

ಮನೆಯ ಹೆಂಗಸರೆಲ್ಲ ಸಾಲಾಗಿ ಊಟಕ್ಕೆ ಕುಳಿತಿದ್ದರು. ಎಲ್ಲರದೂ ಅರ್ಧ ಊಟವಾಗಿ ಹೋಗಿತ್ತು. ತನಗೇನಾದರೂ ಆ ಸಾಲಿನಲ್ಲಿ ಒಂದು ಎಲೆ ಬಡಿಸಿದ್ದಿದೆಯೋ ಅಂತ ಬಾರೀಕಾಗಿ ಕಣ್ಣು ಹಾಯಿಸಿದಳು ಕನ್ನಿಕಾ. ಅಂಥದ್ದೇನೂ ಅಲ್ಲಿರಲಿಲ್ಲ. ತುಸು ಹೊತ್ತು ಅಲ್ಲಾಡದೇ ನಿಂತುಬಿಟ್ಟಳು. ಮಾಧವಿ ಅವಸರದಲ್ಲಿ ಉಣ್ಣುತ್ತ ಮಧ್ಯೆ-ಮಧ್ಯೆ ಎದ್ದು ಕೈ-ತೊಳೆದು ಬಂದು ಆಗಲೇ ಹೋಗಬೇಕೆಂದು ನಿಂತವರಿಗೆ ಕುಂಕುಮ ಕೊಡುತ್ತ ಮತ್ತೆ ಹೋಗಿ ಕೂತು ಅದೇ ಎಲೆಯಲ್ಲಿ ಉಣ್ಣುತ್ತಿದ್ದಳು. ಊಟಕ್ಕೆ ಕೂತ ಮಾಧವಿಯ ಸಂಬಂಧಿಕ ಹೆಂಗಸ್ಯಾರೊ ಒಬ್ಬಳು ಕನ್ನಿಕಾಳನ್ನೇ ಕರೆದು 'ಚೂರು ಪಲ್ಯ ಹಾಕು' ಎಂದು ಬಡಿಸಿಸಿಕೊಂಡಿದ್ದಳು.

ಹಾಗಾದರೆ ನಾನೂ ಸಹ ಊಟ ಮಾಡದೇ ಇದ್ದದ್ದು ಇವರ್‍ಯಾರಿಗೂ ನೆನಪಿಲ್ಲವೇ? ಅಥವಾ ರಶ್ಮಿಗೆ ಉಣ್ಣಿಸಲು ಕೂತಾಗಲೇ ನಾನೂ ಊಟ ಮುಗಿಸಿರುವೆನೆಂದು ತಪ್ಪು ತಿಳಿದರೆ? ಊಟ ಮಾಡುತ್ತಿರುವವರ ಮುಂದೆ ಹೋಗಿ ನಿಂತು 'ನನ್ನದೂ ಊಟವಾಗಿಲ್ಲ' ಅನ್ನುವುದು ಹೇಗೆ? ಹೀಗೆ ಯಾರೊಬ್ಬರೂ ಹೇಳದೇ ನಾನೇ ಹೋಗಿ ಊಟ ಬಡಿಸಿಕೊಂಡು ಊಟ ಮಾಡಲೂ ಸಹ ಏನೋ ಸಂಕೋಚ, ಎಲ್ಲೋ ಸ್ವಾಭಿಮಾನ ಅಡ್ಡ ಬಂದಂತಾಯಿತು. ಛೆ! ಉಪವಾಸವಾದರೂ ಇದ್ದೇನು. ಹಾಗೆಂದು ಊಟ ಮುಗಿಸಿ ಎಲೆ-ಅಡಿಕೆಯ ಪಾನು ಮೆಲ್ಲುತ್ತ ಕೂತ ಗುಂಪಿನಲ್ಲಿ ಹೋಗಿ ತಾನೂ ಒಂದು ಖುರ್ಚಿ ಎಳೆದು ಕೂತುಬಿಟ್ಟಳು ಕನ್ನಿಕಾ. ಇಷ್ಟೇ ಹೊತ್ತಿಗೆ 'ಇಜ್ಜೀ' ಎಂದು ಜೀವ ತಿಂದ ರಶ್ಮಿಯ ಮೇಲೆ ಅಸಾಧ್ಯ ಸಿಟ್ಟು ಉಕ್ಕಿ ಬಂತು.

■

ಪಕ್ಕದಲ್ಲೇ ಕೂತ ಅಪರಿಚಿತ ವ್ಯಕ್ತಿಯೊಬ್ಬ, ಅಲ್ಲಿಯೇ ಓಡಾಡಿ ಆಡುತ್ತಿದ್ದ ರಶ್ಮಿಯನ್ನು 'ಹಾಡು ಹೇಳಿದರೆ ಬಿಡ್ತೇನೆ' ಎನ್ನುತ್ತ ಎರಡೂ ಕಂಕುಳಿಗೆ ಕೈ ಹಾಕಿ ನಿಲ್ಲಿಸಿ ಬಿಟ್ಟ. ಅಪರಿಚಿತನ ಹಿಡಿತದ ಬಿಗಿಗೆ ಅವನ ದಾಡಿ ಮೀಸೆಗೆ ಹೆದರಿದ ರಶ್ಮಿ ಅಳಲು ಶುರು ಮಾಡಿ ಬಿಟ್ಟಳು. ಕನ್ನಿಕಾ ಮಗಳನ್ನು 'ಯಾಕೆ ಅಳೋದು? ಅವರೂ ಒಬ್ಬ ಅಂಕಲ್, ಮನೇಲಿ ಹೇಳುವ ಹಾಡೇ ಹೇಳು, ಅವರು ನಿನಗೆ ಗುಡ್‌ಗರ್ಲ್ ಅಂತಾರೆ' ಎಂದು ಸಂತೈಸುತ್ತಲೇ ಚೂರು ದೊಡ್ಡ ದನಿಯಲ್ಲಿ 'ಈ ನನ್ನ ಪುಟ್ಟ ತಮ್ಮಾ ನಗ್ತಾನೆ ಅಪ್ಪನ ಕಂಡರೆ ಅಳ್ತಾನೆ' ಎಂಬ ನರ್ಸರೀ ಪದವನ್ನು ಹೇಳಿಕೊಟ್ಟಳು. ತಾನು ದೊಡ್ಡ ಸ್ವರ ತೆಗೆದಿದ್ದರಲ್ಲಿ ತನ್ನ ದನಿ ಮಾಧವಿಗಾದರೂ ಕೇಳಿ ತಾನು ಊಟ ಮಾಡದೇ ಇದ್ದದ್ದು ನೆನಪಾಗಲಿ ಎಂಬ ಹಂಬಲವಿತ್ತೇ ತನಗೆ? ಎಂದು ಆಳದಲ್ಲೆಲ್ಲೋ ಅನ್ನಿಸುತ್ತಲೇ ತನ್ನ ಏರು ದನಿಗೆ ತಾನೇ ನಾಚಿದಳು. ಛೆ! ಒಂದು ಊಟಕ್ಕಾಗಿ ಇಷ್ಟೆಲ್ಲಾ ಮುಜುಗರ, ಬಿಗುಮಾನ, ಅಸಹ್ಯ, ಅವಮಾನಗಳಿರುತ್ತವೆಯೊ? ಕನ್ನಿಕಳಿಗೆ ಮೊದಲ ಬಾರಿ ಆದ ಅನುಭವವಾಗಿತ್ತದು.

ಯಾರೂ ಯಾವುದನ್ನೂ ಉದ್ದೇಶಪೂರ್ವಕ ಮಾಡಿದ್ದಲ್ಲ. ಹಾಳು ಮರೆವು, ಗಡಿಬಿಡಿ, ಟೆನ್ಶನ್ನು ಎಂದೆಲ್ಲ ಮನವರಿಕೆ ಮಾಡಿಕೊಂಡು ಕೂತಿರುವಾಗ, ಹಸಿವು ಸ್ವಲ್ಪ ಉರಿದು ಹೋಗಿತ್ತು.

ಊಟಕ್ಕೆ ಕೂತವರೆಲ್ಲ ಒಬ್ಬೊಬ್ಬರು ಒಂದೊಂದು ಮಾತಾಡುತ್ತ ಆರಾಮಾಗಿ ಉಣ್ಣುತ್ತಿದ್ದರು. 'ಭೋಲೋ ಜನಾ ಬಂದ್ರು ಹ್ಞಾ' 'ಅಡಿಗೆ ಏನೂ ಜಾಸ್ತೀ ಉಳೀಲಿಲ್ಲ ನೋಡು', 'ನಿನ್ನೆ ನಮೂನೆ ಮಳೆ ಬಂದರೆ ಬರೋರಿಗೆಲ್ಲ ಭಾಳ ತೊಂದ್ರೆ ಆಗ್ತಿತ್ತು', 'ಪುರಿ ಅಷ್ಟಕ್ಕಷ್ಟೇ ಆಯ್ತಂತೆ', 'ಚಿರೂಟಿ ರಾಶಿ ಮಿದೂ ಆಯ್ತಲ್ಲ', 'ಹೌದೌದು ಮುಟ್ಟಿದರೆ ಪುಡಿ ಪುಡಿ', 'ಅಡಿಗೆಯವರೆಲ್ಲ ಉಂಡರೋ ಏನು?', 'ಎಲ್ಲರದೂ ಊಟವಾಯ್ತೋ ಇಲ್ಲೋ ಮತ್ತೆ?', ' ಯಾರು ಉಳಿದರು? ರು... ರು.... ಏ... ಯೇ... ಅರೇ.... ಅರೇ.... ಕನ್ನಿಕಾ... ಹೌದು ಏ.... ಕನ್ನಿಕಾಂದು ಊಟ ಆಯ್ತೇನೆ?'

ಮಗಳಿಗೆ ಸಂಡಾಸು ಮಾಡಿಸಲಿಕ್ಕೆ ಕರ್ಕೊಂಡು ಹೋಗಿತ್ತಲ್ಲ? ಹೌದು ಆಗ ಮಗಳಿಗಷ್ಟೇ ಉಣ್ಣಿಸಿತ್ತು. ನಮ್ಮ ಜತೆ ಎಲ್ಲರಿಗೆ ಬಡಿಸುತ್ತಲೇ ಇತ್ತಲ್ಲ. ಹೌದು ಅವಳದು ಊಟವಾಗಿಲ್ಲ. ಏ ಕನ್ನಿಕಾ.... ಏ ಕನ್ನಿಕಾ.... ಏ ಕನ್ನಿಕಾ... ಒಮ್ಮೆಲೇ ಏಳೆಂಟು ದನಿಗಳು. ಯಾವ ದೇವರು ಶಾಪ ವಿಮೋಚನೆ ಮಾಡಿ ನೆನಪು ತರಿಸಿದ್ದು? ಆ ದೇವರಿಗೆ ನಮೋ ನಮಃ.

ಅರ್ಧದಲ್ಲೇ ಊಟ ಬಿಟ್ಟೆದ್ದು ಎಲೆ ಇಟ್ಟು ಬಡಿಸಿ ಕೈ ಹಿಡಿದು ಕರೆದೊಯ್ದು ಕೂಡಿಸುವಾಗ ಮಾಧವಿಯ ಕಣ್ಣಲ್ಲಿ ಇಳಿದ ಎರಡೇ ಹನಿ ನೀರಿಗೆ, ಗೃಹ ಪ್ರವೇಶದ ಮನೆಯಲ್ಲಿ ತುಂಬಿದ್ದ ಎಲ್ಲರ ಆತ್ಮವನ್ನೂ ತೊಳೆದು ಶುದ್ಧೀಕರಿಸುವ ಅಗಾಧ ಶಕ್ತಿಯಿತ್ತು.

ವಿದ್ಯಾವರ್ಧಕ ಸಂಘದ ಹೊಸಬರ ಬರಹ

'ಬಯಲ ಬೇರ ಚಿಗುರು'–2003 ಸಂಕಲನ

ನೋ ಎಂಟ್ರಿ

ಧಾರವಾಡದ ಟಿಕಾರೆ ರಸ್ತೆಯ ವಿಜಯಾ ಬೇಕರಿಯ ಪಕ್ಕ 'ಮಂಗೇಶ ಇಲೆಕ್ಟ್ರಿಕಲ್ಸ್' ಇಟ್ಟುಕೊಂಡಿರುವ ಗಿರಿಧರ ಇದ್ದಕ್ಕಿದ್ದಂತೆ ಬಂದ ಆಯಿಯ ಕಾಗದ ಓದಿ, ಅಂಗಡಿ ಮುಚ್ಚಿ ತನ್ನ ಕಡಲ ತಡಿಯ ಪುಟ್ಟ ಊರಿಗೆ ಬಂದಾಗ ದೆಣಪೆಯಲ್ಲೇ ಬಾಲವಾಡಿಸುತ್ತ ಓಡಿ ಬಂದು ಸ್ವಾಗತಿಸಿತು ಗಿರಿಯ ಅಚ್ಚುಮೆಚ್ಚಿನ ರಾಜ.

ಆಯಿ, ವರೆದ ನಯವಾದ ಅಂಗಳದಲ್ಲೇ ಕೂತು, ಹಲ್ಲಿನೊಳಗೆ ತುಟಿ ಬಿಗಿಹಿಡಿದು ಮೊರದಲ್ಲಿ ಎದುರು ಗಾಳಿಗೆ 'ಚೊಚ್ಚೋ ಚೊಕ್ಕುಳಿ ಚೊಕ್ಕೊ' ಎಂಬ ಲಯಬದ್ಧ ನಾದ ಹೊಮ್ಮಿಸುತ್ತ ಅಕ್ಕಿ ಗೇರುತ್ತಿದ್ದಳು. ಅಂಗಳದ ಬಾಜೂಕ್ಕೆ ತಂಪು ಕೊಡುವಂತೆ ಹರಡಿಕೊಂಡ ಅಜ್ಜಿಯ ಕಾಲದ ಹುಳೀ ಸುಂಬು ಮಾವಿನ ಮರವಿತ್ತು.

ಆಯಿ ಕಳವಳದಿಂದಲೇ ಎದ್ದು ಒಳಹೋಗಿ ಮಗನಿಗೆ ಬೆಲ್ಲ-ನೀರು ತಂದು ಕೊಡುತ್ತಲೇ ತಾಲೂಕಾಫೀಸಿನಿಂದ ಬಂದ ಸರಕಾರೀ ಕಾಗದವನ್ನೂ ಜತೆಯಲ್ಲಿ ನೀಡಿದಳು. 'ಆ ಹಾಳು ನೇವಿಯೋ ಏನೋ ಅಂತೆ, ಈ ಸಲದಿಂದ ಗದ್ದೆ ಬಿತ್ತುವ ಹಾಗಿಲ್ಲವಂತೆ, ಅದಕ್ಕೊಂದಿಷ್ಟು ದುಡ್ಡೂ ಕೊಡ್ತಾರಂತೆ ಓದಿ ನೋಡು ಸರಿಯಾಗಿ' ಎನ್ನುತ್ತ ಆಯಿ ಮತ್ತೆ ಅಕ್ಕಿ ಹಸನಿಗೆ ಕೂತಳು. ಗಿರಿ ಮೌನವಾಗಿ ಓದಿದ.

ಗಿರಿ, ಬಾವಿಕಟ್ಟೆಯ ಬಳಿ ಮಿಂದು ಬರುವುದರೊಳಗೆ ಆಯಿ ತಟ್ಟೆ ತುಂಬ ಗಂಜಿಯ ಜೊತೆಗೆ ಅಪ್ಪೆಮಿಡಿ ಉಪ್ಪಿನಕಾಯನ್ನು ಬಡಿಸಿಟ್ಟಿದ್ದಳು. ಆ ಹಬೆಯಾಡುತ್ತಿರುವ ಕುಚ್ಚಿಗೆ ಅಕ್ಕಿಯ ಪರಿಮಳ ಬಹಳ ಹಿಂದಕ್ಕೆ ಕರೆದೊಯ್ದು ಗಿರಿ ಅಹ್! ಎನ್ನುತ್ತ ಉಂಡೆದ್ದ. ಆಯಿಯ ಗಂಜಿ ತೆಳಿಯ ರುಚಿ ತನ್ನ ಬುದ್ಧಿ ತಿಳಿದ ಇಪ್ಪತ್ತು ವರ್ಷಗಳಿಂದ ಹೀಗೇ ಉಂಟು. 'ಎಂಥದೂ ಬದಲಾಗಲಿಲ್ಲ' ಅನ್ನಿಸಿತು ಗಿರಿಗೆ.

ಆಯಿ ಕೊಟ್ಟ ಕಾಗದವನ್ನು ಮಡಚಿ ಕಿಸೆಗೆ ಹಾಕುತ್ತ ಗಿರಿ, ಆಯಿಯನ್ನು ಕೂಗಿ 'ನಾನು ಹೀಗೆ ಹೋಗಿ ಹಾಗೆ ಬಂದು ಬಿಡ್ತೇನೆ, ಊರಲ್ಲಿ ಎಲ್ಲರಿಗೂ ಆದ ಹಾಗೆ ನಮ್ಗೂ ಆಗ್ತದೆ, ನೀನು ಚಿಂತೆ ಮಾಡ್ಬೇಡಾ' ಎಂದು ತುಸು ಆತಂಕದಿಂದಲೇ ಅಂದ.

ಗಿರಿ ಅಲ್ಲಿಯ ಅಧಿಕಾರಿಗಳ ಜತೆ ತಾಸುಗಟ್ಟಲೇ ಕೂತು ಎಲ್ಲ ವಿಷಯ ಕೇಳಿಕೊಂಡ. 'ಏನು, ಹೊಸ ವಿಷಯ ಅನ್ನುವ ಹಾಗೆ ಕೇಳುತ್ತೀರಲ್ಲ? ಇದು ಸರಕಾರದ ಆರ್ಡರ್. ಯಾರೂ ಏನೂ ಮಾಡೋ ಹಾಗಿಲ್ಲ. ಹತ್ತು ವರ್ಷದ ಹಿಂದಿನಿಂದ ನಡೀತಾ ಉಂಟಿದು. ನಿಮ್ಮ ಗದ್ದೆ ಹೋಗಿದ್ದಕ್ಕೆ ಉತಾರು ತೆಗೆದು ನೋಡಿ, ಹಣ ಕೊಡುತ್ತಿದ್ದೇವಲ್ಲ' ಎಂದೆನ್ನುತ್ತ ಗದರಿಕೊಂಡೇ ಹೇಳಿದಂತೆನಿಸಿತು ಗಿರಿಗೆ.

ಅಲ್ಲಿಯ ಎಲ್ಲ ನಿಯಮಗಳು ಮುಗಿದು ಪರಿಹಾರದ ಹಣ ಕೈಗೆ ಬಂದಾಗ ಮಧ್ಯಾಹ್ನವಾಗಿತ್ತು. ಎಷ್ಟೋ ಕಡೆ ಸಹಿ ಹಾಕಿ ನೋಟಿನ ಕಟ್ಟು ಹಿಡಿಯುವಾಗ ಗಿರಿಯ ಕೈಗಳು ಒಂದು ಕ್ಷಣ ಅದುರಿಬಿಟ್ಟವು. ಅದರ ಹಿಂದೆಯೇ ನೆರೆದ ಜನರೆಲ್ಲ 'ಇನ್ನೂ ನೌಕಾನೆಲೆಯ ವಿಸ್ತರಣೆ ನಡೆದಿದೆ ಯಂತೆ, ಮನೆ-ಮಠ ಹೋಗುವ ಸಂಭವವೂ ಉಂಟಂತೆ' ಎಂದು ಮಾತಾಡಿಕೊಂಡದ್ದನ್ನು ಕೇಳಿದ ಗಿರಿಗೆ ಅಲ್ಲಿ ನಿಲ್ಲಲಾರದ ಎಂಥದೋ ಅವ್ಯಕ್ತ ನೋವು ಆವರಿಸಿಬಿಟ್ಟಿತು.

ಮನೆಗೆ ಬಂದವನೇ ಗಿರಿ ಆಯಿಯ ಮುಖವನ್ನೂ ದಿಟ್ಟಿಸುವ ಧೈರ್ಯ ತೋರದೇ ದುಡ್ಡಿನ ಕಟ್ಟು ಒಯ್ದು ದೇವರ ಮುಂದೆ ಇಟ್ಟ. ಹಿಂದೆಯೇ ಬಂದ ಆಯಿ ಒಮ್ಮೆಲೇ 'ವರ್ಷಗಟ್ಟಲೇ ಕೂಡಿಸಿ ಉಣ್ಣಿಸುವ ಗದ್ದೆ ಹೇಗೆ ಕ್ಷಣದಲ್ಲಿ ದುಡ್ಡಾಯ್ತು, ನೋಡು' ಎನ್ನುತ್ತ ಕಂಬನಿ ಮಿಡಿದಳು.

ನಂತರ ಸುಧಾರಿಸಿಕೊಳ್ಳುತ್ತ 'ಆ ದುಡ್ಡಿನಲ್ಲಿ ನಿನ್ನ ಸೋದರತ್ತೆಯದೂ ಪಾಲಿದೆ. ನಿನ್ನ ದಾದನ ಬೆನ್ನಿಗೆ ಬಂದವಳು ಅವಳು. ಅಜ್ಜನ ಪ್ರಸಾದ ಇದು ಅಂತ ತಿಳಿಸಿ ಹೇಳಿ ಕೊಟ್ಟು ಕೈ ಮುಗಿದು ಬಾ' ಎಂದ ಆಯಿಯ ಸಲಹೆಗೆ ಗಿರಿ ಅರ್ಧಭಾರ ಕಳೆದಂತೆ ಹಗುರಾದ.

'ಈ ನೆಲದ ದುಡ್ಡು ಈ ನೆಲಕ್ಕೇ ಆಗಲಿ, ಅತ್ತೆಗೆ ಕೊಟ್ಟು ಉಳಿದರ್ಧದಲ್ಲಿ ಭಾಗಾಯತದ ಸುತ್ತ ಇದ್ದ ಮುಳ್ಳಿನ ಬೇಲಿ ತೆಗೆಸಿ ಕಲ್ಲಿ ನ ಪಾಗಾರು ಹಾಕಿಸುವಾ' ಎಂಬ ಆಯಿಯ ಮಾತಿಗೆ ಗಿರಿ ಏನೂ ಉತ್ತರಿಸದೇ ಸುಮ್ಮನಾದ.

'ನೌಕಾನೆಲೆ ವಿಸ್ತರಣೆಯಾಗುವುದಿದೆಯಂತೆ, ಪಾಗಾರು... ನೋಡಿಯೇ ವಿಚಾರ ಮಾಡಿಯೇ ಹಾಕಿಸುವಾ' ಎಂಬ ಬಾಯಿಗೆ ಬಂದ ಮಾತನ್ನು ಗಿರಿ ಗಂಟಲಲ್ಲೇ ನುಂಗಿಕೊಂಡ. ಅವನಿಗೆ ಬಾಯಲ್ಲಿ ಹೇಳುವುದಿರಲಿ ಹಾಗೆ ಯೋಚಿಸುವುದೂ ಸಹ ಹಿಂಸೆಯೆನ್ನಿಸಿಬಿಟ್ಟಿತ್ತು. ಗಿರಿ ಈ ಸಲ ಎಂದಿಲ್ಲದ ಆಸ್ಥೆಯಿಂದ ಮನೆಯನ್ನು ಆಸ್ವಾದಿಸತೊಡಗಿದ.

ಆಯಿ ಅಡಿಗೆ ಮನೆಯಲ್ಲಿ ಗಿರಿಗಿಷ್ಟವಾದ ಬಸಲೆ ಬೆರಕೆಯ ತಯಾರಿ ನಡೆಸಿದ್ದಳು. ಇಲ್ಲಿಯ ವಾತಾವರಣ, ಗಾಳಿ, ಬೆಳಕು, ನೀರಿನ ಸೆಳೆತಗಳು ಆ ಶಹರದ ಎಂಥ ಬೆತ್ತಲೆಯಲ್ಲೂ ಗಿರಿಯನ್ನು ಬೆಚ್ಚಗಿಡುತ್ತಿತ್ತು.

ಇನ್ನಿಲ್ಲದ ತಂಪು ಕೊಡುವ ಊಚಿಠಿಠಿಥಿ ಊಠಟಜ ಎಂದು ಆರನೇಯತ್ತೆಯ ಗಿರಿಯಿಂದಲೇ ಕೆಂಪು ಬಣ್ಣದಿಂದ ಬರೆಸಿಕೊಂಡ, ಸಮಾರಂಭದಲ್ಲಿ ಹಾಸಿದರೆ

ಒಂದೇ ಬಾರಿಗೆ ಐವತ್ತು ಜನರಾದರೂ ಮಲಗಬಹುದಾದಂತಹ ಉದ್ದವಾದ ಮೆತ್ತಿನ ಖೋಲಿ. ಅಲ್ಲೊಂದು ಪುಸ್ತಕ ಕಪಾಟು. ಅಲ್ಲಿರುವ ಹೈಸ್ಕೂಲು ದಿನಗಳ ಪಟ್ಟಿಯ ಕಿತ್ತ ಹಾಳೆಯಲ್ಲಿ ತಿಗಡೀ ಬಾಯೋರು ಬರಕೊಟ್ಟ ಆಲೂರು ವೆಂಕಟ ರಾಯರ ಕುರಿತ ಭಾಷಣ, ಎಲ್ಲ ಮಾಸ್ತರುಗಳ ಸಹಿ–ರೈಟ್ ಮಾರ್ಕ್‌ಗಳನ್ನು ಕಾಪಾಡಿಕೊಂಡು ಬಂದ ಲೇಖಿಕ್ ನೋಟ್‌ಬುಕ್‌ಗಳು. ತನ್ನದಲ್ಲದಂತೆ ತೋರುವ ಬಾಲ್ಯದ ಅಕ್ಷರಗಳು.... ಗಿರಿ ಎಲ್ಲವನ್ನೂ ನವಿರಾಗಿ ಸವರಿದ. ಪಕ್ಕದಲ್ಲಿಯೇ ಗಿರಿಗೆ ಮೊದಲ ಬಾರಿ ಸರಿಯಾಗಿ ಸಮಯ ನೋಡಿ ಹೇಳಲು ಕಲಿಸಿದ ಟೈಂಪೀಸು, ಚೂರು ರಿಪೇರಿಗೆ ಬಂದಿತ್ತು.

ಮೆತ್ತಿನಿಂದ ಕೆಳಗಿಳಿದು ಥೆಣೆಗೆ ಬಂದ ಗಿರಿ. ಅಲ್ಲಿ ಸುಣ್ಣ ಬಳಿದ ಬಿಳೀ ಗೋಡೆಯಲ್ಲಿ, ಕಾಶಿ–ಪ್ರಯಾಗ ಅಂತೆಲ್ಲ ತೀರ್ಥಯಾತ್ರೆ ಮುಗಿಸಿ ಬರುವಾಗ ಸ್ಟುಡಿಯೋದಲ್ಲಿ ತೆಗೆಸಿದ ಗಂಟು, ಮೂಟೆ, ಹಿತ್ತಾಳೆಯ ತಿರುಗಣಿ ಚಂಬಿನಲ್ಲಿರುವ ತೀರ್ಥದ ಸಮೇತ ಬಸವಳಿದ ಆಯಿ–ದಾದ ಅಜ್ಜಿಯರ ಕಪ್ಪು–ಬಿಳುಪು ಫೋಟೋ ಅಂದಿನಂತೆಯೇ ನಗುತ್ತಿತ್ತು. ಅದರ ಪಕ್ಕವೇ ಭಕ್ತ ಸುಧನ್ವ ಯಕ್ಷಗಾನ ಪ್ರಸಂಗದಲ್ಲಿ ಗಿರಿ ಹಾಕಿದ ಸುಧನ್ವನ ಪಾರ್ಟಿನ ಕಿರೀಟ–ಪೋಷಾಕಿನ ಬಣ್ಣದ ಭಾವಚಿತ್ರ.

ಈ ಮಾಟವಾದ ಇಳಿಜಾರಿನ ಕೆಂಪು ಹೆಂಚಿನ ಕೆಳಗೆ ಗಿರಿಯ ಬಾಲ್ಯದ ನೆನಪುಗಳೆಲ್ಲ ಆಶ್ರಯ ಪಡೆದಿದ್ದವು. ಆಯಿಗೆ ಪ್ರಿಯವಾದ ದೇವರ ಖೋಲಿ, ಮಂಟಪ, ಮಧ್ಯದಲ್ಲೇ ತುಸು ತೆಗ್ಗು ಬಿದ್ದ ಶ್ರೀಗಂಧ ತೇಯುವ ಕಲ್ಲು, ಸದಾ ಅಕ್ಕಿ ಮಡಕೆಯ ಕಂಠಕ್ಕೆ ಕಟ್ಟಿರುವ ಮಾವಿನೆಲೆಯ ನಡುವೊಂದು ಭತ್ತದ ಖದಿರು. ಇವೆಲ್ಲವನ್ನೂ ಎಲ್ಲಿಯದೋ ನೋಟಿನ ದಪ್ಪ ಕಟ್ಟುಗಳ ಜತೆ ಇಟ್ಟು ತಾಳೆ ನೋಡಿದಂತೆನಿಸುತ್ತ ಗಿರಿ, ಹಣದ ಪೆಂಡಿ ತೆಗೆದು ಟ್ರಂಕಿನಲ್ಲಿಟ್ಟ.

ಒಂದು ರೀತಿಯ ತಳಮಳ ಆವರಿಸಿಕೊಂಡು ಅಲ್ಲಿಯೇ ಮನೆಯ ಹಿಂಭಾಗಕ್ಕಿರುವ ಊರಿನ ನಿಜವಾದ ಕಂಪು ಸೂಸುವ ಈಶ್ವರ ದೇವಸ್ಥಾನಕ್ಕೆ ನಡೆದ. ಗರ್ಭಗುಡಿಗೆದುರಾಗಿ ಎಷ್ಟೋ ವರ್ಷಗಳಿಂದ ಕೂತೇ ಇರುವ, ಕೊಂಚ ಬಾಗಿದ ಬಸವಣ್ಣನ ಮುಂಗಾಲನ್ನು ಮುದ್ದಿನಿಂದ ಸವರಿದ. ನವಗ್ರಹಗಳ ಮುಂದಿಟ್ಟ ಹಬ್ಬದ ಹಣತೆಯ ಎಣ್ಣೆ ಜಿಗುಟಿನ, ಕರ್ಪೂರ ಬೆರೆಸಿದ ತುಳಸೀ ದಳವಿದ್ದ ತೀರ್ಥದ, ಪಚ್ಚೆ, ಕದಿರು, ಸಂಪಿಗೆಯ ಘಮವನ್ನು ಉತ್ಕಟವಾಗಿ ಆಸ್ವಾದಿಸಿದ.

ಫರ್ಲಾಂಗೇ ದೂರದಲ್ಲಿ ಅಸಾಧಾರಣ ಕಡಲ ತೆರೆಗಳು ಭೋರ್ಗರೆಯುತ್ತಿರುವ ಸದ್ದು ಗಿರಿಯನ್ನು ಸೆಳೆಯುತ್ತಿತ್ತು. ಅಷ್ಟೊತ್ತಿಗೇ 'ಗಿರಿ ಊಟ ಮಾಡ್ಕೊಂಡು ಹೋಗೋ' ಎಂದ ಆಯಿಯ ಕಕ್ಕುಲಾತಿಯ ದನಿ.

ಮನೆಗೆ ವಾಪಸ್ಸಾದ ಗಿರಿಗೆ, ಆಯಿಯ ಮುಖಕ್ಕೆ ಮುಖ ಕೊಟ್ಟು ಮಾತಾಡುವ ಧೈರ್ಯ ಬರಲಿಲ್ಲ. ಸುಮ್ಮನೇ ಹಾಕಿದ್ದು ಉಂಡೆದ್ದ. ಆಯಿಯ ಅಡಿಗೆಗೆ ಮಾತ್ರ ಎಂದಿನದೇ ರುಚಿ. ಉಂಡವನೇ ಭಾಗಾಯತದ ತೋಟದತ್ತ ನಡೆದ.

ಬಾವಿಯ ಕಲ್ಲಿನೊಳಗಿಂದ ಮೂಡುವ ಮಳೆಗಾಲದ ಕುಸುರಿ ಎಲೆಯ ಹಸಿರು ಸವರಿದ. ತೆಂಗಿನ ಗಿಡದ ಸುಯ್ಲು ಆಲಿಸಿದ. ಯಾಕೋ ತೆಂಗಿನ ಮರಗಳೆಲ್ಲ

ದಾದನನ್ನೇ ನೆನಪಿಸುವಂತಿದ್ದವು. ಬೆಲಗಿನಲ್ಲಿ ಸುಂಯ್ಗುಡುತ್ತ ಓಡುವ ಚೀಪಜ್ಜ ತೊಟ್ಟಿಯೆತ್ತಿ ಸುರಿದ ತಿಳಿಯಾದ ಬಾವಿ ನೀರು ಹಿಡಿಯುತ್ತ ಕೂತ. ತೊಟ್ಟಿಯ ಕರ್‌ಕರರ್ ಸದ್ದಿನ ಜತೆ ಚೀಪಜ್ಜ 'ಅಲ್ಲಿ ಊಟಕ್ಕೆಂಥಾ ಮಾಡ್ತೀಯೋ ತಮ್ಮಾ? ಒಂದು ಮದ್ವೆ ಮಾಡ್ಕೊ' ಎಂದು ದನಿಗೂಡಿಸಿದ. 'ಒಂದೇ ಸಾಕೋ?' ಎಂದು ಚೀಪಜ್ಜನನ್ನು ತಮಾಷೆ ಮಾಡುತ್ತ ಗಿರಿ ಅಲ್ಲಿ-ಇಲ್ಲಿ ಅಲೆದ. ಗಿರಿಯ ಮೈ ತೆಕ್ಕುವಂತೆ ಬೇಲಿ ಬಳಿ ಒಂದು ಕೆರೆ ಹಾವು ನುಸುಳಿ ಹೋಯಿತು. ಭಾಗಾಯತದ ಮೂಲೆಗಿರುವ ನಾಗದೇವತೆಯ ಗೂಡಿನ ಎದುರು ಗಿರಿ ಸ್ವಲ್ಪ ಹೊತ್ತು ಕಣ್ಣು ಮುಚ್ಚಿ ಕೂತ.

■

ಹತ್ತು ವರ್ಷಗಳ ಹಿಂದೆ, 'ಕರೆಂಟಿನ ಸಂಗತಿಯೇನು ಆಟವೋ? ಬಿಲ್‌ಕುಲ್ ಬೇಡಾ' ಎಂಬ ಆಯಿಯ ಹಠದ ಮಧ್ಯೆಯೂ ಕಾರವಾರದ ಐಟಿಐ ಕಾಲೇಜಿನಲ್ಲಿ ಎರಡು ವರ್ಷ ಇಲೆಕ್ಟ್ರಿಕ್ ಕೋರ್ಸು ಮುಗಿಸಿದ ಗಿರಿ. ಐಟಿಐ ಮುಗಿಸಿದ ಹೊಸದರಲ್ಲಿ ಯಾರು ಯಾರದೋ ಮನೆಯ ಇಸ್ತ್ರಿ ಬಾಕ್ಸು ರಿಪೇರಿಗೆ ತಂದು ಮೇನ್ ಫ್ಯೂಸ್ ಹಾರಿಸಿ, ರಾತ್ರಿಯ ತುಸು ಹೊತ್ತಾದರೂ ಆಯಿ-ದಾದನನ್ನು ಕತ್ತಲಲ್ಲಿ ಮುಳುಗಿಸಿ ಬಿಡುತ್ತಿದ್ದ. ಇನ್ನುಳಿದಂತೆ ಅಂಕೋಲೆಯ ಗಾಂಧೀ ಮೈದಾನದಲ್ಲಿ ಕ್ರಿಕೆಟ್ ಮ್ಯಾಚ್ ನೋಡುತ್ತಿದ್ದ. ಹೀಗೆ ಖಾಲಿ-ಪೀಲಿ ವೇಳೆ ಕಳೆವ ಮಗನನ್ನು 'ಊರು ಬಿಟ್ಟರೆ ಉದ್ಧಾರ ಆಗ್ತಾನೆ' ಎಂಬ ಯೋಚನೆ ಯಾವುದೋ ಒಂದು ಗಳಿಗೆಯಲ್ಲಿ ದಾದನ ತಲೆ ಹೊಕ್ಕಿ ಗಿರಿಧರ ಹಾಗೆ ಶಹರಕ್ಕೆ ಹೋಗಿ ಬೀಡು ಬಿಡುವಂತಾಗಿತ್ತು. ಇದ್ದೊಬ್ಬ ಮಗನ ಚಿಂತೆಯಲ್ಲೇ ದಾದ, ಕರಾವಳಿಯ ದೊಡ್ಡ ಮಳೆಗಾಲದ ಒಂದು ರಾತ್ರಿ ಅಸ್ತಮಾ ಹೆಚ್ಚಾಗಿ ಆಯಿಯೊಬ್ಬಳನ್ನೇ ಫಟ್ಟನೆ ಕರೆಂಟಿನ ಫ್ಯೂಸು ಹೋದಷ್ಟೇ ಆಕಸ್ಮಿಕವಾಗಿ ಬಿಟ್ಟು ನಡೆದಿದ್ದರು. ಅದು ಅಷ್ಟು ಬೇಗ ಗಿರಿಧರನಿಗೆ ತಿಳಿಯುವ ಹಾಗಿರಲಿಲ್ಲ. ಯಾಕೆಂದರೆ ಆತ ಇನ್ನೂ ಸರಿಯಾದ ವಿಳಾಸವಿಲ್ಲದೇ ದಿನಕ್ಕೊಂದು ದೋಸ್ತರ ಖೋಲಿಯಲ್ಲಿ ತಂಗುತ್ತಿದ್ದ.

ಊರವರೆಲ್ಲ ಸೇರಿ ಅಂತ್ಯಕ್ರಿಯೆ ಮುಗಿಸಿದ ನಂತರ ಹೇಗೋ ಸುದ್ದಿ ಹತ್ತಿದಾಗ ಗಿರಿ ಕಂಗಾಲಾಗಿ ಊರಿನ ಬಸ್ಸು ಹತ್ತಿದ. ಆಯಿಯನ್ನು ತಬ್ಬಿಕೊಂಡು ನಂಬಲಿಕ್ಕೇ ಆಗದೇ ಕೂತು ಬಿಟ್ಟ.

ಕಾರವಾರದ ತನ್ನ ಕಾಲೇಜಿನ ದಿನಗಳಲ್ಲಿ ದಾದ, ಉಬ್ಬಸ ತೆಗೆಯುತ್ತ ನಸುಕಿನಲ್ಲೇ ಎದ್ದು ಬಾವಿಯ ನೀರು ಸೇದಿ, ಹಂಡೆ ತುಂಬಿಸಿ, ಒಲೆಗೆ ಬೆಂಕಿ ಹಾಕಿ ಚಳಿ ಕಾಯಿಸುತ್ತ ಕೂತಿರುವ ದೃಶ್ಯ ಕಣ್ಣ ಮುಂದೆ ಬಂದು ದುಃಖ ಉಮ್ಮಳಿಸಿತ್ತು.

ಹೀಗಾಗಿ ಗಿರಿಗೆ ಸದಾ ಮನಸ್ಸಿನಲ್ಲಿ ತನ್ನದಾದ ಬದುಕಿದ್ದಾಗಿನ ಚಿತ್ರವೇ ಕೂತು ಬಿಟ್ಟಿತ್ತು. ಹಾಗಾಗಿ ಧಾರವಾಡದ ತನ್ನ ಅಂಗಡಿಯ ಎದುರು ರಸ್ತೆಯಲ್ಲಿ ಹಾಯುವ ಬಿಳಿಯ ಟೊಪ್ಪಿಗೆ, ದೋತರದ ವ್ಯಕ್ತಿಗಳು ಅವನನ್ನು ಕೂತಲ್ಲಿಂದ ದಢಗ್ಗನೆ ಎದ್ದು

ನಿಲ್ಲಿಸಿ ಬಿಡುತ್ತಿದ್ದರು. ಬಗ್ಗಿ ಬಗ್ಗಿ ಮರೆಯಾಗುವವರೆಗೂ ಅವರ ದೋತರ ಚುಂಗು, ಟೊಪ್ಪಿಗೆಯ ಚೂಪು, ಪಾದಗಳ ಚಪ್ಪಲಿ, ಅಂಗಿ ಕಿಸೆಯಲ್ಲಿರುವ ಚಾಳೀಸುಗಳನ್ನು ಮನತಣಿಯೆ ನೋಡುತ್ತಿದ್ದ.

■

ಪಕ್ಕದ ಭಾಗಾಯತದ ಕೇಶವ ದೂರದಿಂದಲೇ ಗಿರಿಯನ್ನು ಕೂಗು ಹಾಕಿ ಎಚ್ಚರಿಸಿದ. 'ಏನೋ ಗಿರೀ, ಹೋಗಿ ದುಡ್ಡು ತಂದೆಯೋ?' ಅವ ಕೇಳಿದ ಮೊದಲ ಪ್ರಶ್ನೆ. 'ನಿನಗೆ ದುಡ್ಡಿನ ವಿಷಯ ಬಿಟ್ಟು ಬೇರೆ ಕೆಲಸವಿಲ್ಲವೊ' ಅಂತ ಬೈದು ಬಿಡಬೇಕೆನಿಸಿತು ಗಿರಿಗೆ. ಹಾಗೇ ಗಿರಿಯ ಸಮೀಪ ಬಂದ ಕೇಶವ 'ಏನೋ? ಯಾಕೋ ಬೇಜಾರದಿಂದ ಇದ್ದೀಯಲ್ಲೊ. ಏನಾಯ್ತು?' ಕೇಳಿದ. ಗಿರೀ ಸಾವರಿಸಿಕೊಳ್ಳುತ್ತ 'ಏನಿಲ್ಲ... ಹೀಗೇ' ಅಂದ. 'ನಾನು ಕರ್ನಾಟಕದ ಬರ್ಡೋರ್ಲಿಯವ, ದೇಶದ ಗಡೀ ಕಾಯುವ ಕೆಲಸಾ ನಮ್ಮಲ್ಲೇ ಮಾಡೋದು' ಅಂತ ನಿಮ್ಮ ಘಟ್ಟದ ಮೇಲೆಲ್ಲ ಹೇಳಿಕೊಂಡು ಬಾರೋ ಗಿರೀ ಎಂದು ಕೇಶವ ಕೀರಲು ದಾಟಿಯಲ್ಲಿ ತಮಾಷೆ ಮಡಿದ. ಗಿರಿಗೆ ಈಗ ತನಗೆ ಒಂಟಿತನ ಬೇಕೂ ಅನ್ನಿಸಿತು.

ತೋಟದ ತುಂಬ ಆಯಿ, ದಾದ, ಚೇಪಜ್ಜ ಕೂಡಿಯೇ ನೀರು ಹನಿಸಿ ಬೆಳೆಸಿದ ತೆಂಗು, ಬಾಳೆ, ಕೆಸುವಿನ ಓಳಿ, ಕಳಲೆಯ ಪೊತ್ತೆ, ಬಸಲೆಯ ಚಪ್ಪರ, ಅನಾನಸ್ ಗಿಡಗಳು ಹಸುರಾಗಿ ನಳನಳಿಸುತ್ತಿದ್ದವು. ಗೌರಿ ತದಿಗೆಯ ದಿನ ಮಾತ್ರ ತೆಗೆಸುವ ಅಡಿಕೆ ಸಿಂಗಾರದ ಗೊನೆಯಿತ್ತು. ದೀಪಾವಳಿಯಲ್ಲಿ ತುಳಸಿಯ ಮುಂದೆ ಶೇಡಿಯ ಚೌಕದಲ್ಲಿ ಮೆಟ್ಟುವ ಹಿಂಡಲಕಾಯಿ ಬಳ್ಳಿಯಿತ್ತು.

ಆಯಿ ಆಗಷ್ಟೇ ಉಂಡು ಮಲಗಿರುವುದನ್ನು ನೋಡಿ, ಅವಳನ್ನು ಎಬ್ಬಿಸಿ ಹೇಳದೇ ಹಾಗೇ ಕೊನೆಯ ಬಾರಿ ಗೆಳೆಯರೊಡನೆ ಬಾಲ್ಯದಲ್ಲಿ ಹಾಣೆಗೆಂಡೆ, ಕಬಡ್ಡಿ, ಹುತ್ತುತ್ತು ಆಡಿದ ಗದ್ದೆಯನ್ನೊಮ್ಮೆ ನೋಡಿ ಬರೋಣವೆನ್ನಿಸಿ ಅತ್ತ ಹೊರಟ.

ಆ ಓಣಿಜಿ, ಆ ಗೊಬ್ಬರದ ಹೊಂಡ, ಆ ಈಜು ಕಲಿಸಿದ ಜೋಗಳತಿಕೆರೆ ಎಲ್ಲದರ ಸಾಂಗತ್ಯವೂ ಗಿರಿಯಲ್ಲಿ ಹೊಸ ಚೈತನ್ಯವನ್ನು ಮೂಡಿಸುತ್ತಿತ್ತು. ಊರ ಗುಂದೆ, ಬೇಣಗಳ ದಾಟಿ ಸಣ್ಣಮ್ಮ ದೇವಿ ಗುಡ್ಡೆಯ ಕೆಳಗೆ ಬಂದು ನಿಂತಾಗ ತಮ್ಮ ಹೊಂಡದ ಗದ್ದೆಗೆ ಹೋಗುವ ದಾರಿಗೇ ಹಾಕಿಟ್ಟ ಹಳದೀ ಹಲಗೆಯ ಕಪ್ಪು ಅಕ್ಷರದ 'No Entry' ಬೋರ್ಡು ಗಿರಿಯನ್ನು ತತ್ತರ ನಡುಗಿಸಿಬಿಟ್ಟಿತು. ಇದ್ದಕ್ಕಿದ್ದಂತೆ ತಲೆ ಎತ್ತಿ ಬಿಟ್ಟಿರುವ ಈ ಬೋರ್ಡು ಹಾಗೂ ಹೊಸದಾಗಿ ಹಾಕಲ್ಪಟ್ಟ ತಂತಿ ಬೇಲಿಗಳು ಗಿರಿಯ ಮನಸ್ಸಿನಲ್ಲಿ ಅರ್ಥವಾಗದ ಕಸಿವಿಸಿಯನ್ನುಂಟು ಮಾಡಿದವು.

ಚೇಪಜ್ಜನ ನೇಗಿಲ ಬಾಗು, ಗದ್ದೆ ಬೈಲ ಭತ್ತದ ತೆನೆಯ ಬಳುಕು, ಗದ್ದೆಯ ನೀರೊಳಗೆ ನುಸುಳುವ ಗುಳ್ಳೆಮೀನು ಎಲ್ಲ ಇದ್ದಲ್ಲೇ ಅದೃಶ್ಯವಾಗಿ ಗಿರಿಯನ್ನು ಮುಂಚಿಗಿಂತ ಹೆಚ್ಚೇ ಕಾಡತೊಡಗಿತು.

'ಸುಳ್ಳಾಗಲಿ' ಎಂಬ ಮನಸ್ಸಿನ ನಿರೀಕ್ಷೆಗಳೆಲ್ಲ ನಿಜವಾಗತೊಡಗಿದ್ದು ಪ್ರತ್ಯಕ್ಷ ಕಾಣುತ್ತ ಗಿರಿ ಬೇರುಗಳೇ ಕಿತ್ತು ನಿಂತ ಗಿಡದಂತೆ ತತ್ತರಿಸಿಹೋದ. ನಿಧಾನ ಮನೆಯೆಡೆಗೆ ಹೆಜ್ಜೆ ಹಾಕಿದಾಗ ನಸುಗತ್ತಲಾಗಿತ್ತು.

ಆಯಿ ಚಹ ತಂದಿಡುತ್ತ 'ಗದ್ದೆ ಈ ಸಲ ಬಿತ್ತಲು ಕೊಡುತ್ತಾರಂತೊ?' ಎಂದು ಆಸೆಯಿಂದ ಕೇಳಿದಳು. ಗದ್ದೆಯ ದಾರಿಗಿದ್ದ ಆ ಬೋರ್ಡಿನ ವಿಷಯ ಹೇಳಲು ಬಾಯಿ ತೆಗೆದವ, ಅಲ್ಲೇ ಸುಮ್ಮನಾಗಿ ಚಹ ಹೀರಿದ. ಇನ್ನು ಮುಂದೆ ಮುಂದೆ ಹೋದಂತೆ ಧಾರವಾಡದ ಬಸ್ಸು ಹತ್ತಿ ಬಂದು ಆಯಿ, ಈ ಮಗನ ಬಿಡಾರದಲ್ಲಿ ಗೋಡೆಗಿರುವ ಮಾಲೆ ಹಾಕಿದ ದಾದನ ಫೋಟೊ ದಿಟ್ಟಿಸುತ್ತ ಕೂತು, ಅರ್ಧ ಬಕೇಟು ಬಿಸಿ ನೀರಲ್ಲಿ ಮೀಯಬೇಕಾದ ಸ್ಥಿತಿಯನ್ನು ನೆನೆಸಿಕೊಂಡು ಗಿರಿ, ಈಗಲೇ ಕಳವಳಗೊಂಡ.

ಆ ಟಿಕಾರೆ ರಸ್ತೆಯ ಒಂಬತ್ತು ಬಾಯ್ ಒಂಬತ್ತರ ಹೊಟ್ಟೆ ಪಾಡಿನ ಅಂಗಡಿ, ಸ್ವಿಚ್ಚು, ಪ್ಲಗ್ಗು, ಬಲ್ಬಿನ ಸರ, ರಿಪೇರಿಗೆಂದು ಬಿಚ್ಚಿಟ್ಟು ಬಂದ ಬಾಯ್ಲರು, ಮಿಕ್ಸಿ, ರೆಡಿಯೊ, ಟೇಪ್‌ರೆಕಾರ್ಡರುಗಳ ಬಿಡಿ ಭಾಗಗಳು, ಪುಟ್ಟ ಟೆಸ್ಟರಿನ ಕೆಂಪು ಲೈಟು, ದುಡ್ಡಿನ ಗಲ್ಲೆ ಇದ್ಯಾವುದೂ ಗಿರಿಯನ್ನು ಕಾಡಲಿಲ್ಲ.

ರಾತ್ರಿ ಮಲಗಿಕೊಂಡರೆ ಕನಸಿನ ತುಂಬ ಅದೇ ಬೋರ್ಡು. ದೇಹದಿಂದ ಆತ್ಮವೇ ಬೇರೆಯಾಗಿ ನಿಂತಿದೆ. ಅವೆರಡರ ನಡುವೆ 'ನೋ ಎಂಟ್ರಿ' ಬೋರ್ಡು ಧುತ್ತನೆ ಎದ್ದು ನಿಂತಂತೆ. ಗಿರಿ ಬೆಚ್ಚಿದ . ಆಯಿಯನ್ನು ಎಬ್ಬಿಸಬೇಕೆಂದರೆ ಅವಳು ಮಗುವಿನಂತೆ ನಿದ್ದೆ ಹೋಗಿದ್ದಳು.

ಮತ್ತೆ ಕಣ್ಣು ಮುಚ್ಚಿದರೆ, ಈ ಸಲ ಊರಿನ ಎಲ್ಲ ಜನರ ಮುಂಡಗಳ ಮೇಲೂ ಒಂದೊಂದು 'ನೋ ಎಂಟ್ರಿ' ಬೋರ್ಡು. ಅವರೆಲ್ಲರೂ ಬೋರ್ಡು ಹೊತ್ತು ದಾರಿ ಕಾಣದೇ ತಿರುಗಾಡುತ್ತಿದ್ದರು. ಹಾಗಾಗಿ ಯಾರ ಪರಿಚಯ ಯಾರಿಗೂ ಸಿಗುವಂತಿರಲಿಲ್ಲ. ಅವರೆಲ್ಲರ ಪಾದಗಳು ಸರಾಗ ಹೆಜ್ಜೆ ಹಾಕದಂತೆ ಈ ನೆಲದ ಉಸುಕಿನಲ್ಲಿ ಹುಗಿಯುತ್ತಿದ್ದವು.

ಸಕಾಲಿಕ ಪತ್ರಿಕೆ, ಬಹುಮಾನ – 2003

ಗ್ಲಾಸ್ ಹೌಸ್

ಮಧ್ಯಾಹ್ನ ಎರಡೂವರೆ ಹೊತ್ತಿಗೆ ಫೋನು ರಿಂಗಣಿಸಿತು. ಸಂಶಯವಿಲ್ಲ. ಅದು ಬಾಳಾ. ಮೂರೇ ಮೂರು ರಿಂಗಾಗುವುದರೊಳಗೆ ಎತ್ತಬೇಕಿತ್ತು ಬೇಬಿ. ಇವತ್ತು ಹಾಗಿಲ್ಲ. ಬೇಕಂತಲೇ ರಿಂಗುಗಳನ್ನು ಎಣಿಸುತ್ತ ನಿಂತಳು. ಹತ್ತು ರಿಂಗಾದ ನಂತರ ಎತ್ತಿದಳು. ಹಲೋ.... ಹಲೋ... ಆ ಕಡೆಯ ದನಿ. ಬೇಬಿ ಉಸಿರು ಬಿಗಿ ಹಿಡಿದು ನಿಶ್ಯಬ್ದವಾಗಿದ್ದಳು. ಊಟವಾಯ್ತೋ? ಕೇಳಿದ. 'ಹ್ನು' ಸ್ವರ ಹೊರ ಬಂತು. ಸಾರು ಎಂಥದು? 'ಹ್ನು' ಅಷ್ಟೇ. ಪಪ್ಯಾ ಸ್ಕೂಲಿಗೆ ಹೋದನೋ? 'ಹ್ನು' ಅವನ ಕರಾಟೆ ಕ್ಲಾಸಿನ ಫೀಸು ಕೊಟ್ಟೀರೊ ಮ್ಯಾಡಂ? 'ಹ್ನು' 'ತಮಗೆ ತಲೆ ನೋವೊ?' 'ಹ್ನು' ಜರ–ಗಿರ ಬಂತೊ? 'ಹ್ನು' 'ಗಾಜಿನ ಚೂರೆಲ್ಲ ನಿಧಾನ ಕ್ಲೀನ್ ಮಾಡ್ರಿ ಅಕ್ಕಾವ್ರೆ, ಕೈಗೆ–ಗೀಯ್ಗೆ ತಾಗೀತು', ಬೇಬಿ ಇದಕ್ಕೆ ಹ್ನು ಗುಟ್ಟಲಿಲ್ಲ. ಪ್ರತಿಯಾಗಿ ಪಟ್ಟನೆ ರಿಸೀವರ್ ಜರಿದಳು.

■

ಅಲ್ಲಾ, ಈಗ ಆಗಿದ್ದಾದರೂ ಏನು ಮಹಾ ಅಂತ. ಬೆಳಿಗ್ಗೆ ಏಳಕ್ಕೆ ಎಬ್ಬಿಸಿದರೆ ಪಪ್ಯಾ, ಮುಖಕ್ಕೆ ನೀರು ಹಾಕಿದವನೇ ತನ್ನ ಅಚ್ಚುಮೆಚ್ಚಿನ ಬಾಲು ಹಿಡಿದು ಕೂತ. 'ರೂಮಲ್ಲಿ ಆಡಬ್ಯಾಡ್ವೋ ಮಾರಾಯಾ, ಲೈಟು–ಗೀಯ್ಪು ಒಡೆದೀತು' ಅಂದರೂ ಕೇಳದೇ ಅಬ್ಬಾ! ವಿಪರೀತ ತುಂಟ. ಮುಂದೊಂದು ಕ್ಷಣದಲ್ಲೇ ನೆಲದಿಂದ ನೆಗೆದು ಮೇಲೆ ಚಿಮ್ಮಿದ ಪಪ್ಯಾನ ಬಾಲು ಸಮಾ ಒಂದೇ ಹೊಡೆತಕ್ಕೆ ಗೋಡೆಗಿದ್ದ ಫೋಟೊದ ಗಾಜೆಲ್ಲ ಚೂರು ಚೂರಾಗಿ ಝುಲ್ಲನೆ ಕೆಳಗುದುರಿತ್ತು. ಅದೂ ಸಾಮಾನ್ಯದ ಫೋಟೋ ಅಲ್ಲ. ದಂಡೆಯೊಂದರಲ್ಲಿ ಸಮುದ್ರವನ್ನೇ ದಿಟ್ಟಿಸುತ್ತ ಎಲ್ಲರಿಗೆ ಬೆನ್ನು ಹಾಕಿ ಈ ಹದಿನೈದು ವರ್ಷಗಳಿಂದ ಹಾಗೇ ನಿಂತಂತಿದ್ದ ಜೋಡಿಯೊಂದರ ವಿಚಿತ್ರ ಚಿತ್ರದ್ದು.

ಫೋಟೋ ಕಟ್ಟಿಸಿ ಹಾಕಿದ್ದು ಬಾಳಾ. ಹೊಸವರ್ಷದ ಗ್ರೀಟಿಂಗ್ಸ್ ಎಂದು

ಮದುವೆಗೆ ಮೊದಲು ಬೇಬಿಯೇ ಕಳಿಸಿದ್ದುದು. ಮೊದಲ ರಾತ್ರಿಯ ದಿನ ಬಾಳಾ ಈ ಫೋಟೋ ತೋರಿಸಿದಾಗ ಬೇಬಿಗೆ ಆಶ್ಚರ್ಯ. ಅವಳಿಗೆ ಹೇಗೋ ಎಂಥೊ ಮರೆತೇ ಹೋಗಿತ್ತದು. 'ನಾನು ಕಳಿಸಿದ್ದು ಇದನ್ನೆ!' ಎಂಬ ಉದ್ಗಾರಕ್ಕೆ ಬಾಳನಿಗೆ ತುಸು ಕಸಿವಿಸಿಯಾದರೂ ಇದ್ದಲ್ಲೇ ಪಾಪ ಸುಧಾರಿಸಿಕೊಂಡ. ಅದನ್ನಾತ ಎರಡು ವರ್ಷ ತನ್ನ ಟೇಬಲ್ಲಿನಲ್ಲಿರಿಸಿಕೊಂಡು ಆರಾಧಿಸಿದ್ದ. ಅಂಥದೊಂದು ವಿಶಿಷ್ಟ ಫೋಟೋ ಆಗಿತ್ತದು. ಈಗ ಹದಿನೈದು ವರ್ಷಗಳ ಮೇಲೆ ಹೀಗೆ ಒಡೆದು ಹೋದ ಆ ಫೋಟೋ ಬಾಳನಿಗೆ ಎಂಥ ಸಂಕಟ ತರಿಸಿತೊ.

■

'ಸರೀ ಆಯ್ತೀಗ. ಎಲ್ಲ ಹಾಳಾಗಿ ಹೋಯ್ತು. ನಿಮ್ಮಮ್ಮನದೇ ಸೌಲತ್ತಿದು.' ಬಾಳಾ ಹೈ ಪಿಚ್ಚಿನಲ್ಲಿ ಸುರು ಸುರು ಗುಟ್ಟಿದ. ಹೆಸರು ಬೇಳೆ ಕಿಚಡಿಗೆಂದು ತೆಂಗಿನಕಾಯಿ ತುರಿಯುತ್ತಿದ್ದ ಬೇಬಿಗೆ ಅವನ ಕಡೇ ವಾಕ್ಯ ಎ.ಕೆ.47ನ ಗುಂಡಿನಂತೆ ರಭಸದಲ್ಲಿ ಬಡಿದಿತ್ತು.

ಈಗ ಶುರು. 'ಅವನೇನು ಬೇಕೂ ಅಂತಲೇ ಮಾಡಿದ್ದೇ?' ಒಂದೇ ಮಾತು ಆಡಿದ್ದು ಬೇಬಿ. 'ಸಣ್ಣವ ಅವನದು ಇನ್ನೂ ಆಡುವ ವಯಸ್ಸು, ಎಂಥ ತಿಳೀತದೆ ಪಾಪ' ಇನ್ನೊಂದು ಮಾತು ಲೋ ಪಿಚ್ಚಿನಲ್ಲಿ ಸೇರಿಸಿದ್ದಳು. ಇಷ್ಟೇ. ಹೀಗೆ ಪಪ್ಯಾ ಪರ ವಹಿಸಿದ್ದೇ ಈ ರಣಕಹಳೆಗೆ ಕಾರಣ. ತಪ್ಪು ಯಾರದೊ, ಯಾರದೂ ಇಲ್ಲ. ಶಿಕ್ಷೆ ಮಾತ್ರ ಎಲ್ಲರಿಗೆ.

■

ಮದುವೆಗೆ ಮೊದಲಿನ ಎರಡು ವರ್ಷ ಬಾಳನ ಡೈರಿಯಲ್ಲಿ ನಮೂದಾಗಿರುವ ಬೇಬಿಯನ್ನು ಭೇಟಿಯಾದ ಡೇಟುಗಳ ಪರಿಮಳ ಹಾಗೂ ಅವಳ ಪತ್ರದ ಅಪೂರ್ವ ಸಾಲುಗಳು ಎಂಥದ್ದಾಗಿದ್ದವೆಂದು ಇಬ್ಬರಿಗೂ ಒಂಚೂರೂ ಈ ಇಂಥ ಸಮಯದಲ್ಲಿ ನೆನಪಾಗುವುದಿಲ್ಲ. ಯಾಕೊ?

■

ಒಂದೇ ಒಂದು ಸೆಕೆಂಡು ಬಾಯಿ ಹೊಲಿದುಕೊಂಡಿದ್ದರೆ ಎಲ್ಲ ಇದ್ದಲ್ಲೇ ಸರಿಯಾಗುತ್ತಿತ್ತು. 'ಎಲ್ಲಾ ಗೊತ್ತಿದೆ ನಂಗೆ, ನೀನು ಮೊದಲಿನಂಗಿಲ್ಲ' ಬದಲಾಗುವುದಕ್ಕೆ ಏನಿದೆ ಮಣ್ಣು. ದಿನವೂ ಅದೇ ಬೆಳ್ಳುಳ್ಳಿ ಒಗ್ಗರಣೆ.

ಸ್ನಾನ ಮುಗಿಸಿ ಬಂದವನೇ 'ನಾನು ನಿಮ್ಮನ್ನು ನೋಡಿಕೊಳ್ತೇನೆ, ಈಗ ನನಗೆ

ಬಡಗಡಿ ಉಂಟು' ಎಂದು ಗಡಿಬಿಡಿ ಪದವನ್ನೂ ಮುಗ್ಧವಾಗಿ ಗಡಿಬಿಡಿಯಲ್ಲೇ ಉಚ್ಛರಿಸಿ, ತನ್ನ ನೀರಿಳಿಯುತ್ತಿದ್ದ ತಲೆಯನ್ನು ಹಸಿಯಾದ ಟಾವೆಲ್ಲಿನಿಂದ ಇದ್ದ ಅಲ್ಪ ಸ್ವಲ್ಪ ಕೂದಲೂ ಉದುರಿ ನಡೆಯುವಂತೆ ಗಸಗಸ ತಿಕ್ಕಿಕೊಳ್ಳತೊಡಗಿದ.

ತಣ್ಣಗೆ ಫೋಟೋ ಒಡೆದು ಬ್ಯಾಗಿಗೆ ಪುಸ್ತಕ ತುಂಬುತ್ತ ಕೂತ ಪಪ್ಯಾ, ತನ್ನ ಈ ಮುದ್ದು ಅಪ್ಪನ ಬಡಗಡಿ ಶಬ್ದಕ್ಕೆ ಉತ್ತರವಾಗಿ ಮುಸಿ-ಮುಸಿ ನಕ್ಕು ಬಿಟ್ಟಿದ್ದ. ಮುದ್ದು ಮಗನ ಆ ಕರುಳು ಹಿಂಡುವ ನಗುವಿನ ಅಲೆ ಬಾಳನ ಪಿತ್ತವನ್ನು ಒಮ್ಮೆಲೇ ಎರಡು ನೂರಾ ಐವತ್ತು ಡಿಗ್ರಿ ಏರಿಸಿಬಿಟ್ಟಿತ್ತು.

ಈಗ ಕರೆಕ್ಟಾಗಿ ಚಾಲೂ. 'ಅಮ್ಮ, ಮಗ ಸೇರಿಕೊಂಡರೆ ಮನೆ ಹಾಳು ಮಾಡಿ ತೆಗೀತೀರಿ'. 'ಏನು? ಏನು ಹಾಳಾಗೋದು?' ಎಂದು ಈಳಿಗೆ ಮಣೆ ಬಿಟ್ಟೇ ಎದ್ದು ನಿಂತಳು ಬೇಬಿ. ಅಬ್ಬಾ! ಒಂದು ಫೋಟೋ ಒಡೆದಿದ್ದಕ್ಕೆ ಬದುಕೇ ನುಚ್ಚು ನೂರಾಗುವ ರಾದ್ಧಾಂತ.

'ನನಗೆ ಎಂಥ ಮಾಡ್ಬೇಕೂ ಅಂತ ಗೊತ್ತು, ನಿಮಗೆ ದುಡ್ಡಿನ ಬೆಲೆ ಗೊತ್ತಿಲ್ಲ'. ಅಗದೀ ಬೇಬಿಯ ಬುಡಕ್ಕೇ ಇಡುವಂಥ ಪಟಾಕಿ. ಬಾಳನ ಇಂಥ ಮಾತುಗಳೇ ಬೇಬಿಗೆ ಯಾವಾಗಲೂ ಜಾಸ್ತಿ ಹಿಂಸೆ ಕೊಡುತ್ತವೆ. ಮನುಷ್ಯನೊಬ್ಬನ ಮಾತಿನಲ್ಲಿ ಯಾಕಿಷ್ಟು ನಂಜಿರುತ್ತದೊ? ಥೆ! ಹಾಲಲ್ಲಿ ಉಣ್ಣಿಸಿ ಗಲೀಜಿನಲ್ಲಿ ಕೈ ತೊಳೆಸಿಬಿಡುತ್ತಾನೆ.

ಐದಾರು ವರ್ಷಗಳ ಹಿಂದೆ ಇದೇ ಮಗನನ್ನು ಬೇಬಿ ಎಂಥದೋ ಕೋಪದಲ್ಲಿ ಕೈಯಲ್ಲಿಯ ತೆಂಗಿನ ಕಾಯಿಂದಲೇ ಹೊಡೆಯಲು ಹೋದಳೆಂದು 'ಅವನನ್ನು ಕೊಂದು ಬಿಸಾಡ್ತಿ ನೀನು' ಎನ್ನುತ್ತ ತಾಸುಗಟ್ಟಲೇ ಪಪ್ಯಾನನ್ನು ತಬ್ಬಿ ಕೂತವ ಇದೇ ಬಾಳಾ. ಈಗ ಸರೀ ಉಲ್ಟಾ ಕೇಸು.

■

ಪ್ರೇಮಿಸಲು ಪ್ರಾರಂಭಿಸಿದ ಕೂಡಲೇ ನಮಗೇ ನಾವು ಅಪರಿಚಿತರಾಗಿಬಿಟ್ಟೆವು, ಅನ್ನಿಸುವದು ಬೇಬಿಗೆ. ಆಗೆಲ್ಲ ನಮ್ಮ ದೇಹ ನಮ್ಮದಲ್ಲ. ನಮ್ಮ ಮನಸ್ಸು ನಮ್ಮದಲ್ಲ. ಇಬ್ಬರೂ ಸೇರಿ ಅಪ್ಪ-ಅಮ್ಮರಿಗೆ ಬೆನ್ನು. ಅಣ್ಣ, ವೈನಿಗೆ ಬೆನ್ನು. ಅಣ್ಣನ ಹಾಲು ಹಸುಳೆಗಳಿಗೆ ಬೆನ್ನು. ಯಾರೂ ಬೇಡ ಆ ಕ್ಷಣದಲ್ಲಿ. ಸಂಸಾರ ಶುರುಮಾಡಿಕೊಂಡ ನಂತರ ಎಲ್ಲರ ಅಗತ್ಯ ಅರ್ಥವಾಗಲು ಶುರು. ಶೀ ಶೀ ಬದುಕೆಂದರೆ ಇವನೊಬ್ಬನೇ ಅಲ್ಲಪ್ಪ.

ಆದರೆ ಬೇರೆ ಮನೆ ಮಾಡಿದ ಮೊದಲ ದಿನ ಅಡಿಗೆ ಖೋಲಿಯ ಮೊದಲ ಸೀನ್‌ನಲ್ಲಿ 'ಉಪ್ಪಿಟ್ಟು ಮಾಡಲು ಏನೇನು ಹಾಕ್ತಾರೆ?' ಅಂತ ಬಾಳನನ್ನೇ ಪ್ರಶ್ನಿಸಿ ಏಕಾಂತದಲ್ಲಿ ಮುದ್ದು ಮಾಡಿಸಿ ಕೊಂಡವಳು ಇದೇ ಬೇಬಿ. ನಂತರ ಮನೇ ಸಾಮಾನಿನ ಲಿಸ್ಟು ಮಾಡುವಾಗ ಬಾಲ ಕೊಡಬೇಕಾದ ಅಕ್ಷರಕ್ಕೆ ಬಾಲ ಕೊಡದೇ ಅನ್ಯಾಯವೆಸಗಿ, ಬಾಲವಿಲ್ಲದ ಅಕ್ಷರಕ್ಕೆ ಬಾಲವೆಳೆದು ಉದಾರಿಯಾಗಿ ಬದಾಮವನ್ನು

ಬಾದಾಮಿಯೆನ್ನುತ್ತ ಮಸೀದಿಯನ್ನು ಮಸೂದೆಯೆನ್ನುತ್ತ ತಾನೂ ಕನ್‌ಫ್ಯೂಸ್ ಆಗಿ ಬಾಳನನ್ನೂ ಕನ್‌ಫ್ಯೂಸ್ ಮಾಡಿ ತಲೆ ಕೆಡಿಸಿ ಕೂಡಿಸಿದವಳೂ ಇವಳೇ.

■

ಮುಂದೆ ಹೆರಿಗೆಯಲ್ಲಿ ಆತ ಕದ್ದು ಮುಚ್ಚಿ ತಂದು ಕೊಟ್ಟ ಡಾಕ್ಟ್ರ ಬ್ರ್ಯಾಂಡಿ ಕುಡಿದು ಪಪ್ಪ್ಯಾನಂತೆಯೇ ನಿದ್ದೆ ಹೋದವಳು. ಬಾಳನ ಹೊಸ ಲುಂಗಿಯೊಂದನ್ನು ಸರೀ ಕೂತು ಕತ್ತರಿಸಿ, ಪಪ್ಪ್ಯಾಗೆ ಒಂದೇ ಬಾರಿಗೆ ಇಪ್ಪತ್ತು ಲಂಗೋಟಿ ಹೊಲಿದು, ದಿನವೂ ಮನೆಯ ಕಿಟಕಿ ಸರಳಿಗೆ ಒಣ ಹಾಕಿ ಸಾಹಸ ಮೆರೆದವಳು. ಬಿ.ಸಿ.ಜಿ., ಟಿ.ಪಿ.ಟಿ., ಪೊಲಿಯೊ ಡ್ರಾಪ್ಸ್ ಒಂದೂ ಅರ್ಥವಾಗದೇ ಗಡಿಬಿಡಿಗೆ ಬಿದ್ದವಳು.

ನಂತರ ಹಿಂದಿನ ಮನೆಯಲ್ಲಿ ಸದಾ ಬಕೇಟೊಂದಕ್ಕೆ ಬೀಳುತ್ತಲೇ ಇರುವ ನಳದ ನೀರಿನ ಏಕತಾನತೆಯ ಸದ್ದು ಆಲಿಸುತ್ತಲೇ ಮಗನ ಪೆನ್ಸಿಲ್ಲು, ರಬ್ಬರು, ಪೆನ್ನು, ಸ್ಕೇಲು, ಕಂಪಾಸು, ಇಂಗ್ಲೀಷು ಹೊಸ ಮಿಸ್ಸು, ಸ್ಕೂಲ್ ಬಸ್ಸಿನ ರೂಟು, ಪನೀಶ್‌ಮೆಂಟು, ಬೆಸ್ಟ್‌ಬಾಯ್ ಕ್ರಿಕೆಟ್ ಕೋಚಿಂಗು, ರ್‍ಯಾಂಕು ಅಂತೆಲ್ಲ ತಲೆಯಲ್ಲಿ ತುಂಬಿಕೊಂಡೇ ಓಡಾಡಿದಳು. ಇದೇ ಸಂಭ್ರಮದಲ್ಲಿ ಮನೆಯ ಗೋಡೆಗಿದ್ದ ಏಕಮಾತ್ರ ಫೋಟೋದಲ್ಲಿಯ ಚಿತ್ರದೊಳಗೆ ಇಷ್ಟೂ ಇಣುಕಲು ಪುರುಸೊತ್ತಿಲ್ಲದೇ ಧೂಳು ಹೊಡೆದಳು.

'ಬಾಲ್ ಪೆನ್ನಿನಲ್ಲಿ ಬರೀ ಬೇಡಾ, ಅಕ್ಷರ ಹಾಳಾಗ್ತದೆ' ಎಂದು ಐವತ್ತು ರೂಪಾಯಿಯ ಹೀರೊ ಪೆನ್ ಕೊಡಿಸಿ, ಮರೆತೇ ಹೋದ ಫೈಥಾಗೋರಸ್ ಥೇರಮ್ ಹೊಸದಾಗಿ ಕಲಿತು ಪಪ್ಪ್ಯಾಗೆ ಹೇಳಿಕೊಟ್ಟು, ಅವನ ರಿಸಲ್ಟ್ ದಿನ ಎರಡು ಕೇಜಿ ಪೇಡೆ ತಂದು ಆಜು-ಬಾಜು ಹಂಚಿ 'ಚೈನಿ ಮಾಡು ಚೈನಿ' ಅಂತ ಬಾಳನ ಹತ್ತಿರ ಸಣ್ಣಗೆ ಬೈಸಿಕೊಂಡವಳು. ಆ ನಂತರ ತುಟಿ ಪಿಟಕ್ಕೆನ್ನದೇ ಬೆಡ್‌ರೂಮಿನ ಬಾಗಿಲು ಹಾಕಿಕೊಂಡು ತನ್ನ ಹೊಲಿಗೆ ಬಿಟ್ಟ ನಿಕ್ಕರನ್ನು ಹೊಲಿದುಕೊಂಡವಳು.

■

ಪ್ರತಿ ಸಾರಿ ಕಸದ ಬುಟ್ಟಿಗೆ ಬಿಸಾಕಲಿದ್ದ ಖಾಲಿ ಟೂಥ್‌ಪೇಸ್ಟ್ ಒತ್ತಿ ಒತ್ತಿ ಚೂರೂ ಬಿಡದೇ ತೆಗೆದ ಹನಿ ಪೇಸ್ಟಿನಿಂದ ಹಲ್ಲುಜ್ಜುತ್ತ, ಐವತ್ತು ಲಿಂಬೆ ಹಣ್ಣನ್ನು ಉಪ್ಪಿನ ಕಾಯಿಗೆ ಹಾಕಲು ಎಷ್ಟು ಉಪ್ಪು ಬೇಕಾಗಬಹುದು? ಎಂದು ಚಿಂತಿಸಿದಳು.

ಅಪ್ಪ-ಮಗ ಮಿಂದಾದ ನಂತರ ಚೂರು ಚೂರೇ ಉಳಿದ ಸೋಪಿನ ತುಣುಕುಗಳನ್ನು ಒತ್ತಿ, ಉಂಡೆ ಕಟ್ಟಿ, ಅದನ್ನೇ ತಿಕ್ಕಿ ಸ್ನಾನ ಮುಗಿಸಿ, ಕನ್ನಡಿಯಲ್ಲಿ ಅಲ್ಲೊಂದು ಇಲ್ಲೊಂದು ತಲೆಗೂದಲು ಬೆಳ್ಳಗಾಗುತ್ತಿರುವುದನ್ನೇ ಆತಂಕದಿಂದ ದಿಟ್ಟಿಸಿದವಳು. ಹೀಗೆಲ್ಲ ಎಷ್ಟೊ ಹೊತ್ತು ಗ್ಯಾಸಿನ ಮೇಲೆ ಹಾಲು ಮರೆತು ಕರಿಗಟ್ಟಿ

ಹೋದ ಭಾಂಡಿಯನ್ನು ಗರಗರ ಕೆಟ್ಟದಾದ ಸ್ವರ ಹೊರಡಿಸಿ ತೊಳೆದವಳು. ಅವಸರದಲ್ಲಿ ನೀರ ಕೈಯಲ್ಲೇ ಕರೆಂಟಿನ ಸ್ವಿಚ್ ಮುಟ್ಟಿ ಸಣ್ಣ ಶಾಕ್ ಹೊಡೆಸಿಕೊಂಡು ತಲೆಯ ಮೇಲೆ ಕೈ ಹೊತ್ತು ಕೂತವಳು.

■

ಇವತ್ತು ಬಾಳಾ ಹೊತ್ತಿಗೆ ಮುಂಚೇ ಬಂದು ಬಾಗಿಲು ಬಡಿದ. ಬೇಬಿಗೆ ಆಶ್ಚರ್ಯವಾಗಲಿಲ್ಲ. ಇನ್ನಷ್ಟು ಬಿಗುವಾದಳು. ತಾನಿನ್ನೂ ಮೂರು ದಿನ ಸತ್ತರೂ ಮಾತಾಡಕೂಡದು. ಬೇಬಿಗೆ ಗೊತ್ತು. ಅವಳ ಉಸಿರು ಕಟ್ಟಿಸುವ ಮೌನವೇ ಬಾಳನಿಗೆ ಭಯಂಕರ ಶಿಕ್ಷೆ ಎಂದು. ಆದರೂ ಹೀಗೆ ಒಬ್ಬರಿಗೊಬ್ಬರು ಶಿಕ್ಷೆ ವಿಧಿಸುತ್ತ ಕಾಲ ಹಾಕುವುದೆಂದರೆ?

'ಬೈಪಾಸ್ ರಸ್ತೆ ಹೊಸ ಬಸ್ ಸ್ಟ್ಯಾಂಡು ಎಂತೆಲ್ಲ ಹುಟ್ಟಿಕೊಂಡಿದ್ದು ಎಲ್ಲಿ ಹತ್ತ ಬೇಕೂ ಎಲ್ಲಿ ಇಳಿಯಬೇಕೂ ಒಂದೂ ತಿಳಿಯದೇ ತಲೆ ಬಿಸಿಯಪ್ಪ' ಎನ್ನುತ್ತ ಲುಂಗಿ ಉಟ್ಟು ಕೂತ ಬಾಳನಿಗೆ ಪ್ಲೇಟಿನಲ್ಲಿ ಬಿಸೀ ಮೂಲಂಗಿ ಪಲ್ಯ ಹಾಕಿ ಅದರಲ್ಲಿ ಪುಟ್ಟ ಚಮಚವಿಟ್ಟು ಕೊಟ್ಟಳು. ಕಾಟಿನಡಿಯಲ್ಲಿ ದೂರಕ್ಕೆ ಮೂಲೆಗೆ ಸಿಡಿದು ಬಿದ್ದ ಒಡೆದ ಗಾಜಿನ ಪುಟ್ಟ ಚೂರೊಂದು ಫಳ್ಳನೆ ಹೊಳೆಯಿತು.

'ಮಧ್ಯಾಹ್ನ ಬರೀ ಉಂಡು ಮಲಗಿ ಮಾಡುತ್ತ, ನೋಡು ಸೊಂಟದಲ್ಲಿ ಒಂದು ಸುತ್ತು ಜಾಸ್ತಿ ದಪ್ಪಗಾಗಿದ್ದಿ' ಎನ್ನುವ ಕೀಟಲೆಯಿಂದಲೇ ಬಳಸಿದ ತೋಳಲ್ಲಿ ಮುಂಚಿನದೇ ಮಾಧುರ್ಯ. ಅಮ್ಮನ ಸೀರೆಯ ಕಂಪುಅಪ್ಪನ ಪಂಚೆಯ ಮಿದು ಇಲ್ಲೇ ಎಲ್ಲೊ ಇದೆ ಅನ್ನುವಂತೆ.

ತನ್ನ ಪುಟ್ಟ ಬೆನ್ನಿಗೆ ಸ್ಕೂಲ್ ಬ್ಯಾಗನ್ನು ಹೊತ್ತು ಟೆಡ್ಡೀ ಬೀರ್‌ನಂಥಾ ಮೃದು ಸ್ಪರ್ಶ ಕಳಕೊಂಡು ಒರಟಾಗಿದ್ದ ಪಪ್ಪಾ ಧಡ, ಧಡ, ಧಡ ಬಾಗಿಲು ಬಡಿದ. ಈಗ ಸರಾಗ ಬೆಡ್‌ರೂಮಿನ ಬಾಗಿಲು ತೆರೆದು ಪಪ್ಪಾನನ್ನು ಒಳಬಿಟ್ಟುಕೊಳ್ಳುವುದು ಹೇಗೆ ಹೇಗೊ ಅನ್ನಿಸಿತು. ಒಂದು ಬಿಕ್ಕಟ್ಟೇ ಆಯಿತಲ್ಲಿ. ಪಪ್ಪಾ ಬೆಳಗಿನಿಂದ ಹಾಕಿಕೊಂಡಿದ್ದ ಸಾಕ್ಸುಗಳ ವಾಸನೆ ಇವತ್ತೇಕೊ ಸಹನೀಯವಾಗಿತ್ತು. ಒಳಗೆ ಹೆಜ್ಜೆ ಇಟ್ಟವನೇ ಪಪ್ಪಾ ಗಾಜು ಒಡೆದ ಫೋಟೋದತ್ತ ಓರೆಗಣ್ಣು ಹಾಯಿಸಿದ. ಹಾಗೇ ಉಂಟದು.

ನೀಲಿ ಬಿಳಿ ಚೌಕಡಿಯ ಯೂನಿಫಾರ್ಮ್ ತೊಟ್ಟು ಶಾಲೆಯಿಂದ ಕಣ್ಣು ಕೆಂಪಗೆ ಮಾಡಿಕೊಂಡು ಬಂದ ಮಗನ ಬೆಚ್ಚಗಿನ ತಲೆಗೆ ಪ್ಯಾರಾಚ್ಯೂಟ್ ಎಣ್ಣೆ ಹಾಕಿ, ಬಲ ಬದಿ ಗೆರೆ ತೆಗೆದು ಬಾಚುತ್ತ 'ರಾಜೀವ ಗಾಂಧಿ ತರಹವೇ ರಾಹುಲ್‌ಗೂ ಕೆನ್ನೆಯಲ್ಲಿ ಡಿಂಪಲ್ ಬೀಳ್ತದೆ ನೋಡು' ಎಂದು ಅಂದಿನ ಪೇಪರಿನಲ್ಲಿ ಬಂದ ಫೋಟೋ ತೋರಿಸುತ್ತ ಅಕ್ಕರೆಯಿಂದ ಮಗನ ಕೆನ್ನೆಗೆ ಮುತ್ತು ಕೊಟ್ಟಳು, ಬೇಬಿ. ಇದಕ್ಕೇ ಪಪ್ಪಾಗೆ ಎಷ್ಟೋ ಬಾರಿ ಅಮ್ಮನೇ ಒಳ್ಳೆಯವಳು ಅನ್ನಿಸಿಬಿಡುವುದು. ಪ್ರತಿವರ್ಷದ ಜೂನ್ ತಿಂಗಳ ಶುರುವಿಗೆ ಪುಸ್ತಕದಂಗಡಿ ಯಿಂದ ನೋಟುಬುಕ್ಕುಗಳ ಕಟ್ಟನ್ನು

'ನಿನಗೆ ಭಾರವಾಗ್ತದೆ ಕೊಡು' ಎಂದು ತಾನೇ ಹಿಡಕೊಂಡು ಬರುವಾಗ ಮಾತ್ರ ಅಪ್ಪ ಭೊಲೊ.

■

ಹದಿನೈದು ದಿನಗಳಿಂದ ಸೀಟಿಯಾಗದೇ ಅನ್ನವಾಗಿರುತ್ತಿದ್ದ ಕುಕ್ಕರು ಇಂದೇಕೋ ಇದ್ದಕ್ಕಿದ್ದಂತೆ ಸೀಟಿ ಮಾಡಿತು. ರಾತ್ರಿ ಊಟಕ್ಕೆ ಎರಡು ದಿನದಿಂದ ಉಳಿಯುತ್ತಲೇ ಬಂದ ಎರಡು ನಮೂನೆಯ ಸಾರುಗಳನ್ನು ಮಿಕ್ಸ್ ಮಾಡಿ ಹೊಸ ಸಾರಿನಂತೆ ಬಡಿಸಿದಳು. 'ಹೊಟೇಲ್ ಥರ ರುಚಿ ಬಂದಿದೆಯಲ್ಲ, ಏನು ಹಾಕಿದ್ದಿ ಇವತ್ತು' ಎನ್ನುತ್ತ ಬಾಳಾ ಬಾಯ್ಚಪ್ಪರಿಸುತ್ತ ಉಂಡೆದ್ದ.

■

ಪಪ್ಪ್ಯಾ ರಾಶಿ ಹೊತ್ತು ಜೊಗ್ರಫಿ, ಸಿವಿಕ್ಸ್ ಪುಸ್ತಕ ಹಿಡಿದು ಮಣ, ಮಣ, ಮಣ ಓದಿಕೊಂಡು ಅಲ್ಲೇ ನಿದ್ದೆ ಹೋದ. ಬೆಳಿಗ್ಗೆಯಿಂದ ಅಸಮಾಧಾನ ಸೃಷ್ಟಿಸಿ ಗಾಜು ಕಳಚಿಕೊಂಡು ಹಗುರಾದ ಫೋಟೊ, ಫ್ಯಾನಿನ ಗಾಳಿಗೆ ತುಸುವೇ ತೂಗುತ್ತಿತ್ತು.

'Our love came quietly and suddenly' ಸಣ್ಣ ಅಕ್ಷರದಲ್ಲಿ ಬರಕೊಂಡ ಬರಹ ಸ್ಪಷ್ಟವಾಗಿ ಕಾಣುತ್ತ ಚಿತ್ರವನ್ನು ಮೇಲೆತ್ತಿ ಹಿಡಿದಂತಿತ್ತು. ಚೌಕಟ್ಟಿನೊಳಗಿದ್ದ ಉದ್ದುದ್ದ ಗೆರೆಗಳ ಹಾಫ್ ಶರ್ಟಿನ ಅವನ ಬೆನ್ನೆಯಲ್ಲಿ ದಂಡೆಯ ಗಾಳಿ ಪುಗ್ಗದ ಹಾಗೆ ಉಬ್ಬುಬ್ಬಿ ನೆಗೆಯುತ್ತಿದೆ. ಆ ಶರ್ಟಿಗೆ ಸಮುದ್ರದ್ದೇ ಬಣ್ಣ. ಅವನ ಬಲಗೈ ಅವಳ ಹೆಗಲನ್ನು, ಅವಳ ಎಡಗೈ ಅವನ ಬೆನ್ನನ್ನೂ ಬಳಸಿದೆ. ಅವಳ ಕೂದಲನ್ನು ಮೇಲೆತ್ತಿ ಕಟ್ಟಿದ ಹೇರ್‌ಬ್ಯಾಂಡಿನ ಬೆಳ್ಳಿ ಚಿಟ್ಟೆಗೆ ಈಗ ಜೀವ ಬರುವಂತಿದೆ.

■

ಆ ರಾತ್ರಿ ಆ ಚಿತ್ರ ಇದ್ದಕ್ಕಿದ್ದಂತೆ ದೊಡ್ಡದಾಯಿತು. ಗೋಡೆ ತುಂಬ ಆವರಿಸಿಕೊಂಡಿತು. ಚಿತ್ರದಲ್ಲಿಯ ಬೆನ್ನುಗಳಲ್ಲಿ ಈಗ ಮಿಂಚಿನ ಕಣ್ಣುಗಳು ಮೂಡಿ ನಿಂತವು. ಅರೇ! ಬೇಬಿ ಗಾಬರಿಯಿಂದ ಹಿಂದೆ ಹಿಂದೆ ಸರಿದಳು. ಹಿಂಗಾಲಲ್ಲಿ ನಡೆಯುತ್ತಿರುವಂತೆ ಇದಿರು ತೆರೆದುಕೊಳ್ಳುತ್ತ ಹೋಗುವ ದೊಡ್ಡ ಬಯಲು. ಎಷ್ಟೋ ವರ್ಷಗಳ ಹಿಂದೆ ನಡೆದು ಬಂದದ್ದೇ ದಾರಿ. ಈಗ ಎಲ್ಲ ಹೊಸದರಂತೆ. ಬೇಬಿಗೆ ಬದುಕು ಎಷ್ಟು ಸುಂದರ ಅನ್ನಿಸಿತು.

■

ಏಳಲು ಮನಸ್ಸಿಲ್ಲದೇ ಬೇಬಿ, ಬಾಳನ ತೊಡೆಯ ಮೇಲೆ ಕೆನ್ನೆಯಿಟ್ಟು ಕಣ್ಣು ತೆರೆದೇ ಮಲಗಿದ್ದಳು. ಫೋಟೋದಲ್ಲಿಯ ಮಾದಕ ಹಸ್ತದ ಚಂದದ ಬೆರಳುಗಳು ಅವಳ ಬೆನ್ನಿಗೆ ಹರಡಿದ ತಲೆಗೂದಲಲ್ಲಿ ಆಟವಾಡುತ್ತಿದ್ದವು. ಅವರಿಬ್ಬರೂ ಆ ಕ್ಷಣದಲ್ಲಿ ಸಮುದ್ರ ದಂಡೆಯಲ್ಲಿದ್ದರು.

ಹಂಗಾಮ –2004

ಕಂದೀಲು

ಅಶೋಕನಿಗೆ ಹೀಗಾದ ಸರೀ ಒಂದು ತಿಂಗಳ ನಂತರ ಹೇಮಾ ಈವತ್ತು ಮೊದಲ ದಿನ ಶಾಲೆಗೆ ಬಂದಿದ್ದಳು. ಮುದ್ದಾಮಾಗಿ ಅಲಂಕಾರದ ಕಡೆಗೆ ಲಕ್ಷ್ಯ ಕೊಡಲಿಲ್ಲ. ಸೀರೆಯ ಜೊತೆ ಮ್ಯಾಚಿಂಗ್ ಬ್ಲೌಸು ಕೈಗೆ ಸಿಕ್ಕಾಗಲೂ ಕಸಿವಿಸಿಯಾಗಿತ್ತು. ಪಿನ್ನು ಹಾಕದೇ ನಿರ್ಲಕ್ಷದಿಂದ ಹಾಗೇ ಸೆರಗು ಹೊದ್ದುಕೊಂಡಳು. ಈ ಎಲ್ಲ ಎಚ್ಚರಿಕೆಯನ್ನು ಅನ್ಯರಿಗಾಗಿ ಮಾತ್ರ ತಾನು ವಹಿಸುತ್ತಿದ್ದೇನೆ ಅನ್ನಿಸತೊಡಗಿದಂತೆ ಮನಸ್ಸಿನಲ್ಲಿ ಎಂಥದೋ ಅಪ್ರಾಮಾಣಿಕತೆಯ ಹೊಗೆ ಸುಳಿದು ಹೋಯಿತು.

■

ಅವೇ ನಾಲ್ಕನೇಯತ್ತೆಯ 'ಬಿ' ಕ್ಲಾಸಿನ ಜೀವದ ಮಕ್ಕಳು. ಟೀಚರ್ –ಟೀಚರ್ ಎನ್ನುತ್ತ ಮುತ್ತಿಕೊಂಡವು. ಶಾಲೆ ಏನೂ ಬದಲಾಗಿಲ್ಲ. ನಾನೂ ಅಷ್ಟೇ. ಆದರೆ ಎಲ್ಲರೂ ವಿನಾಕಾರಣ ತನ್ನೆಡೆಗೇ ನೋಡುತ್ತಿದ್ದಾರೆನ್ನಿಸಿ ಸ್ವಲ್ಪ ಗಲಿಬಿಲಿಯೂ ಆಯಿತು.

ಸ್ಟಾಫ್ ರೂಮಿಗೆ ಹೋದರೆ ಎದುರು ಸಿಕ್ಕವರೊಂದಿಗೆ, ಮುಖದ ಮೇಲೆ ಮುಖ ಬಿದ್ದ ಕೂಡಲೇ ಮೊದಲಿನ ಹಾಗೆ ನಗುವಂತೆಯೂ ಇಲ್ಲ. ಬಾಯಿ ಬಿಟ್ಟು ನಾನಾಗೇ ಮಾತಾಡುವಂತಿಲ್ಲ. ವಿಚಿತ್ರ ಸಂದಿಗ್ಧ. ಎಲ್ಲ ತಾವಾಗೇ ಹುಡುಕಿ ಬಂದು, ನೋಡಿ ಮಾತಾಡಿಸಿಕೊಂಡು ಹೋದರು. 'ಮರೀಬೇಕು, ಸ್ವಲ್ಪ ದಿನ ತ್ರಾಸಾಗ್ತದೆ, ಉಪಾಯವಿಲ್ಲ' ಎಲ್ಲರೂ ಒಂದೇ ರೀತಿಯ ಹಿತ ಬಯಸಿದವರೇ.

ಸಹಿ ಮಾಡಲು ಆಫೀಸು ರೂಮಿಗೆ ಹೋದಾಗ ಹೆಡ್‌ಮ್ಯಾಡಂ, ಹತ್ತಿರ ಕರೆದು 'ಮಕ್ಕಳ ಜೊತೆ ಎಂಥ ನೋವೂ ಮರೀತದೆ, ಅದಕ್ಕೇ ನಾನು ಹೇಳಿ ಕಳಿಸಿದ್ದು, ಕ್ಲಾಸಿಗೆ ಹೋಗಿ. ಮಕ್ಕಳು ಕಾಯ್ತಿವೆ'ಎಂದು ಸಂತೈಸುತ್ತ ತೋಳು ಸವರಿದರು.

ನಂತರ ಕ್ಲಾಸಿಗೆ.

ಮಕ್ಕಳೆಲ್ಲ ಅವರವರ ಸಾಮ್ರಾಜ್ಯದಲ್ಲಿ ಮುಳುಗಿದ್ದರು. ಯಾವ ನೋವು-ದುಃಖ-ಸಂಕಷ್ಟಗಳೂ ಅವರನ್ನು ತಟ್ಟುವುದಿಲ್ಲ.

ಅಂದು ಹುಟ್ಟಿದ ಹಬ್ಬವಿದ್ದ ಪ್ರಿಯಾ, ಬಣ್ಣದ ಡ್ರೆಸ್ಸಲ್ಲಿ ಬಂದು ಚಾಕಲೇಟು ಕೊಟ್ಟಳು. ಜೊತೆಯಲ್ಲಿ ಒಂದು ಕೆಂಪು ಗುಲಾಬಿ ಹೂವಿನ ಮೊಗ್ಗು. ಹೇಮಾ, ಎಲ್ಲ ಮಕ್ಕಳ ಬಳಿಯೂ ಪ್ರಿಯಾಗೆ 'ಹೆಪಿ ಬರ್ಥಡೇ' ಹೇಳಿಸಿ, ಚಾಕಲೇಟು ಮಕ್ಕಳೊಂದಿಗೆ ತಾನೂ ಬಾಯಲ್ಲಿಟ್ಟುಕೊಂಡಳು. ಮಕ್ಕಳು ಚಾಕಲೇಟಿನ ಹಾಳೆಗಳೆಲ್ಲವನ್ನೂ ಅಲ್ಲಿ, ಇಲ್ಲಿ ಬಿಸಾಕದೇ ತಮ್ಮ ತಮ್ಮ ಬ್ಯಾಗಿನಲ್ಲೇ ಇಟ್ಟುಕೊಂಡವು.

ಕಡೆಯಲ್ಲಿ ಎಲ್ಲ ಸುರಳೀತ.

ಟೀಚರ್, ಇವ್ನು ನನ್ನ ಪೆನ್ಸಿಲ್ ತೊಗೊಂಡಾ, ಟೀಚರ್ ಇವ್ಳು ನನ್ನ ಪುಸ್ತಕದಲ್ಲಿ ಗೀಚಿದಳು. ಅಬ್ಬಾ! ಈ ಲೋಕವೇ ಛಂದ. ಶಾಲೆ ಬಿಟ್ಟಾಗ 'ನಾನೂ ಜತೆಯಲ್ಲಿ ಮನೆತನಕ ಬರಲೋ?' ಕೇಳಿದ್ದಳು ವಸುಧಾ ಟೀಚರ್. 'ಯಾಕೆ? ಬೇಡ, ಬೇಡಾ' ಎಂದು ತಲೆಯಾಡಿಸಿ ಗಂಭೀರವಾಗಿ ನಡೆದು ಬಂದಳು ಹೇಮಾ.

■

ಅಷ್ಟೇ ಹೊತ್ತಿಗೆ 'ಮಾತಾಡಿಸಲು ಬಂದ' ಯಾರೋ ದೂರದ ಸಂಬಂಧಿಕರ ಬಳಿ ತಗಾದೆ ತೆಗೆದಿದ್ದಳು ಅತ್ತೆ.

'ಶಾಲೆಗೆ ಹೋಗಿ ಬರಲಿ, ಯಾರು ಈಗ ಬೇಡಾ ಅಂದವರು?'

'ಅದು ಯಾರ ತಪ್ಪು? ನನ್ನ ತಪ್ಪದು ಅನ್ನುವ ಹಾಗೆ ಇವಳು ನನ್ನ ಮೇಲೆ ಸಿಟ್ಟು ಮಾಡಿಕೊಂಡವಳಂತೆ ಮುಖಾ 'ಉಮ್' ಅಂತ ಉಬ್ಬಿಸಿಕೊಂಡು ಇರ್ತಾಳಪ್ಪ.'

'ಅಲ್ಲಾ, ನನ್ನ ಬಳಿ ಬಾಯಿ ಬಿಚ್ಚಿ ಮಾತಾಡಲಿಕ್ಕೇನು ದಾಡಿ ಇವಳಿಗೆ ಅಂತ ಯಾರೂ ಯಾಕೆ ತಿಳ್ಕೋಳೂದಿಲ್ಲ?'

'ಬಂದ ಬಂದವರು ಅವ್ಳು ಪಾಪ, ಅವ್ಳು ಪಾಪ. ಹಾಗಾದ್ರೆ ನಾನೇನು?'

'ನಾನೂ ಮನುಷ್ಯಳೇ, ಆ ಸಂಕಟ ಅನುಭವಿಸಿದವರಿಗೇ ಗೊತ್ತಾಗ್ಬೇಕು'

'ಇಷ್ಟು ದಿನಾ ನೋಡ್ತಾ ಸುಮ್ನೇ ಇದ್ದೆ, ನನ್ನನ್ನು ಯಾರೂ ಲೆಕ್ಕಕ್ಕೇ ತೊಗೊಳಲ್ಲ'

'ಹುಟ್ಟಿಸಿ, ಸಾಕಿ, ಕೈಯಿಂದ, ಬಾಯಿಂದ ಕೊಟ್ಟು ದೊಡ್ಡ ಮಾಡಿ, ದುಡೀತಾನೆ ಅನ್ಬೇಕಾದ್ರೆ ಮದ್ವೆ ಮಾಡ್ದೆ. ನನ್ನ ಮಹತ್ವಾನೇ ಯಾರ್ಗೂ ಕಾಣೂದಿಲ್ಲ.'

'ನೌಕರಿ ಇರುವ ಹುಡುಗೀನೆ ಮಾಡಿಕೊಳ್ತೇನೆ ಅಂದ. ನಾನು ಒಪ್ಕೊಂಡೆ. ಇವಳನ್ನು ನೋಡಿ ಬಂದು, ಮದುವೆಯಾದರೆ ಇವಳನ್ನೇ ಅಂದಾ. ನಾನು 'ಹ್ಞು'ಅಂದೆ.'

'ಅಲ್ಲಿ ಇಲ್ಲಿ ಹಿಡಿದ ಕೆಲಸ ಬಿಟ್ಟು ತಿರುಗಾಡಿದ. ಆಗೆಲ್ಲ ನಿನಗೇನಪ್ಪಾ, ನೌಕರಿಯ ಹೆಂಡತಿ ಇದ್ದಾಳೆ, ನೀನು ರಾಜಾ ಮನುಷ್ಯ. ಎಂದು ದೋಸ್ತರು ತಮಾಷೆ ಮಾಡ್ತಿದ್ದರಂತೆ.'

'ಮದುವೆಯಾದ ಮೇಲೆ ಅವರಿಬ್ಬರೇ. ಮಾತು, ನಗು, ಗುಟ್ಟು ಎಲ್ಲ. ನಾನು ಬೇರೆಯೇ. ಅಷ್ಟು ಮೋಡಿ ಮಾಡಿಬಿಟ್ಟಿದ್ದಳು. ಹಾಗಿದ್ದರೆ ಹಾಗೇ ಇರಲಿ. ಅವ ಸುಖವಾಗಿರ್ಲಿ ಅಂತ ನಾನೂ ಸುಮ್ಮನಿದ್ದೆ.'

'ಅವಳಿಗೇ ಗೊತ್ತಿರಬೇಕು. ಅವರಿಬ್ಬರಲ್ಲಿ ಏನೇನು ನಡೆದಿತ್ತೊ ಯಾರಿಗೆ ಗೊತ್ತು?'

'ನೌಕರಿ-ಕೆಲಸ ಅಂತ ಇಲ್ಲದಾಗ ಪ್ರತಿ ತಿಂಗಳೂ ಅವ ಕೇಳದಿದ್ರೂ ಇವಳು ಅವನ ಖರ್ಚಿಗೆ ಹಣ ಕೊಡ್ತಿದ್ದಳು.'

'ಅದೇನೋ ಸುಟ್ಟದ್ದು ಚೈನ್ ಬಿಸಿನೆಸ್ ಅಂತೆ. ತೊಂಬತ್ತೈದು ಸಾವಿರಕ್ಕೆ ಒಂದು ಮ್ಯಾಗ್ನೆಟ್ಟಿನ ಹಾಸಿಗೆಯಂತೆ. ಅದಕ್ಕೆ ನಾಲ್ಕು-ನಾಲ್ಕು ಜನರಂತೆ ಮೆಂಬರುಗಳನ್ನ ಮಾಡಿಸುತ್ತ ಹೋಗಬೇಕಂತೆ. ಹೀಗೆ ನಾಲ್ಕಕ್ಕೆ ಎಂಟು, ಎಂಟಕ್ಕೆ ಇನ್ನೆಷ್ಟೊ.'

'ಅದು ಹಾಗೇ ಬೆಳೀತಾ ಹೋದಂತೆ, ನಂತರ ಕೂತಲ್ಲೇ ಇವನಿಗೆ ಲಕ್ಷಗಟ್ಟಲೇ ಕಮೀಷನ್ ಬರಲು ಶುರು ಅಂತೆ.'

'ಒಂದೇ ವರ್ಷದಲ್ಲಿ ನೋಡು ಕೋಟ್ಯಾಧೀಶ ನಾಗ್ತೇನೆ' ಅಂದಿದ್ದ.

'ಆ ಹಸಿರು ನೈಲನ್ ದಾರ ತಂದದ್ದು ನಾವಿಬ್ಬರೂ ನೋಡಿದ್ದೆವು. ಬಟ್ಟೆ ಒಣಗಿಸಲು ಎಲ್ಲಿ ಅದನ್ನು ಕಟ್ಟಬಹುದು? ಎಂಬ ಮಾತೂ ಸಾ ಆಡಿದ್ದೆವು'

'ಒಂದು ಮಾತೂ ಆಡದೇ ಹೋದ, ತಾನು'

'ಅಡಿಗೆ ಖೋಲಿಯ ಫ್ಯಾನಿಗೆ ಕುಣಿಕೆ ಬಿಗಿದದ್ದು ಎಷ್ಟು ಹೊತ್ತಿಗೆ? ಯಾವ ಗಳಿಗೆಯಲ್ಲಿ ಎದ್ದು ಹೋದ?'

'ಒಂದೇ ಮನೆಯಲ್ಲಿದ್ದೂ, ಒಂದೇ ಹಾಸಿಗೆಯಲ್ಲಿದ್ದೂ ಸಂಶಯವೇ ಬರದೇ ಹೇಗೆ ಸಾವನ್ನು ಎದುರಿಸಿದ?'

'ಇವಳಿಗೇನೀಗ? ಧಡದಡೀ ಅಪ್ಪ-ಅಮ್ಮ ಇದ್ದಾರೆ. ಬಳಗದವರಿದ್ದಾರೆ. ಬರ್ತಾರೆ, ಕರೀತಾರೆ. ಕಳ್ಸಿಕೊಡ್ತಾರೆ. ನನಗೋ ಅವನೊಬ್ಬನೇ ಇದ್ದಾ. ಇವಳಿಗಾದರೆ ಇನ್ನೂ ಸಣ್ಣ ವಯಸ್ಸು.....'

ಅತ್ತೆ ಎಲ್ಲ ತೋಡಿಕೊಂಡು ಹಗುರವಾದಳು.

ಹೇಮಾ ಅದನ್ನೆಲ್ಲ ಕೇಳಿಯೇ ಹಗುರಾದಳು. ಇದು ಈ ಇಡಿಯ ಒಂದು ತಿಂಗಳಲ್ಲಿ ಒಂದೆರಡು ಬಾರಿ ಆಡಿದ ಶೋಕವಲ್ಲ.

■

ಅಡಿಗೆ ಖೋಲಿಯಲ್ಲಿದ್ದಷ್ಟು ಹೊತ್ತು ಹೇಮಾ ಅಪ್ಪಿ ತಪ್ಪಿ ಕೂಡ ಮೇಲೆ ಫ್ಯಾನಿನ ಕೊಂಡಿ ನೋಡಲು ಹೋಗಲಿಲ್ಲ. ಆ ದಿನವೇ ಫ್ಯಾನು ಕಳಚಿ ಹೊರಗೊಯ್ದು ಚಿಕ್ಕಪ್ಪ. ಎಲ್ಲಿ ಒಯ್ದ? ಯಾರಿಗೆ ಕೊಟ್ಟ? ಒಂದೂ ಹೇಮಾ ಕೇಳಲಿಲ್ಲ.

ಅಕ್ಕಪಕ್ಕದ ಮನೆಯವರು ಈ ಮನೆ ಬಳಿ ಸುಳಿದಾಡಲೇ ಹೆದರ್ತಾರೆ. ಪಕ್ಕದ ಅಪಾರ್ಟ್‌ಮೆಂಟಿ ನವರು ರಾತ್ರಿಯಾದರೆ ಇತ್ತ ಕಡೆಯ ಬಾಗಿಲನ್ನೇ

ತೆರೆಯುವದಿಲ್ಲವಂತೆ.

ಮಾಡಿದ ಅಡಿಗೆಯನ್ನು ಮೌನವಾಗಿ ಇಬ್ಬರೂ ಉಂಡರು. ಅತ್ತೆ ಇವತ್ತು, ಅದಕ್ಕೆ ಉಪ್ಪು ಹೆಚ್ಚು, ಇದಕ್ಕೆ ಖಾರ ಕಮ್ಮಿ ಅಂತ ಹಂಗಿಸಲಿಲ್ಲ. ಗ್ಯಾಸು ಕಟ್ಟೆ ಗಲೀಜಾಗಿದ್ದರೂ ಕಿರಿಕಿರಿ ಮಾಡಲಿಲ್ಲ.

ಅಶೋಕ ಹೋದ ದಿನ ಹಚ್ಚಿದ ದೀಪ ಆರಿ ಹೋಗಬಾರದೆಂದು ಅತ್ತೆ ಇವತ್ತು ಆ ಜಾಗದಲ್ಲಿ ಒಂದು ಕಂದೀಲು ಹಚ್ಚಿಟ್ಟಿದ್ದಳು.

ಆ ಕಂದೀಲಲ್ಲೇ ಈಗ ಅಶೋಕನಿದ್ದಾನೆ.

■

ಕಪಾಟಿನ ತುಂಬ ಅವನ ವಾಚು, ಶೇವಿಂಗ್ ಸೆಟ್ಟು, ಟಾವೆಲ್ಲು, ನಿಕ್ಕರು, ಬನಿಯನ್ನು, ಶರ್ಟು, ಪ್ಯಾಂಟುಗಳು ಎಲ್ಲ ಹಾಗೇ ಇವೆ. ತನ್ನ ಒಡೆಯ ಇಲ್ಲೇ ಎಲ್ಲೊ ಹೋಗಿರುವಾ, ಈಗ ಬರ್ತಾನೆ ಎಂಬ ಭಾವ ಅವಕ್ಕೆ.

ಹೇಮಳ ಪರ್ಸಿನಲ್ಲಿ ಮೊದಲಿನಿಂದಲೂ ಅಶೋಕನ ಒಂದು ಪಾಸ್‌ಪೋರ್ಟ್ ಸೈಜಿನ ಫೋಟೋ ಇತ್ತು. ಹೇಮಳಿಗ್ಯಾಕೋ ಇತ್ತೀಚೆಗೆ, ಅತ್ತೆ ದಿನಾಲೂ ಆ ಫೋಟೋ ತನ್ನ ಬಳಿ ಇದೆಯೋ ಇಲ್ಲವೊ ಅಂತ ಪರೀಕ್ಷಿಸುತ್ತಾಳೆ ಅನ್ನಿಸತೊಡಗಿತ್ತು. ಅದನ್ನೇ ಯೋಚಿಸುತ್ತ ಹಾಸಿಗೆ ಬಿಚ್ಚಿದಳು.

■

ಅದೇ ಹುಲಿಯ ಚಿತ್ರದ ಬೆಡ್‌ಶೀಟು.

ಮದುವೆಯಾದಾಗಿನಿಂದ ಇದೇ ಬೆಡ್‌ಶೀಟನ್ನು ಹಾಸಿಕೊಂಡು ಬಂದದ್ದು. ಒಂದಿನವೂ ಬದಲಾಯಿಸಿಲ್ಲ. ಒಗೆಯಲು ಹಾಕಿದರೂ, ಒಣಗಿಸಿ ಅದನ್ನೇ ಹಾಸುವುದು. ಅಶೋಕನ ಅಚ್ಚುಮೆಚ್ಚಿನ ಕಾರ್ಪೆಟ್ಟದು.

ಅದೇ ಎಂದಿನದೇ ಹುಲಿ. ಗರ್ಜಿಸಲು ಬಾಯಿ ತೆರೆದಂತಿರುವದು. ಅದಕ್ಕೆ ಅಚ್ಚ ಬಿಳಿಯ ಹಲ್ಲುಗಳಿವೆ. ಆ ಹಲ್ಲುಗಳ ಮೇಲೆಯೇ ಈಗ ಹಸ್ತ ಊರಿದ್ದಾಳೆ ಹೇಮಾ. ಹುಲಿಯ ಕಣ್ಣು ತೆರೆದೇ ಇದೆ ಎಂದಿನಂತೆ. ಅಲ್ಲಿ ದಟ್ಟ ಕಾಡಿನ ಶಾಂತ ಮುದ್ರೆ.

ಪಾದದ ಪಂಜುಗಳು ಎಷ್ಟು ಮುದ್ದಾಗಿವೆ!

ಅದರ ಬಾಲದ ತುದಿಗೆ ಹೇಮಳ ಪಾದಗಳಿವೆ. ಇದ್ದಕ್ಕಿದ್ದಂತೆ ಹೇಮಾಗೆ ತಾನು ಹುಲಿಯ ಮೇಲೆ ಮಲಗಿದ್ದೇನೆ ಅನ್ನಿಸತೊಡಗಿತು.

ಅದಕ್ಕೀಗ ಸೊಂಪಾಗಿ ರಕ್ತ ಮಾಂಸಗಳು ತುಂಬಿಕೊಂಡವು.

ಹುಲಿ ಮೆಲ್ಲನೆ ಅಲ್ಲಾಡಿತು. ಹಳದೀ ಬಣ್ಣದ ಕಪ್ಪು ಪಟ್ಟಿಯ ಹರವಾದ ಹುಲಿಯ ಬೆನ್ನು. ಹೇಮಾ ಹಸ್ತವನ್ನು ತಲೆದಿಂಬಿನಂತಿಟ್ಟು ನಿದ್ದೆ ಹೋದಳು.

ಹುಲಿ ನಿಧಾನ ಎದ್ದು ನಡೆಯತೊಡಗಿತು. ಹೇಮಾಗೆ ಉಯ್ಯಾಲೆಯಲ್ಲಿ ಮಲಗಿದ ಅನುಭವ.

ದಾರಿ ಬೆಳಕಿಗಾಗಿ ಹುಲಿ, ಅಲ್ಲಿಯೇ ಹಚ್ಚಿಟ್ಟ ಕಂದೀಲನ್ನು ಬಾಯಲ್ಲಿ ಕಚ್ಚಿ ಹಿಡಿದು ಹೊರಟಿತು. ಹುಲಿ ಮನುಷ್ಯನನ್ನು ತಿನ್ನುತ್ತದೆ ಎಂಬ ಸತ್ಯ ಹೇಮಾಗೆ ಈಗ ಸುಳ್ಳೆನಿಸಿತ್ತು. ಅದು ಕಾಡು –ಮೇಡು, ಬೆಟ್ಟ–ಗುಡ್ಡ, ಹಳ್ಳ–ಕೊಳ್ಳದಲ್ಲೆಲ್ಲ ಅಲೆದಾಡಿತು.

ಹುಲಿ ನಸುಕು ಮೂಡುವುದರೊಳಗೆ ಮತ್ತೆ ಹಾಸಿಗೆಯಲ್ಲಿತ್ತು. ಬಿಚ್ಚಿದ ಮುಡಿಯನ್ನು ಕಟ್ಟಿಕೊಳ್ಳುತ್ತ ಹೇಮಾ ಎದ್ದಳು.

ಆ ಬೆಡ್‌ಶೀಟನ್ನು ಝಾಡಿಸಿ ಮಡಿಸಿದಳು.

ಒಂದು ಅಗಲ ಮಡಿಕೆಯೊಳಗೆ ಅದರ ಸರೀ ಹೊಟ್ಟೆಯ ಭಾಗ ಮುರಿದಿತ್ತು. ಇನ್ನೊಂದು ಮಡಿಕೆಗೆ ಅದರ ಕಾಲುಗಳು ಮುರಿದು ತಲೆ–ಬೆನ್ನುಗಳ ಮೇಲೆ ಬಿತ್ತು. ಇನ್ನೊಂದು ಮಡಿಕೆ, ಮತ್ತೊಂದು ಸಣ್ಣ ಮಡಿಕೆ.... ಹೀಗೆ ಹುಲಿ ಸಂಪೂರ್ಣವಾಗಿ ಬೆಡ್‌ಶೀಟಿನಲ್ಲಿ ಕಾಣದಂತೆ ಬಂಧಿಯಾಯ್ತು.

■

ಹೊರಗೆ ಕಂದೀಲಿನ ದೀಪದ ಬತ್ತಿಗೆ ಕಟ್ಟನಿಂತ ಕೆಂಪುಕುಡಿ ಹುಲಿಯ ಕಣ್ಣಿನಂತೆ ಹೊಳೆಯುತ್ತಿತ್ತು.

ಭೂಮಿಕಾ

ಗುಬ್ಬಿ ಗೂಡು

ಕೇಶ್ವಾಪುರದ ಜಾಧವ ಬಿಲ್ಡಿಂಗಿನ ದತ್ತೂ ಮಾಮನ ಮನೆಯಿಂದ ಹೊರಬಿದ್ದ ಸಂದೀಪ, ಎಸ್ಕೆ ಕಾಂಪ್ಲೆಕ್ಸ್ ಬಳಿ ಸಿಬಿಟಿ ಬಸ್ಸು ಹತ್ತಿ, ಕೋರ್ಟಿನ ಸರ್ಕಲ್ಲಿನಲ್ಲಿಳಿದಾಗ ಆಗಲೇ ಬೆಳಗಿನ ಒಂಬತ್ತೂವರೆ. ಪುಷ್ಪಾ ಮಾಮಿ ಚಹ ಕುಡಿಯಲು ಕೂತಾಗ 'ನಮ್ಮ ಪ್ರೀತಿಯ ಮೊದಲ ಹುಟ್ಟು ಹಬ್ಬಕ್ಕೆ ನಿನ್ನ ಅಪ್ಪ ತೆಗೆಸಿಕೊಟ್ಟದ್ದಿದು' ಎಂದು ಇಡ್ಲಿ ಪಾತ್ರೆ ತೋರಿಸುತ್ತ ಅಕ್ಕರೆಯಿಂದ ಒಂದೆರಡು ಇಡ್ಲಿ ಹೆಚ್ಚೇ ಬಡಿಸಿದ್ದು ಬಸ್ಸು ಹತ್ತಿದ ಕೂಡಲೇ ತೂಕಡಿಕೆ ತಂದುಬಿಟ್ಟಿತ್ತು. ದುರ್ಗದ ಬೈಲಿನಲ್ಲಿ 'ಪ್ರೀತಿ ಫೈನಾನ್ಸ್' ನಡೆಸುತ್ತ ಸದಾ ಸಫಾರಿ ಡ್ರೆಸ್ಸನ್ನೇ ತೊಡುತ್ತಿದ್ದ ದತ್ತೂ ಮಾಮಾ ತನ್ನ ಆಫೀಸಿಗೆ ತೆರಳುತ್ತಿದ್ದಾಗ ಬಾಗಿಲಲ್ಲೇ ನಿಂತು ಗುರ್ತಿಸಿಕೊಟ್ಟ ಜಾನ್ಹವಿ ಅಕ್ಕನ ಮನೆಯ ವಿಳಾಸದ ಸ್ಕೆಚ್ಚು ತನ್ನ ನೀಲಿ ಅಂಗಿಯ ಕಿಸೆಯಲ್ಲಿದೆಯೋ ಎಂದೊಮ್ಮೆ ಸಂದೀಪ ಪರೀಕ್ಷಿಸಿಕೊಂಡ.

ರಮ್‌ಜಾನ್ ಹಬ್ಬದ ಪ್ರಯುಕ್ತ ಶಾಲೆ, ಕಾಲೇಜು, ಸರ್ಕಾರಿ ಕಛೇರಿಗಳಿಗೆ ರಜೆ ಇದ್ದುದರಿಂದ ರಸ್ತೆಯಲ್ಲಿ ಸಾರ್ವಜನಿಕರಿಗಿಂತ ಖಾಕಿ ಧರಿಸಿದ ಪೊಲೀಸರ ಸಂಖ್ಯೆಯೇ ಎದ್ದು ಕಾಣುತ್ತಿತ್ತು. ಆರೇಳು ರಸ್ತೆಗಳು ಸಂಗಮಿಸುವ ಆ ವೃತ್ತದಲ್ಲಿ ಕ್ಷಣ-ಕ್ಷಣಕ್ಕೂ ಏರುತ್ತಿರುವ ಉದ್ವಿಗ್ನತೆ ಸಂದೀಪನಿಗೆ ಏನೆಂದೇ ತಿಳಿಯದಾಗಿತ್ತು. ತನ್ನ ಬಿಣಗಾ ಕಾರವಾರಗಳಲ್ಲಿ ಕಾಲಿಗೆ ಚಕ್ರ ಕಟ್ಟಿ ಕೊಂಡಂತೆ ಬಿಂದಾಸಾಗಿ ತಿರುಗುವ ಸಂದೀಪ, ಇಲ್ಲಿ ದಿಕ್ಕೇ ತಪ್ಪಿದಂತೆ ನಿಂತ.

ಇಂದಿನ ರಜೆಯ ನೆವ ಮಾಡಿ ನಿನ್ನೆ ರಾತ್ರಿಯೇ ಹೊರಟು ಬಂದ ಆತ, ಅಪ್ಪನ ಮೌನ, ಅಮ್ಮನ ಆತಂಕ ಎಲ್ಲದಕ್ಕೂ ಒಂದು ಅಂಕದ ಪರದೆಯೆಳೆಯಲೆಂದೇ ಎರಡು ವರ್ಷದ ಮೇಲೆ ಮೊದಲ ಬಾರಿ ಅಕ್ಕನನ್ನು ನೋಡಲು ಕಾತರಗೊಂಡಿದ್ದ.

ಹಬ್ಬವೊಂದು ಹುಬ್ಬಳ್ಳಿಯಲ್ಲಿ ಇಂಥ ಬಂದೋಬಸ್ತಿನಲ್ಲಿ ನಡೆಯುತ್ತದೆಂಬ ಕಲ್ಪನೆ ಸಹ ಅವನಿಗಿರಲಿಲ್ಲ. 'ನಾವು ಸರೀ ಇದ್ದರೆ ನಮಗೆಂಥ ಹೆದರಿಕೆ?' ಎನ್ನುತ್ತ ಆಫೀಸಿಗೆ

ಹೊರಟ ದತ್ತೂ ಮಾಮಾ, ಸಂದೀಪನಲ್ಲೂ ಧೈರ್ಯ ತುಂಬಿ ಕಳಿಸಿಬಿಟ್ಟಿದ್ದ. ಪಕ್ಕದಲ್ಲೇ ಕಂಡ ಶಿರಡಿ ಮಂದಿರದ ದೊಡ್ಡ ಬಾಗಿಲು ಮಾತ್ರ ಭಕ್ತರಿಗಾಗಿ ತೆರೆದುಕೊಂಡೇ ಇದೆ. ಬಣ್ಣದ ಹೂಮಾಲೆಗಳಿಂದ ಶಾಂತ ಚಿತ್ತನಾಗಿ ಕೂತೇ ಇರುವ ಸಾಯಿಬಾಬಾನ ಗುಲಾಬಿ ಹಸ್ತದಲ್ಲಿ ಎಂಥದೋ ಅಭಯವಿರುವುದನ್ನು ಅರಿತ ಸಂದೀಪ ತನ್ನ ಬಲಗೈ ಹಸ್ತವನ್ನು ಎದೆಗೊತ್ತಿ ಕೊಂಡು ನಿಂತ.

ಬದಿಯಲ್ಲೇ ಹಬ್ಬಿ ನಿಂತಿರುವ ನ್ಯಾಯಾಲಯ ಕಟ್ಟಡದ ಎತ್ತರೆತ್ತರ ಮೆಟ್ಟಿಲುಗಳು ಒಮ್ಮೆಲೇ ಕಾರವಾರದ ತನ್ನ ದಿವೇಕರ ಕಾಲೇಜಿನ ಮೆಟ್ಟಿಲುಗಳಂತೆಯೇ ಕಂಡು ಬಿಟ್ಟವು. ವರ್ಷಕ್ಕೊಂದೇ ಬಾರಿ ಹುಬ್ಬಳ್ಳಿಗೆ ಬಂದು ಒಂದೆರಡು ದಿನಗಳಿದ್ದು ಊರಿಗೆ ವಾಪಸಾಗುವ ಸಂದೀಪನಿಗೆ ದತ್ತೂ ಮಾಮನ ಬಜಾಜ್ ಸ್ಕೂಟರಿನ ಹಿಂದೆ ಕೂತು ತಿರುಗಾಡಿದ್ದೇ ರಸ್ತೆಯಾಗಿತ್ತದು. ಆದರೂ ಇಂದು ಮಾತ್ರ ಗೊತ್ತಿದ್ದ ದಾರಿಗಳೇ ತನ್ನ ರಹಸ್ಯವನ್ನು ಬಿಟ್ಟುಕೊಡದೇ ಸತಾಯಿಸಿದವು. ವಿಚಿತ್ರ ದುಗುಡ ತುಂಬಿದ ದ್ವಾರಗಳು. ಅವನಿದ್ದ ಸ್ಥಳದಿಂದ ಬರಿ ನೂರೇ ಹೆಜ್ಜೆಗಳ ಅಂತರದಲ್ಲಿರುವ ಹಳೇ ಬಸ್ ನಿಲ್ದಾಣದ ದಾರಿಗಾಗಿ ಆತ ಕಣ್ಣಿನಿಂದಲೇ ಹುಡುಕಾಡುತ್ತ ನಿಂತ.

ಬಿಳೀ ಷರ್ಟಿನ ಟ್ರಾಫಿಕ್ ಪೊಲೀಸರ ಕತ್ತಿನ ದಾರಕ್ಕೆ ನೇತುಬಿದ್ದ ಸೀಟಿಯ ಸ್ವರ ಎಡಬಿಡದೇ ಕಿವಿ ಕೊರೆಯುತ್ತಿತ್ತು. ಸಣ್ಣವನಿದ್ದಾಗ ಇದೇ ಸೀಟಿಯ ನಿನಾದಕ್ಕೆ ಮಳ್ಳಾಗಿದ್ದ ಸಂದೀಪ, ಯಾರಾದರೂ 'ದೊಡ್ಡವನಾದ ಮೇಲೆ ಏನಾಗುತ್ತೀ?' ಅಂತ ಕೇಳಿದರೆ 'ನಾನು ಟ್ರಾಫಿಕ್ ಪೊಲೀಸನಾಗ್ತೇನೆ' ಎನ್ನುತ್ತ ಮೂಗಿನಲ್ಲಿಯ ಸಿಂಬಳವನ್ನು ಸೊರ್ ಅಂತ ಏರಿಸುತ್ತಿದ್ದನಂತೆ. ಈಗ ಅವೆಲ್ಲ ಸಂದೀಪನಿಗೆ ನೆನಪಿಲ್ಲ.

ಎದುರುಗಡೆಯೇ ಹಾಯ್ದ ಕಂಪ್ಯೂಟರ್ ಕ್ಲಾಸಿನಿಂದ ಹೊರ ಬಂದ ಹುಡುಗಿಯರ ಗುಂಪೊಂದು ಸೇಂಟಿನ ಘಮವನ್ನು ಗಾಳಿಯಲ್ಲೇ ಉಳಿಸಿ ಹೋದದ್ದಲ್ಲದೇ, ಅವರ ಚೂಡೀದಾರದ ಹೆಗಲಲ್ಲಿ ಮೋಹಕವಾಗಿ ತೊನೆದಾಡುತ್ತಿರುವ ನೆಟೆಡ್ ವ್ಹೇಲು ಇವನನ್ನು ನಯವಾಗಿ ಸವರಿಕೊಂಡೇ ಹಾರಿತ್ತು. ಯಾಕೋ ಥಟ್ಟನೆ ಸಂದೀಪನಿಗೆ ಮನೆಯಲ್ಲಿ ಪುಷ್ಪಾ ಮಾಮಿಯ ಹತ್ತಿರ ಇಡ್ಲಿ ಜತೆ ಸಾಂಬಾರು ಮಾಡಿದಾಗ ಚಟ್ನೀ ಬೇಕೆಂದು, ಚಟ್ನಿ ಮಾಡಿದರೆ ಸಾಂಬಾರು ಬೇಕೆಂದು ಹಠ ಮಾಡುತ್ತ ತನ್ನ ಎಸ್ಎಸ್ಎಲ್ಸಿ ಪರೀಕ್ಷೆಯನ್ನೇ ಐಎಎಸ್‌ನಂತೆ ಬಾಬ್‌ಕಟ್ ಕೂದಲನ್ನು ಬಾಚಿಕೊಳ್ಳಲೂ ಸಹ ಪುರುಸೊತ್ತಿಲ್ಲದೇ ಘನ-ಗಂಭೀರವಾಗಿ ಓದುತ್ತಿರುವ 'ಪ್ರೀತಿ' ನೆನಪಾಗಿಬಿಟ್ಟಳು.

ಸಂದೀಪ ಒಮ್ಮೆ ಸಣ್ಣದಾಗಿ ಕೆಮ್ಮಿದಂತೆ ಮಾಡಿ ಎದುರು ಬಂದ ವ್ಯಕ್ತಿಯೊಬ್ಬನಿಗೆ 'ಇಲ್ಲಿ ಹಳೇ ಬಸ್ ಸ್ಟ್ಯಾಂಡಿನ ದಾರೀ...' ಎಂದು ಕೇಳುತ್ತಿದ್ದಂತೆ ತನ್ನದೇ ಆದ ಅವಸರದ ದಾರಿಯಲ್ಲಿದ್ದ ಆತ ಯಾವ ಬದಿ ಕೈ ತೋರಿದನೆಂದೇ ಇವನಿಗೂ ತಿಳಿಯಲಿಲ್ಲ. ಅಮ್ಮ ಕೊಟ್ಟಿದ್ದ ಒಜ್ಜೆಯಾದ ಪ್ಲಾಸ್ಟಿಕ್ ಕವರನ್ನು ಬಲಗೈ ಬೆರಳು ಉರಿದಾಕ್ಷಣ ಎಡಗೈಗೆ ರವಾನಿಸುತ್ತ, ತಲೆ ಕೆರೆಯುತ್ತ, ಕತ್ತು ಸವರಿಕೊಳ್ಳುತ್ತ, ಕಿಸೆಯಲ್ಲಿ ಅಕ್ಕನ ಮನೆಯ ಸ್ಕೆಚ್ಚಿನ ಕಾಗದವನ್ನು ಹಿಡಿದು ಮತ್ತೂ ಅಲ್ಲೇ ನಿಂತುಳಿದ.

■

ಈ ಹೊತ್ತಿಗೆ ಕಾರವಾರದ ಬಿಣಗೆಯಲ್ಲಿ ನೀಟಾಗಿ ಫೈಲ್ ಮಾಡಿಟ್ಟ ಜಾನ್ಹವಿ ಅಕ್ಕನ ಮ್ಯಾಟ್ರಿಕ್ಕು ಪಿಯೂಸಿಗಳ ಅಂಕಪಟ್ಟಿಗಳನ್ನು ಕಾರಣವಿಲ್ಲದೇ ತೆಗೆದು ನೋಡಿ ಮುಚ್ಚಿಡುವ ಅಪ್ಪ, ಅವಳೇ ಸ್ವತಃ ನಿರ್ಮಿಸಿಕೊಂಡ ಮುದ್ದು ಬಾಳನ್ನು ನೋಡುವ ಕುತೂಹಲವಿದ್ದರೂ ಅಮ್ಮನ ಬಳಿ ಸೋಲದೇ ಮಗಳ ಸುದ್ದಿ ಬಂದಾಗೆಲ್ಲ ಮುಖ ಗಂಟು ಹಾಕಿ ಸಿಟ್ಟು ಮೆರೆಯುತ್ತ, ಕಾಲಲ್ಲಿ ಚಪ್ಪಲಿ ಮೆಟ್ಟದೇ ಅಂಗಡಿಗೆ ತೆರಳುವ ದಾರಿಯಲ್ಲಿರಬೇಕು.

ಎರಡು ವರ್ಷಗಳ ಹಿಂದೆ ದೀಪಾವಳಿಗೆ ಕೊಡಿಸಿದ ಮಗಳ ಹೊಸ ಗುಲಾಬಿ ಸೀರೆಯೊಂದನ್ನು ಕಪಾಟಿನಿಂದ ಹೊರತೆಗೆದು ಮೂಸಿ ನೋಡಿ ಒಳಗಿಡುತ್ತ, ಅಕ್ಕನ ದಟ್ಟ ಕೂದಲ ದಪ್ಪ ಹಣಿಗೆಯನ್ನೇ ಮುಟ್ಟಿ ಮುಟ್ಟಿ ತನ್ನ ತೆಳ್ಳನೆಯ ಕೂದಲು ಬಾಚಿಕೊಳ್ಳುತ್ತ ಅಮ್ಮ ಕಿಟಕಿಯಲ್ಲಿ ಕಣ್ಣು ನೆಟ್ಟು ಕೂತಿರಬೇಕು.

ಬಿಣಗೆಯಲ್ಲಿ ಕಾಲೇಜು ದೂರವೆಂದು ಮ್ಯಾಟ್ರಿಕ್ಕಿಗೇ ನಿಂತು ಹೋಗಲಿರುವ ಅಕ್ಕನ ಓದಿಗಾಗಿ 'ನಾನಿರುವಾಗ ನಿಮಗ್ಯಾಕೆ ಚಿಂತೆ?' ಎನ್ನುತ್ತ ನಾಲ್ಕೈದು ವರ್ಷಗಳ ಹಿಂದೆಯೇ ಹುಬ್ಬಳ್ಳಿಗೆ ಕರೆತಂದ ದತ್ತು ಮಾಮಾ ದುರ್ಗದ ಬೈಲಿನ ತನ್ನ ಸ್ವಂತದ ಫೈನಾನ್ಸ್ ಆಫೀಸಿನಲ್ಲಿ ಗಿರಾಕಿಗಳ ಜತೆ ಹಲ್ಲು ಗಿಂಜುತ್ತ ಲಾಭ–ಹಾನಿ–ಬಡ್ಡಿ ದರಗಳ ಲೆಕ್ಕ ಹಾಕುತ್ತ ಕಣ್ಣುಗಳಲ್ಲೇ ಎಲ್ಲರ ದಾರಿಗಳನ್ನೂ ಸೆರೆ ಹಿಡಿಯುತ್ತಿದ್ದಾನೆ.

ಜಾನ್ಹವಿಯ ನಯ–ನಾಜೂಕು ತನ್ನ ಮಗಳು ಪ್ರೀತಿಯೂ ಸ್ವಲ್ಪ ಕಲಿಯಲಿ ಎನ್ನುತ್ತ, ತನ್ನ ಮದುವೆಗೆ ಮುಂಚಿನ ಸಿಂಗಾರ್ ಮಷಿನ್‌ನಲ್ಲಿ ಕಟ–ಕಟ ರುದ್ರ ಭೀಕರ ಸದ್ದು ಮಾಡಿ ಪ್ರೀತಿಗೆ ಹೊಲಿದಂತೆಯೇ ಜಾನ್ಹವಿ ಅಕ್ಕನಿಗೂ ಡ್ರೆಸ್ಸು ಹೊಲಿದ ಪುಷ್ಪಾ ಮಾಮಿ ಈಗ ಸಿಂಕಿನಲ್ಲಿ ಇಡ್ಲೀ ಪಾತ್ರೆ ತೊಳೆಯುತ್ತಿರಬಹುದು.

■

ಇಲ್ಲಿ ಯಾವ ರಸ್ತೆ ಎಲ್ಲಿಗೆ ಮುಟ್ಟುತ್ತದೆಂದೇ ಸಂದೀಪನಿಗೆ ಬಗೆ ಹರಿಯಲಿಲ್ಲ. ಬಹಳ ಹೊತ್ತಿನಿಂದ ಸಂದೀಪನ ಚಲನವಲನಗಳನ್ನು ಸಂಶಯದ ಕಣ್ಣಿನಿಂದಲೇ ಸೆರೆಹಿಡಿಯುತ್ತಿದ್ದ ಪೇದೆಯೊಬ್ಬ ದುರುಗುಟ್ಟಿಕೊಂಡು ಹತ್ತಿರ ಬಂದ. ಅವನ ಕೈಯಲ್ಲಿಯ ಕಾಗದ ಕಸಿದು ತಿರುಗಿಸಿ –ತಿರುಗಿಸಿ ಪರಾಂಬರಿಸುತ್ತ ಅಲ್ಲಿದ್ದ ಕಮರಿಪೇಟೆ ಹಳೇ ಹುಬ್ಬಳ್ಳಿ, ಬಾಣ ಹಾಗೂ ನಕ್ಷತ್ರ ಚಿನ್ಹೆಗಳನ್ನು ಕಂಡದ್ದೇ ಪೇದೆಯ ತಲೆ ಗಿರಿಗಿರಿ ತಿರುಗಿ ಬಿಟ್ಟಿತು. ಅತೀ ಸಮೀಪದಿಂದ ಕಾಣುತ್ತಿದ್ದ ಪೇದೆಯ ಕೈಯಲ್ಲಿಯ ಲಾಠಿಯ ಗಾತ್ರವೇ ಸಂದೀಪನ ಎದೆ ನಡುಕವನ್ನು ಹೆಚ್ಚಿಸುತ್ತಿತ್ತು.

■

ಒಂದು ದಿನ ಕಾಲೇಜಿಗೆ ಹೋದ ಅಕ್ಕ ಮರಳಿ ಮನೆಗೆ ಬರದೇ ಇದ್ದಾಗ ಕಂಗಾಲಾದ ಮಾಮಾ-ಮಾಮಿ ರಾತ್ರೋರಾತ್ರಿ ನಡುಗುವ ಚಳಿಯಲ್ಲಿ ಊರಿಗೆ ಓಡಿ ಅಕ್ಕ ಬರಿದು ತರಂಗ ಪತ್ರಿಕೆಯಲ್ಲಿಟ್ಟು ಹೋದ ಸಣ್ಣ ಚೀಟಿ ತೋರಿಸಿ ಅಪ್ಪ-ಅಮ್ಮನನ್ನು ಹಿಡಿದು ಅಳುತ್ತ ಕೂತಾಗ ಸಂದೀಪ ನಿದ್ದೆ ಹಾಗು ಎಚ್ಚರಗಳ ನಡುವಿದ್ದ. 'ಹುಡುಗ ಯಾರೆಂದು ಗೊತ್ತಿದ್ದರೆ ಕಂಪ್ಲೆಂಟು ಕೊಡೋಣ' ಎಂದೆಲ್ಲ ಆವೇಶಗೊಂಡು ನಂತರ ವಿವೇಕ ಕಳಕೊಳ್ಳದ ಅಪ್ಪ 'ಹುಡುಕಿಸೋಣ, ನೀನು ಬೇಜಾರು ಮಾಡ್ಕೋಬೇಡಾ' ಅಂತ ಮಾಮನನ್ನೇ ಸಮಾಧಾನ ಮಾಡಿದ್ದ.

■

ಸಂದೀಪನಿಗೆ ಈಗ ಎಂದೂ ನೋಡದ, ಅಕ್ಕನನ್ನು ಸೆರೆ ಹಿಡಿದ ಭಾವನ ಅಮೂರ್ತ ಪ್ರತಿಮೆ ಬಿಟ್ಟೂ ಬಿಡದೇ ಕಾಡತೊಡಗಿತು. ವಿಳಾಸದ ಚೀಟಿ ಪೊಲೀಸರ ಕೈಯಿಂದ ಕಸಿದಂತೆ ಎಳೆದವನೇ ಪ್ಯಾಂಟಿನ ಕಿಸೆಗೆ ತುರುಕಿ ಬಿಟ್ಟ. 'ಇವನನ್ನು ಮಾವನ ಮನೆಯಲ್ಲಿ ಕೂಡಿಸು, ನಮಾಜು ಮುಗಿದ ನಂತರ ವಿಚಾರಿಸಿಕೊಳ್ಳುವಾ' ಎಂದು ಆಗಲೇ ಒಂದೆಡೆ ಸೇರಿದ ನಾಲ್ವರು ಪೋಲೀಸರು ಮಾತಾಡಿಕೊಂಡದ್ದನ್ನು ಸಂದೀಪ ಒಂದೂ ಅರ್ಥವಾಗದೇ ನೋಡಿದ. ಪೊಲೀಸರಿಗಿಂತ ಅವರ ಕೈಯಲ್ಲಿಯ ಲಾಠಿಯೇ ಮುಂದೆ ಮುಂದೆ ಬರಲಾರಂಭಿಸಿದ್ದ ಸಂದೀಪನಲ್ಲಿ ಆತಂಕ ಹುಟ್ಟಿಸ ಹತ್ತಿತು. 'ಜಾನ್ಹವಿ ಅಕ್ಕ... ದತ್ತೂ ಮಾಮಾ.... ಪ್ರೀತಿ ಫೈನಾನ್ಸ್' ಎಂತೆಲ್ಲ ಒಂದಕ್ಕೊಂದು ಅರ್ಥವಾಗದ ಪದಗಳನ್ನು ಉಚ್ಛರಿಸುತ್ತ ಅಂಗಲಾಚಿದ ಇವನ ಗೋಣಗಾಟವನ್ನೆಲ್ಲ ಕೇಳಿಸಿಕೊಳ್ಳುವ ತಾಳ್ಮೆ ಅವರಿಗಿದ್ದಂತಿರಲಿಲ್ಲ.

ಪೇದೆಯೊಬ್ಬ ರಟ್ಟೆಗೆ ಕೈ ಹಾಕಿದೊಡನೆ ಸಂದೀಪ ಥರಗುಟ್ಟಿ ಹೋದ. ಏನಾಗುತ್ತಿದೆಯಿಲ್ಲಿ ಎಂದು ತಿಳಿಯುವ ಮೊದಲೇ ಅಲ್ಲಿಗೆ ಸಮೀಪದ ಈದ್ಗಾ ಮೈದಾನದ ಪಕ್ಕದಲ್ಲಿದ್ದ ಪೊಲೀಸ್ ಸ್ಟೇಷನ್ನಿನ ಜಿಡ್ಡುಗಟ್ಟಿದ ಬೆಂಚಿನ ಮೇಲೆ ಎಳೆತಂದು ಕೂಡಿಸಿದ ಪೇದೆ 'ಎದ್ದೆಯೆಂದರೆ ಏರೋಪ್ಲೇನು' ಎಂದು ಗದರಿಸಿ ಹೊರಗೇನೋ ಗದ್ದಲ ಕೇಳಿತೆಂದು ಮಾಯವಾಗಿ ಬಿಟ್ಟ. ಸ್ಟೇಷನ್ನು ಒಂದು ನರಪಿಳ್ಳೆಯೂ ಇಲ್ಲದೆ ಖಾಲಿ ಸುರಿಯುತ್ತಿತ್ತು. ಕೂತಲ್ಲಿಂದ ಕೊಂಚ ಸರಿದಾಡಲೂ ಸಹ ಸಂದೀಪನಿಗೆ ಭಯ ವಾಯ್ತು. ಇಷ್ಟೊತ್ತಿಗಾಗಲೇ ಮಾಮಿ, ಜಾನ್ಹವಿ ಅಕ್ಕನಿಗೆ ಫೋನು ಮಾಡಿ ಬಿಟ್ಟಿದ್ದಾಳೋ ಏನೊ.

■

'ನಮ್ಮ ದತ್ತೂಗೆ ಬುದ್ಧಿ ಕಮ್ಮಿ. ಜಾತಿ ಪರಜಾತಿ ಎನ್ನದೇ ಡೈನಿಂಗ್ ಟೇಬಲ್ಲಿಗೇ ಕರೆದು ತಾನುಣ್ಣುವ ತಾಟಲ್ಲೇ ಊಟ ಹಾಕ್ತಾನೆ. ಅದಕ್ಕೇ ನನ್ನ ಮಗಳಿಗೆ ಜಾತಿ-

ಗೀತಿಯ ಫರಕು ಗೊತ್ತಾಗಲಿಲ್ಲ' ಎಂದೊಮ್ಮೆ ಅಮ್ಮ ದಾರುಣವಾಗಿ ಅಂದು ಬಿಟ್ಟಾಗ ಪುಷ್ಪಾ ಮಾಮಿಯೇ 'ಮಗಳು ಹೋದ ಸಂಕಟ ಏನೇನೋ ಹೇಳಸ್ತದೆ' ಎಂದು ಗಂಡನನ್ನು ತಾನೇ ಸಮಾಧಾನ ಪಡಿಸಿದ್ದಳು. ಅಮ್ಮನ ಧೀರೋದಾತ್ತ ತಮ್ಮ ಈ ದತ್ತೂ ಮಾಮಾ. ಅವನ ಜತೆಗಿನ ಅಪ್ಪನ ಒಬ್ಬಳೇ ತಂಗಿ ಪುಷ್ಪಾ ಮಾಮಿಯ ಪ್ರೇಮ ಪ್ರಸಂಗ ಹದಿನೈದು ವರ್ಷಗಳಷ್ಟು ಹಳೆಯದು.

'ದೊಡ್ಡ ಕಥೆ ಉಂಟದು' ಎಂದು ನಕ್ಕು ಹೇಳುವ ಅಮ್ಮ ಯಾಕೋ ಫ್ಲ್ಯಾಶ್‌ಬ್ಯಾಕ್‌ಗೆ ಹೋಗುವ ಮನಸ್ಸಿಲ್ಲದಂತೆ ಕೂಡುತ್ತಾಳೆ. ಪುಷ್ಪಾ ಮಾಮಿ ಮಾತ್ರ ಅಜ್ಜಿಯ ಆಸ್ಪತ್ರೆಯ ಖರ್ಚು ಹಾಗೂ ಅವಳ ಗುಳಿಗೆಗಳ ಬೆಲೆಯನ್ನು ಸರ್ವಥಾ ಯಾರ ಮುಂದೆಯೂ ಬಾಯ್ಬಿಡುವುದಿಲ್ಲವಂತೆ.

ತನ್ನ ಮಗಳು ಪ್ರೀತಿ ಹುಟ್ಟಿದಾಗ ಈ ಶಹರದ ಬದುಕಿನಲ್ಲಿ ತಾನು ಯಾವೊಂದು ವಿಷಯದಿಂದ ಅವಳನ್ನು ದೂರವಿಡಬೇಕೆಂದು ಕೊಂಡಿದ್ದೆನೊ ಅದೇ ಸಂಗತಿ ಈಗ ಅವಳ ಕಣ್ಣ ಮುಂದೆಯೇ ಘಟಿಸಿ ಹೋದ ಬಗ್ಗೆ ಮೊದಮೊದಲು ಪುಷ್ಪಾ ಮಾಮಿ ಬಹಳ ಸಂಕಟಪಟ್ಟಳಂತೆ. ಜಾನ್ಹವಿ ಅಕ್ಕನ ತರಂಗ ಪತ್ರಿಕೆಯಲ್ಲಿದ್ದ ಪ್ರೀತಿಯ ಪಟ್ಟಿಯಿಂದಲೇ ಹರಿದ ಛಿದ್ರ ಹಾಳೆಯ ಗೀಚು–ಗೀಚು ಅಕ್ಷರದ ಆ ಚೀಟಿ ಪುಷ್ಪಾ ಮಾಮಿಯನ್ನು ಬಹಳ ದಿನಗಳವರೆಗೆ ಕಾಡಿತ್ತು. ನಂತರ ಸಿದ್ಧ ಮಾದರಿಯಂತೆ ಪ್ರೀತಿಯ ಕಣ್ಣಿಗೆಲ್ಲಾದರೂ ಬಿದ್ದು ಬಿಟ್ಟೀತೆಂದು ಹೆದರಿ ಒಂದು ದಿನ ಹರಿದು ಹಾಕಿಬಿಟ್ಟಳಂತೆ. ಆ ನಂತರದಲ್ಲಿ ಕ್ರಮೇಣ ಈ 'ಓಡಿಹೋಗು' ಎಂಬ ಶಬ್ದಕ್ಕಂಟಿದ ಮೈಲಿಗೆ ಮಾಯವಾಗಿ ಅದೊಂದು ಹಾಸ್ಯಮಯ ಪದದಂತೆ ಪ್ರೀತಿಯ ಮುಂದೆಯೇ ದೊಡ್ಡವರೆಲ್ಲ ಉಚ್ಚರಿಸುವ ಮಟ್ಟಕ್ಕೆ ಏರಿದಾಗ ಪುಷ್ಪಾಮಾಮಿ ಒಂದು ರೀತಿಯ ಬಿಡುಗಡೆಯನ್ನೂ ಸಹ ಅನುಭವಿಸಿದಳು.

ಜಾನ್ಹವಿ ಅಕ್ಕ ಕಾಣೆಯಾದ ಐದನೇ ದಿನಕ್ಕೆ ಅಂಚೆಗೆ ಬಂದ ಅವಳ ಮದುವೆಯ ರಿಜಿಸ್ಟ್ರೇಷನ್ ಪತ್ರವೊಂದು ಎಲ್ಲರನ್ನೂ ದಂಗುಬಡಿಸಿತ್ತು. ಪಾಲಕರ ರುಜು ಇರುವೆಡೆಯಲ್ಲಿ ಯಾರದೋ ಹೆಸರನ್ನು ಓದುತ್ತ ಅಪ್ಪ ಮತ್ತು ದತ್ತೂ ಮಾಮಾ ಮಲಗುವ ಖೋಲಿಗೆ ಹೋಗಿ ಬಾಗಿಲು ಭದ್ರಪಡಿಸಿ ಒಬ್ಬರಿಗೊಬ್ಬರು ತಬ್ಬಿಕೊಂಡು ಅತ್ತು ಬಿಟ್ಟರು. ಸುದ್ದಿ ಮುಟ್ಟಿ ಎಂಟು ದಿನ ರಜೆ ಗೀಚಿ ಓಡಿ ಬಂದ ಬೆಂಗಳೂರಿನ ಕಾಕಾ ಮಾತ್ರ 'ಇವಳು ಇಪ್ಪತ್ನಾಲ್ಕು ಕ್ಯಾರೆಟ್ ಚಿನ್ನ ಅಂತ ತಿಳಿದಿದ್ದೆ. ಅಣ್ಣನ ಹತ್ತಿರ ಇವಳ ಜಾತಕ ಕೊಡಿಸಬೇಕೆಂದು ಅಲ್ಲಿ ರಿಝರ್ವ್ ಬ್ಯಾಂಕಿನಲ್ಲಿರುವ ಹುಡುಗನ ದೋಸ್ತೀ ಮಾಡಿದ್ದೆ' ಎಂದು ವರಲುತ್ತ ಕೂತ.

ಆದರೆ ಅಮ್ಮ, ಮಾಮಿ ಮತ್ತು ಕಾಕೂರೊಂದಿಗೆ ಅಡಿಗೆ ಖೋಲಿಯಲ್ಲಿ ದುಂಡು ಮೇಜಿನ ಪರಿಷತ್ತು ನಡೆಸಿ 'ಹುಡುಗನ ಜಾತಿ ಕಟ್ಟಿಕೊಂಡು ನಮಗೇನು, ಅವನನ್ನು ಕರೆದು ತಂದು ನಮ್ಮ ಪದ್ಧತಿಯಂತೆ ಒಂದು ಮುಂಜಿ ಮಾಡಿಸಿ ಬಿಡುವಾ' ಎಂದೆಲ್ಲ ಠರಾಯಿಸುತ್ತಿದ್ದಾಗ ಅಂಥ ಅವೇಳೆಯಲ್ಲೂ ಎಲ್ಲರೂ ಟೀವಿಯಲ್ಲಿ ಟೆನ್ನಿಸ್ ಕೃಷ್ಣನ ಜೋಕು ಕಂಡಂತೆ 'ಖೊಖ್ಖನೆ' ನಕ್ಕು ಬಿಟ್ಟರು. ನಂತರ 'ನಗುವನ್ನು

ನಿಷೇಧಿಸಲಾಗಿದೆ'ಎಂದು ಬೋರ್ಡು ಹಾಕಿಕೊಂಡವರಂತೆ ಓಡಾಡಿಕೊಂಡಿದ್ದರು. ಅಮ್ಮ ಮಾತ್ರ ಈಗಲೂ ಯಾರದಾದರೂ ಮದುವೆ-ಮುಂಜಿಗಳಲ್ಲಿ ಕಾಣದಂತೆ ಕಣ್ಣೀರೊರೆಸಿಕೊಳ್ಳುತ್ತ ಉಳಿಯುತ್ತಾಳೆ. ಈ ನಡುವೆ ದತ್ತೂ ಮಾಮನಿಗೆ ಹಾಳು ಟೆನ್ಶನ್ ಹೆಚ್ಚಾಗಿ, ಬೀಪಿ ಬೇನೆಯೊಂದು ಅಂಟಿಕೊಂಡು, ಮನೆಯ ವಾತಾವರಣ ಸದಾ ಸೆಕ್ಷನ್ 144 ಜಾರಿಯಲ್ಲಿದ್ದಂತೆ ಇತ್ತಂತೆ. ಒಮ್ಮೆ ಅಪ್ಪ ಆ ಬಗ್ಗೆ ಕೇಳಿದಾಗ ಪುಷ್ಪಾ ಮಾಮಿ 'ಏನಣ್ಣಾ ಮಾಡ್ಲಿ. ಕೆಟ್ಟ ಕುಡುಕನೊಬ್ಬನ ಹೆಂಡತಿಗೆ ಇರಬೇಕಾದ ಮನಸ್ಥೈರ್ಯವೇ ಒಬ್ಬ ಬೀಪಿ ಪೇಷಂಟಿನ ಹೆಂಡತಿಗೂ ಇರಬೇಕಾಗ್ತದೆ' ಎಂದು ನಕ್ಕುಬಿಟ್ಟಳಂತೆ.

ಇವೆಲ್ಲ ಕನಸಿನಂತೆ ನಡೆದು ಹೋಗಿ ಐದಾರು ತಿಂಗಳ ನಂತರ ಉಣಕಲ್ ಕೆರೆ ಉದ್ಯಾನದಲ್ಲಿ ಮೊದಲ ಬಾರಿ ಅಕ್ಕ ಹಾಗು ಮಾಮಿಯರ ಸಮ್ಮಿಲನವಾದಾಗ ಎಷ್ಟೋ ಹೊತ್ತು ಬರಿ ಕಣ್ಣಲ್ಲೇ ಒಬ್ಬರನ್ನೊಬ್ಬರು ತುಂಬಿಕೊಂಡು, ಕೊನೆಗೆ ಕರಗಿ ನೀರಾದ ಮನಸ್ಸಿನಿಂದ ಇಬ್ಬರ ನಡುವೆ ಟೆಲಿಫೋನ್ ನಂಬರುಗಳು ವಿನಿಮಯವಾಗಿತ್ತು. ಜಾನ್ಹವಿಯಕ್ಕ ಪಕ್ಕದ ಮನೆಯ ಸಾರಾ ಚಾಚಿಯ ನಂಬರು ಕೊಟ್ಟಳು. ಅಂದಿನಿಂದ ಪ್ರತಿ ಹದಿನೈದು ದಿನಗಳಿಗೊಮ್ಮೆ ಸವಿಸ್ತಾರವಾದ ಮಾತುಕತೆ. ಅದೂ ದತ್ತೂಮಾಮ ಮನೆಯಲ್ಲಿರದಾಗ. ಪುಷ್ಪಾ ಮಾಮಿ ವಕ್ತಾರೆಯಂತೆ ಕಾರ್ಯ ನಿರ್ವಹಿಸ ತೊಡಗಿದ್ದು ಮೊದಲ ಬಾರಿ ತಿಳಿದಾಗ ದತ್ತೂ ಮಾಮ 'ನಿನ್ನದೆಲ್ಲ ಗೊತ್ತುಂಟು, ಅವಳು ರನ್ನಿಂಗಿಗೆ ರೆಡಿಯಾಗಿ ನಿಂತಾಗ ಅಂಪಾಯರ್‌ಗಿರಿ ಮಾಡಿ ಸೀಟಿ ಹೊಡೆದವಳೇ ನೀನು. ಈಗ ಚಮಚಾಗಿರಿ ಮಾಡ್ತಿ?' ಅಂತೆಲ್ಲ ಸಿಡುಕಿಬಿಟ್ಟಿದ್ದನಂತೆ.

ಮನೆಗೊಂದು ಪುಟ್ಟ ಮೊಮ್ಮಗು ಬರುವ ಸಂಭ್ರಮದ ವಿಷಯ ತಿಳಿದಾಗ ಅಮ್ಮ, ಟ್ರಂಕಿನಲ್ಲಿಟ್ಟ ಬೆಳ್ಳಿ ನೀಲಾಂಜನ ಹೊರತೆಗೆದು ಕುಲದೇವಿಯ ಮುಂದೆ ತುಪ್ಪದ ದೀಪ ಹಚ್ಚಿದ್ದಳು. ಅಪ್ಪ ಗಮನಿಸಿದರೂ ಏನೂ ತಿಳಿಯದವನಂತೆ ಸುಮ್ಮನಿದ್ದ. ಹಬ್ಬ ಹರಿದಿನ ಅಜ್ಜಂದಿರ ಶ್ರಾದ್ಧಗಳಲ್ಲಿ ಒಂದಾಗುವ ಅಮ್ಮ ಮತ್ತು ಮಾಮಿ ಗುಟ್ಟಾಗಿ ಅಡುಗೆ ಒಲೆಯ ಮುಂದೊ, ಬಾವಿಕಟ್ಟೆಯ ನೀರು ಜಗ್ಗುತ್ತಲೋ ಮನಸ್ಸು ಬಿಚ್ಚುವರು. ಹೀಗೆ ಗುಸು ಗುಸು ನಡೆದಿದ್ದಾಗಲೇ ಗಂಡಂದಿರ ಆಗಮನ-ವಾಗಿಬಿಟ್ಟರೆ ಅಲ್ಲೇ ಗಪ್ಪಾಗಿ ಬೇರೆ ಮಾತು ತೆಗೆಯುವರು.

ಏರಿದಾಗ ಒಂದು ರೀತಿ, ಇಳಿದಾಗ ಇನ್ನೊಂದು ರೀತಿ ಎನ್ನುವಂತಿದ್ದ ದತ್ತೂ ಮಾಮ ಒಮ್ಮೆ ತನ್ನ ಫೈನಾನ್ಸ್ ಆಫೀಸಿನ ಎದುರು ತಲೆ ಹಣಕಿ ಹಾದು ಹೋಗುತ್ತಿರುವ ಅಕ್ಕ ಹಾಗು ಭಾವನನ್ನು ಇದ್ದಕ್ಕಿದ್ದಂತೆ ಎದ್ದು ನಿಂತು ಒಳ ಕರೆದು ಚಹ ತರಿಸಿ ವಿಳಾಸ ಬರಕೊಂಡು 'ಮನೆ ಬದಲಿಸಿದರೆ ಛೊಲೋ ಇತ್ತು' ಎಂಬ ಸಲಹೆಯನ್ನೂ ಸಹ ಕೊಟ್ಟು ಕಳಿಸಿಬಿಟ್ಟಿದ್ದ. 'ಹೇಗಿದ್ದಾನೊ ಹುಡುಗಾ?' ಅಂತ ಗುಟ್ಟಾಗಿ ಕೇಳಿದ ಅಮ್ಮನಿಗೆ 'ನಿನ್ನ ಮಗಳಿಗಿಂತ ಛಂದ ಇದ್ದಾನೆ' ಎಂದು ದುಮುಗುಟ್ಟಿದ ಮಾಮಾ. 'ನೀನು ಅವನನ್ನು ಮೊದಲು ಕಂಡಿದ್ದೆಯೊ' ಅಂತ ಸಹಜ ಕೇಳಿದರೂ 'ಅಂದರೆ? ನಾವು ಗೊತ್ತಿದ್ದೇ ಓಡಿಸಿದೆವು ಅಂತ ನಿನ್ನ ಮಾತಿನರ್ಥವೋ' ಎಂದು ಝಾಡಿಸಿಬಿಟ್ಟಿದ್ದ.

ಅಂದಿನಿಂದ ಅಮ್ಮ ತನ್ನ ತಮ್ಮನ ಹತ್ತಿರ ಅತಿ ಕಡಿಮೆ ಮಾತಾಡುತ್ತಾಳೆ.

ಸಂದೀಪನಿಗೆ ಬಾಯಿ ತೆರೆಯದೇ ಎಲ್ಲ ವೇದ್ಯವಾಗಿತ್ತು. ರಜೆಗೆ ಊರಿಗೆ ಬಂದಾಗೆಲ್ಲ ಗಲೀಜಾದ ತನ್ನ ಡ್ರೆಸ್ಸನ್ನೆಲ್ಲ ತೊಳೆದು ಇಸ್ತ್ರೀ ಮಾಡುವ ಅಕ್ಕ, ನೀನು ಓದಿಕೊ ಎಂದು ಸಾವಿರ ಸಲ ಹೇಳುತ್ತ ಕೂತಲ್ಲೇ ಚಹ ಮಾಡಿ ತಂದು ಕೊಡುವ ಅಕ್ಕ, ತಾನು ಕೇಳಿದ ಎಲ್ಲ ಇಂಗ್ಲೀಷ್ ಪದಗಳನ್ನು ಸ್ಟ್ಯಾಂಡರ್ಡ್ ಡಿಕ್ಶನರಿ ನೋಡಿ ಅರ್ಥ ಹುಡುಕಿ ಒಂದೆಡೆ ಬರೆದಿಡುವ ಅಕ್ಕ, ತಲೆ ನೋವೆಂದರೆ ಸಾಕು ಮಲಗಿದ್ದಲ್ಲಿಯೇ ಬಂದು ಅಮೃತಾಂಜನ ಹಚ್ಚುವ ಅಕ್ಕ, ಚೂರೇ ಚಳಿ ಜ್ವರದ ರಾತ್ರಿಯಲ್ಲೂ ಆಗಾಗ ಎದ್ದು ಹಣೆ ಮುಟ್ಟಿ ನೋಡಿ ತನ್ನ ಚಾದರವನ್ನೂ ನನಗೇ ಹೊದ್ದಿಸುವ ಅಕ್ಕ, ಅಮ್ಮನೊ ಮಾಸ್ತರಣಿಯೊ ಗೆಳತಿಯೊ ಒಮ್ಮೊಮ್ಮೆ ಎಲ್ಲವೂ ಅನ್ನಿಸಿಬಿಡುತ್ತಿದ್ದವು. ಭಾವನ ಹೆಸರು 'ಸತೀಶ' ಎಂದು ತಿಳಿದಾಗ ಆ ಹೆಸರಿನ ಎಲ್ಲರನ್ನೂ ಪ್ರೀತಿಯಿಂದ ನೋಡುತ್ತ ಕಣ್ತುಂಬಿಸಿಕೊಳ್ಳತೊಡಗಿದ್ದ ಸಂದೀಪ.

■

ಅಷ್ಟರಲ್ಲಿಯೇ ಸ್ಟೇಷನ್ನಿನಲ್ಲಿ ಕೂಡಿಸಿ ಹೋದ ಪೇದೆ ಒಳಗೋಡಿ ಬಂದು ಸಂದೀಪನ ತೊಡೆಯ ಮೇಲಿರುವ ಪ್ಲಾಸ್ಟಿಕ್ ಬ್ಯಾಗನ್ನು ಲಾಟಿಯಿಂದಲೇ ಕುಟ್ಟಿ 'ಏನಿದೆ ಅದರಲ್ಲಿ?' ಎಂದು ಜೋರು ಬಾಯಲ್ಲಿ ಕೇಳಿ 'ಆ ನಿನ್ನ ಚೀಟಿ ತೆಗಿ' ಎಂದು ಧಮಕಿ ಹಾಕುತ್ತಿರುವಾಗಲೇ, ಸಂದೀಪ ತ....ತ....ತ...ತ ಅನ್ನತೊಡಗಿದ. ಮತ್ತೆ ಹೊರಗೆಂಥದೋ ದೊಡ್ಡ ಗದ್ದಲ ಕೇಳಿ ಅಷ್ಟಕ್ಕೇ ಬಿಟ್ಟ ಪೊಲೀಸು ಹೊರ ಓಡಿದ್ದ. ಈ ತ್ರಿಶಂಕು ಸ್ಥಿತಿಯಲ್ಲಿ ತನ್ನ ದಾರಿ ಯಾವ ದಿಕ್ಕಿಗೆ ಹೋಗಿ ಮುಟ್ಟುತ್ತದೋ ಎಂದು ಕನವರಿಸುತ್ತ ಕೂತೇ ಉಳಿದ ಸಂದೀಪ.

■

ಅತ್ತ ಕಮರಿಪೇಟೆಯಲ್ಲಿ ಸಾರಾಚಾಚಿಯ ಜತೆ ಬೆಳಿಗ್ಗೆಯೇ ಎದ್ದು ಚೆಕಪ್ಪಿಗಾಗಿ ಕಿಮ್ಸಿಗೆ ಹೋಗಿ ಬಂದು, ತನ್ನ ಪುಟ್ಟ ಮನೆಯ ಬಚ್ಚಲ ಖೋಲಿಯ ಕತ್ತಲಲ್ಲಿ ಕುಕ್ಕರುಗಾಲಲ್ಲಿ ಕೂತು, ದಾವಣಿ ಇಲ್ಲದ ಸಣ್ಣ ಹೂವಿನ ಚೂಡೀ ತೊಟ್ಟು, ಸಬೀನಾ ಪೌಡರ್ ಉಜ್ಜಿ ಮಸಿಯಾದ ಭಾಂಡಿ ತೊಳೆಯುತ್ತ ಕೂತಿದ್ದ ಜಾನ್ಹವಿಗೆ ತಮ್ಮನ ಈ ಅವಸ್ಥೆ ತಿಳಿಯುವ ಹಾಗಿರಲಿಲ್ಲ. ಆದರೆ ಸ್ವಲ್ಪ ಹೊತ್ತಿನಲ್ಲೇ ಬಂದ ಪುಷ್ಪಾಮಾಮಿಯ ಫೋನಿನಿಂದ ಖುಷಿಗೆ ಮಾತೇ ಮರೆತವಳಂತೆ ನಿಂತು, ಚಾಚೀ ಕೊಟ್ಟ ಕೇಸರಿ ಹಾಕಿದ ಆಡಿನ ಹಾಲನ್ನು ಧಾವಂತದಿಂದ ಕುಡಿದಳು.

ಸಣ್ಣವನಿದ್ದಾಗ ದಿನವೂ ರಾತ್ರಿ 'ನಾಳೆ ಬೆಳಿಗ್ಗೆ ತಿನ್ನಲಿಕ್ಕೇನಮ್ಮಾ?' ಎಂದು ಕೇಳಿ ಅಮ್ಮನ ಹತ್ತಿರ ಬೈಸಿಕೊಂಡೇ ಮಲಗುವ ಚಾಳಿಯಿಟ್ಟುಕೊಂಡಿದ್ದ ಈ ಮುದ್ದು

ತಮ್ಮ, ತನ್ನ ಮನೆಯ ದಾರಿ ಹುಡುಕಿ ಬರಲಿರುವ ಸೂಚನೆ ಎಷ್ಟೋ ದಿನಗಳ ಹಿಂದೆ ಕನಸಿನಲ್ಲೇ ದೊರೆತಿದ್ದವಳಂತೆ ಅಚ್ಚರಿಗೊಳ್ಳದೇ ಕಾಯ್ದಳು.

■

ಸ್ಟೇಷನ್ನಿನ ಕಿಟಕಿಯಿಂದಲೇ ಚೂರು ಚೂರೇ ಹೊರ ಕಾಣುತ್ತಿದ್ದ ಈದ್ಗಾ ಮೈದಾನಿನಲ್ಲಿ ನಮಾಜಿಗೆ ಕೂತವರ ಬಿಳೀ ಕಸೂತಿಯ ಸುಂದರ ಟೊಪ್ಪಿಗೆಗಳು ಸಮುದ್ರ ದಂಡೆಗೆ ಕೂತ ಬೆಳ್ಳಕ್ಕಿ ಹಿಂಡುಗಳಂತೆ ಸಂದೀಪನನ್ನು ಸೆಳೆಯಿತು. 'ಲಾ ಇಲಾಹಿ ಇಲ್ಲೊಲ್ಲಾ' ಎನ್ನುತ್ತ ಆರಂಭಗೊಂಡ ಕಲೇಮಾ ಎಲ್ಲರ ಲಕ್ಷ್ಯವನ್ನೂ ಮೈದಾನದತ್ತ ಆಕರ್ಷಿಸಿದಾಗ ತಾನೂ ನಿಧಾನ ಎದ್ದು ಹೊರ ಬಂದ. ಎಂದೂ ನೋಡದ ಅಷ್ಟು ದೊಡ್ಡ ಸಂಖ್ಯೆಯ ನಮಾಜು ಪ್ರಾರ್ಥನೆಯನ್ನು ಬೆರಗಾಗಿ ನಿಂತು ನೋಡಿದ.

ಅವನಿಗೆ ಇದ್ದಕ್ಕಿದ್ದಂತೆ ಮೂತ್ರ ಮಾಡಲು ಹೋಗಬೇಕೂ ಅನ್ನಿಸಿ ಅಲ್ಲೆಲ್ಲಾದರೂ ಅಂಥ ಜಾಗವಿದೆಯೇ ಎಂದು ನಿಂತಲ್ಲೇ ಹುಡುಕಾಡಿದ. ಆ ಕ್ಷಣ ಮೈಯಲ್ಲಿ ದೆವ್ವ ಹೊಕ್ಕವನಂತೆ ಹಗೂರ ಕಾಲಿನಿಂದ ನುಣುಚಿಕೊಂಡು ಗೇಟು ದಾಟಿ ಓಡುತ್ತ ರಸ್ತೆಗಿಳಿದವನೇ ಎದುರಿನ ಜನತಾ ಬಝಾರಿನ ಸಂದಿಯಲ್ಲಿ ಸೇರಿಕೊಂಡುಬಿಟ್ಟ. ಬಝಾರಿನ ಕಂಪೌಂಡಿನುದ್ದಕ್ಕೂ ಇರುವ ಉಪೇಂದ್ರನ ಹೊಸ ಸಿನೆಮಾದ ಭಯಾನಕ ಪೋಸ್ಟರು ಬೆಚ್ಚಿ ಬೀಳಿಸುವಂತಿತ್ತು. ಅವನ ಕಾಲು ಅವನಿಗೇ ತಡವಲಾರಂಭಿಸಿತ್ತು. ಒಂದೊಂದೇ ಅಪರಿಚಿತ ಅಂಗಡಿಗಳ ದಾಟುತ್ತ ನಡೆದ. ಅವನಿಗೀಗ ತಾನು ಮೂತ್ರ ಮಾಡಬೇಕಿತ್ತೆನ್ನುವುದೇ ಮರೆತಿತ್ತು.

ಸ್ಟೇಷನ್ನಿನಲ್ಲಿ ತಂದು ಕೂಡಿಸಿ ಹೋದ ಪೇದೆಯೇ ಸಂದೀಪ ಓಡಿ ಹೋಗಿದ್ದನ್ನು ಬಹುದೂರದಿಂದ ಗಮನಿಸಿ ಬಿಟ್ಟದ್ದೇ ಒಂದು ದೊಡ್ಡ ಹಗರಣದ ರೂಪ ತಾಳತೊಡಗಿತ್ತು. ಈಗ 'ಅಲ್ಲಾ ಹು ಅಕ್ಬರ್' ಕೊನೆಯ ಹಂತದಲ್ಲಿ ನಡೆಯುತ್ತಿದ್ದುದರಿಂದ ಚದುರಿ ಹೋಗಿದ್ದ ಪೊಲೀಸರೆಲ್ಲ ಗುಂಪುಗೂಡಿ ಜಾಗ್ರತರಾಗಿಬಿಟ್ಟರು. ಚರ್ಚು ಮಸೀದಿ ದೇವಸ್ಥಾನಗಳ ಕಾವಲು ಕಾಯ್ದು ಬೇಸತ್ತ ಅವರ ಬುದ್ಧಿ ಎಲ್ಲೆಲ್ಲೊ ಓಡಿತು. ಈಗ ಸಂದೀಪನ ಪ್ಲಾಸ್ಟಿಕ್ಕಿನಲ್ಲಿರುವ ವಸ್ತು, ಒಂದು ಬಾಂಬಿನ ಆಕಾರ ತಾಳಿ ಸಿಡಿಯಲಾರಂಭಿಸಿತ್ತು. ಇಂಥ ಸಂಶಯದ ಕಿಡಿ ಹೊತ್ತಿಕೊಳ್ಳುತ್ತಿರುವಂತೆಯೇ ಹುಬ್ಬಳ್ಳಿ ಶಹರವೇ ತನ್ನ ಎಂದಿನ 'ಬಂದ್'ಗಾಗಿ ಕಾತರಗೊಂಡಂತೆ ನಿಂತಿತು. ತಪ್ಪಿಸಿಕೊಂಡು ಓಡಿದ ಸಂದೀಪ ಒಂದು ಅನಾಹುತಕಾರಿ ಗ್ಯಾಂಗಿನ ಆತ್ಮಹತ್ಯಾ ದಳದ ಹುಡುಗನಾದ. ಈಗ ಅವನ ಚಹರೆ, ಪ್ಯಾಂಟು-ಶರ್ಟಿನ ಬಣ್ಣ, ಕೈಯಲ್ಲಿ ಹಿಡಿದಿದ್ದ ಪ್ಲಾಸ್ಟಿಕ್ಕಿನ ವಿನ್ಯಾಸ ಏನೆಲ್ಲವೂ ವೈರ್‌ಲೆಸ್ ತುಂಬ ಮೆರೆದಾಡಿ ದವು. ಹುಡುಗನನ್ನು ಓಡಲು ಬಿಟ್ಟಿದ್ದಕ್ಕಾಗಿ ಪಾಪದ ಆ ಪೊಲೀಸು ಅಮಾನತ್ತಿನಲ್ಲುಳಿದ. ಅಂದು ಆ ಸ್ಟೇಷನ್ನಿನಲ್ಲಿ ಡ್ಯೂಟಿಗಿದ್ದ ಪೇದೆಗಳ ಪಡೆ, ತಮ್ಮ ದಪ್ಪ ಮೀಸೆಯ

ಮೇಲಾಧಿಕಾರಿಗಳಿಂದ ಬೆಲ್ಟು ನೀವಿಕೊಳ್ಳುತ್ತ ನಿಂತು ಬೈಸಿಕೊಂಡರು.

ಸಂದೀಪ ಜನತಾ ಬಝಾರ ಸುತ್ತುವರೆದು ದಾಜಿಬಾನಪೇಟೆ ರಸ್ತೆಯ ಪ್ರವೇಶ ದ್ವಾರದಿಂದ ಹೊರ ಬಂದು ಮತ್ತೆ ಚೆನ್ನಮ್ಮಾ ಸರ್ಕಲ್ ಇದಿರಿಗೇ ಬಂದು ಸೇರಿದ. ಹಸ್ತದೊಳಗಿನ ವೈರ್‌ಲೆಸ್‌ಗಳನ್ನು ಕಿವಿಗೊತ್ತಿಕೊಂಡೇ ದೂರದಲ್ಲಿ ಓಡಾಡುತ್ತಿರುವ ಪೊಲೀಸರು ಸಂದೀಪನಿಗೆ ವಿಲಕ್ಷಣ ಭಯ ಹುಟ್ಟಿಸಲಾರಂಭಿಸಿದರು.

■

ಇತ್ತ ಜಾನ್ಹವಿಗೆ ಈಗ ತಾನಿದ್ದ ವಾತಾವರಣವೆಲ್ಲ ತೀರ ಹೊಸದಾಗಿ ಕಾಣತೊಡಗಿತ್ತು. ಮನೆ ಮುಂದಿನ ರಸ್ತೆ ಗಟಾರವನ್ನು ಕ್ಲೀನು ಮಾಡಲು ಬಂದ ಮಹಾನಗರ ಪಾಲಿಕೆ ಆಳುಗಳಿಗೆ ಕುಡಿಯಲು ನೀರು ಕೊಟ್ಟು ಬಂದ ಸತೀಶ, 'ಮಹದೇವ ಜವಳಿ ಗಿರಣಿ' ಸ್ಟ್ರೈಕಿನಿಂದ ಬಾಗಿಲು ಮುಚ್ಚಿದ ನಂತರ 'ಸಲೀಮ್ ಆಟೋಸ್'ನಲ್ಲಿ ಕೆಲಸಕ್ಕೆ ಹೋಗುತ್ತಿದ್ದ. ಸಂದೀಪ ಬರುತ್ತಿರುವ ಸುದ್ದಿ ಕೇಳಿ ಪರಮಾಶ್ಚರ್ಯದಿಂದ 'ಹಾಗಾದ್ರೆ ಅಡಿಗೆಗೇನು ಮಾಡ್ತಿ?' ಎಂದು ಕಸಿವಿಸಿಗೊಂಡ. ದಿನಾಲೂ ಪಟ–ಪಟ ಸಪ್ಪಳದಲ್ಲೇ ಗೋಲವಾಗುತ್ತ ಹೋಗುವ ಚಾಚಿಯ ಜೋಳದ ರೊಟ್ಟಿ ಕೆಂಡದೊಲೆಯಲ್ಲಿ ಬುರು ಬುರು ಉಬ್ಬುವ ಜಾದೂ ನೋಡುತ್ತ ಕೂಡುವ ಜಾನ್ಹವಿ, ಇಂದು ಎರಡು ಮೂರು ಸಾರಿ ಬಂದ ಪುಷ್ಪಾ ಮಾಮಿಯ ಫೋನಿಗೆ 'ಇನ್ನೂ ಬಂದು ಮುಟ್ಟಲಿಲ್ಲಾ'ಅನ್ನುತ್ತ ಗಾಬರಿಗೊಂಡು ಬಾಗಿಲಲ್ಲೇ ನಿಂತುಳಿದಳು.

'ಮೀಸೆ ಚಿಗುರಿದ ನಿನ್ನ ತಮ್ಮನೇನು ಸಣ್ಣ ಮಗುವೇ?' ಅಂತ ಚಾಚಿ ಆಡಿನ ಹಿಕ್ಕೆಗಳನ್ನು ಜಾನ್ಹವಿ ನೆಟ್ಟುಕೊಂಡ ಗುಲಾಬಿ ಗಿಡಕ್ಕೆ ತಂದು ಹಾಕುತ್ತ ನಯವಾಗಿ ಗದರಿದಳು.

ಚಾಚಿಯೇ ಕೊಟ್ಟ, ಮನೆಯಲ್ಲೇ ಮಾಡಿದ ಶ್ಯಾವಿಗೆಯನ್ನು ತಮ್ಮನಿಗೆ ಇಷ್ಟವಾಗುವಂತೆ ಸ್ವಲ್ಪ ಹೆಚ್ಚೇ ಸಿಹಿ ಹಾಕಿ ಮಾಡಿದ ಖೀರಿಗೆ ಯಾಲಕ್ಕೀ ಪುಡಿ ಬೆರೆಸುತ್ತಿದ್ದಾಗ ಸತೀಶ ಎದುರಿಗಿದ್ದ ಮಂಜೀರನ ಅಂಗಡಿಯಿಂದ ಟೊಮೆಟೊ–ಆಲೂ ತರಲು ಹೊರಟ.

ಮೂವತ್ಮೂರರ ತನಕ ಸರಕಾರಿ ನೌಕರಿಗಾಗಿ ಕಾದು ನಂತರ ಮನೆಯೆದುರೇ ತರಕಾರಿ ಅಂಗಡಿ ಇಟ್ಟುಕೊಂಡಿದ್ದ ಮಂಜೀರ ಮುಂಜಾನೆಯೇ ಕಣ್ಣು ಕುಕ್ಕುವ ಬಿಳಿಯ ವಸ್ತ್ರ ಧರಿಸಿ ಈದ್ಗಾ ಮೈದಾನಿನ ವಿಶೇಷ ನಮಾಜಿಗೆ ಹೊರಟು ಹೋದದ್ದರಿಂದ ಮಂಜೀರನ ಹೆಂಡತಿ ನಫೀಸಾಗೆ ತರಕಾರಿ ರೇಟು ಗೊತ್ತಾಗಲೇ ಇಲ್ಲ. 'ಅವರು ಬಂದ ನಂತರ ಕೊಡಿ' ಎಂದು ಬೂರ್ಖಾದಲ್ಲಿಯೇ ಹೇಳಿದಳು.

ಟೊಮೆಟೊ ಕುಯ್ಯುತ್ತ ತಮ್ಮನ ಧ್ಯಾನದಲ್ಲೇ ಕೂತ ಜಾನ್ಹವಿ ಈಳಿಗೆಗೆ ಬೆರಳು ತಾಗಿಸಿಕೊಂಡು ಪುಟ್ಟ ಗಾಯವಾಗಿ ಚಿಮ್ಮುತ್ತಿರುವ ನೆತ್ತರಿಗೆ ಆತಂಕಗೊಂಡ ಸತೀಶ ಮತ್ತೆ ಮಂಜೀರನ ಅಂಗಡಿಗೆ ಓಡಿ ಜಾನ್ಸನ್ ಬ್ಯಾಂಡೇಜು ತಂದು ಅವಳ ಬೆರಳಿಗೆ

ಸುತ್ತಿದ. ಅಡುಗೆ ಮುಗಿದಾಗ ಒಟ್ಟಾದ ಮೂರ್‍ನಾಲ್ಕು ಪಾತ್ರೆಗಳನ್ನು ಸತೀಶ ತಾನೇ ತೊಳೆದ. ಆಗ ಅವನ ಹೊಟ್ಟೆಯ ಬಳಿ ನೆಂದ ಬಿಳಿ ಬನಿಯನ್ನು ಜಾಹ್ನವಿಗೆ ಅಕ್ಕರೆ ಹುಟ್ಟಿಸಿತು.

ಬ್ಯಾಂಡೇಜಿನ ಬೆರಳಲ್ಲೇ ಸತೀಶ ಬೈದರೂ ಕೇಳದೇ ಜಾಹ್ನವಿ ಚಚ್ಚೌಕ ಕಪ್ಪು-ಬಿಳಿ ಕಲ್ಲು ಜೋಡಿಸಿದ ನೆಲವನ್ನು ತನ್ಮಯದಿಂದ ಗುಡಿಸಿ ವರೆಸಿದಳು.

■

ಹುಬ್ಬಳ್ಳಿಯ ಎಲ್ಲ ಪ್ರಾರ್ಥನಾ ಮಂದಿರಗಳಿಗೂ ಪೋಲೀಸು ಕಾವಲು ಹಾಕಿದ್ದರಿಂದ ರಸ್ತೆಗಳಲ್ಲಿ ಅವರ ಸಂಖ್ಯೆ ವಿರಳವಾಗಿತ್ತು. ಚೆನ್ನಮ್ಮಾ ಸರ್ಕಲ್ ತುಂಬ ನಮಾಜು ಮುಗಿಸಿದ ಮಂದಿ ತಮ್ಮ ತಮ್ಮ ಮನೆಗೆ ತೆರಳುವ ಗಡಿಬಿಡಿಯಲ್ಲಿದ್ದರು. 'ಸಾರ್ವಜನಿಕರು ಸಹಕರಿಸಬೇಕು' ಎಂಬ ಜಾಹೀರು ಪೊಲೀಸು ವ್ಯಾನಿನ ಮೈಕಿನಲ್ಲಿ ಬಿತ್ತರಗೊಳ್ಳತೊಡಗಿತ್ತು. ಸಂದೀಪ ಇನ್ನೆಂಥದೂ ವಿವರ ಕೇಳಿಸಿ ಕೊಳ್ಳುವ ಸ್ಥಿತಿಯಲ್ಲಿರಲಿಲ್ಲ.

ಪೇದೆಗಳೆಲ್ಲ ತಮ್ಮ ತಮ್ಮ ಹೆಂಡತಿಯರಿಗೆ ಸ್ಟೇಷನ್ನಿನಿಂದಲೇ ಫೋನು ಮಾಡಿ 'ಹುಬ್ಬಳ್ಳಿ ಬಂದಾಗುವ ಸಾಧ್ಯತೆ ಕಾಣ್ತಿದೆ, ನನಗೆ ಲೇಟಾಗಬಹುದು, ಜ್ವರದ ಮಗಳಿಗೆ ಉಣ್ಣಿಸಿ ಗುಳಿಗೆ ಕೊಟ್ಟು ಮಲಗಿಸು' ಅಂತೆಲ್ಲ ಸಂದೇಶ ಮುಟ್ಟಿಸಿ ಬೀದಿ ಬದಿಯ ಬೇಲ್‌ಪುರಿ ಅಂಗಡಿಯಲ್ಲಿ ಬ್ರೆಡ್ ಬಾಜಿ ತಿಂದು ನಂತರ ಅವೇ ಅಂಗಡಿಗಳನ್ನು ಮುಚ್ಚಿಸಿದರು.

■

ನಮಾಜು ಮುಗಿಸಿದ ಕಮರಿಪೇಟೆಯ ಮುಂಜೀರ, ಸಂದಣಿಯಿಂದ ಹೊರ ಬಂದು ಮನೇ ಹತ್ತಿರ ತೆರೆದಿಟ್ಟೇ ಬಂದ ಅಂಗಡಿಯಲ್ಲಿ ವ್ಯಾಪಾರ ಮಾಡುವ ಅವಸರದಲ್ಲಿ ತನ್ನ ಟಿವಿಎಸ್ ಮೇಲೆ ಕೂತು, ಅದೇ ಚೆನ್ನಮ್ಮಾ ವೃತ್ತದ ಕೆಂಪು ಸಿಗ್ನಲ್ ಬಳಿ ಕಾಯುತ್ತಿದ್ದ. ಆಗಲೇ ಆಕಸ್ಮಿಕವೋ ಕಾಕತಾಳೀಯವೊ ಅಥವಾ ಸಿನೆಮಾಗಳಲ್ಲಿ ನಡೆಯುವಂತೆಯೊ, ಅಲ್ಲೇ ಧುತ್ತನೆ ಎದುರುಗೊಂಡ ಸಂದೀಪ, ಅಕ್ಕನ ಮನೆಯ ವಿಳಾಸದ ಕಾಗದವನ್ನು ಪ್ಯಾಂಟಿನ ಕಿಸೆಯಿಂದ ಹಗೂರ ಹೊರ ತೆಗೆದು ಮಂಜೀರನಿಗೇ ತೋರಿಸಿಬಿಟ್ಟಿದ್ದ.

ಇವನನ್ನೇ ಮೇಲಿಂದ ಕೆಳಗೆ ನೋಡುತ್ತ ಅಚ್ಚರಿಯಿಂದ ನಸು ನಕ್ಕ ಮಂಜೀರ, 'ನಾನೂ ಅಲ್ಲೇ ಹೊರಟದ್ದು, ನೀವು ಸತೀಶನವರ ಸಂಬಂಧವೊ ಅಥವಾ ಅವರ ಮನೆಯವರದೊ' ಎಂದೆಲ್ಲ ಕೇಳುತ್ತಲೇ ಹಸಿರು ಸಿಗ್ನಲ್ ಬಂದಾಕ್ಷಣ ಟಿವಿಎಸ್ ಚಾಲೂ ಮಾಡಿ 'ಹಿಂದೆ ಕೂಡಿ'ಎಂದು ಸನ್ನೆ ಮಾಡಿದ. ಸಂದೀಪನಿಗೆ ಒಮ್ಮೆಲೇ

ನಿರಾಳವಾದಂತಾದರೂ ಗಾಡಿ ಏರಿದ ನಂತರದಲ್ಲಿ 'ಯಾರು ಏನು ಮತ್ತೆ ಒಂದೂ ಗೊತ್ತಿಲ್ಲದೇ ಯಾರನ್ನೋ ನಂಬಿ ಮಳ್ಳನಂತೆ ಗಾಡಿ ಹತ್ತಿಬಿಟ್ಟೆನಲ್ಲಾ' ಎಂದು ಭಯವಾಗತೊಡಗಿತ್ತು. ಎಂದೂ ನೋಡದ ಹೊಸ ಹೊಸ ಬೀದಿಗಳು ವಿಚಿತ್ರ ತಲ್ಲಣ ತರುತ್ತಿತ್ತು. ರಸ್ತೆಯ ತಿರುವುಗಳಲ್ಲಿ ಸಿಗುವ ಪುಟ್ಟಪುಟ್ಟ ದರ್ಗಾ-ದೇವಸ್ಥಾನಗಳ ಗೋಪುರಗಳಲ್ಲಿ ರೆಕ್ಕೆ ಪಟಪಟಿಸುವ ಪಾರಿವಾಳಗಳನ್ನೇ ಒಂದು ಕ್ಷಣ ನಿಟ್ಟಿಸಿ, ಮುಂದಿಟ್ಟುಕೊಂಡ ಪ್ಲ್ಯಾಸ್ಟಿಕ್ ಚೀಲವನ್ನು ಗಟ್ಟಿಯಾಗಿ ಅದುಮಿ ಹಿಡಿದು ಕೂತ. ಎಷ್ಟೆಲ್ಲ ಅಡ್ಡರಸ್ತೆಗಳೇ ಎದುರಾದವು.

'ನನ್ನ ಐದು ವರ್ಷದ ಬೇಟಿ ರಜಿಯಾ ನಿಮ್ಮ ಅಕ್ಕನನ್ನು ತುಂಬ ಹಚ್ಚಿಕೊಂಡಿದ್ದಾಳೆ. ಬೆಳಿಗ್ಗೆ ನಾನು ನಮಾಜಿಗೆ ಬರುವಾಗ ಇಬ್ಬರೂ ಹೊರಗೆ ಕಟ್ಟೆಯಲ್ಲಿ ಕೂತು ನೇಲ್‌ಪಾಲೀಶ್ ಹಚ್ಚಿಕೊಳ್ಳುತ್ತಿದ್ದರು' ಎಂದು ಖುಷಿಯಿಂದ ಹೇಳಲಾರಂಭಿಸಿದ್ದ ಮಂಜೀರನಲ್ಲಿ ವಿಶ್ವಾಸ ತಾಳಿದ ಸಂದೀಪ ಧೈರ್ಯದಿಂದ, ಮುಂಜಾನೆಯಿಂದ ನಡೆದ ಪ್ರಮಾದವನ್ನೆಲ್ಲ ಗಾಡಿ ಚಲಿಸುತ್ತಿರುವಾಗಲೇ ಅವನ ಕಿವಿಯಲ್ಲಿ ಉಸುರಿ ಹಗುರಾದ.

'ಹುಬ್ಬಳ್ಳಿಯಲ್ಲಿ ಮಾಮೂಲಿದು' ಎಂದು ಮಂಜೀರ ಬಾಯಲ್ಲಿ ಹೇಳುತ್ತಿದ್ದರೂ ಈಗ ಗಲಿಬಿಲಿಗೊಳ್ಳುವ ಸರದಿ ಅವನದಾಗಿತ್ತು. ಯಾಕೆಂದರೆ ಆತನಿಗೆ ನಮಾಜು ಮುಗಿಯುತ್ತಿದ್ದಂತೆಯೇ ಸಂದೀಪನನ್ನೇ ಹೋಲುವ ವ್ಯಕ್ತಿಯ ಜಾಹಿರಾತು ಮೈಕಿನಲ್ಲಿ ಆಲಿಸಿದ್ದು ನೆನಪಾಗಿ ಬಿಟ್ಟಿತು. 'ಪ್ಲಾಸ್ಟಿಕ್ ಬ್ಯಾಗಿನಲ್ಲಿ ಎಂಥದೋ ಮುಕ್ಕೀಲ್ ಉಂಟು' ಎನ್ನಿಸತೊಡಗಿದಂತೆ ಗಾಡಿ ನಿಲ್ಲಿಸಿ ಕೇಳಲೂ ದ್ವಂದ್ವವಾಗಿ ಜೀವ ಭಯದಿಂದ ಒಳಗೆಲ್ಲೊ ನಡುಕ ಹತ್ತಿ ಇಂಡಿ ಪಂಪಿನ ವನ್‌ವೇ ಮಧ್ಯೆಯೇ ಹಾಯ್ದು ಒಳರಸ್ತೆಯಿಂದ ಎರಡೇ ನಿಮಿಷದಲ್ಲಿ ಮನೆಯ ಮುಂದೆಯೇ ಹೋಗಿ ನಿಲ್ಲಿಸಿಬಿಟ್ಟ.

■

ಬಾಗಿಲಲ್ಲೇ ಕಣ್ಣು ಬಾಯಿ ಬಿಟ್ಟು ಕಾಯುತ್ತ ನಿಂತ ಜಾನ್ಹವಿ, ಮಂಜೀರನ ಗಾಡಿಯ ಹಿಂದಿನಿಂದ ಇಳಿಯುತ್ತಿದ್ದ ಈ ಉತ್ಸವ ಮೂರ್ತಿಯನ್ನು ಕಂಡವಳೇ ಪುರದ ಪುಣ್ಯವೇ ಬಂದಂತೆ ಸಂಭ್ರಮಿಸಿ ಓಡಿ ಬಂದದ್ದು ನೋಡಿ ಮಂಜೀರನಿಗೆ ಹೋದ ಜೀವ ಮರಳಿ ಬಂತು. 'ಇದು ಬಾಂಬ್ ಕೇಸಲ್ಲ' ಎಂದು ವಿಶ್ವಾಸ ಹುಟ್ಟಿಸಿತು.

ಸಂದೀಪ ನೆಲಕ್ಕೆ ಹೆಜ್ಜೆಯೂರಿ ನಿಂತವನೇ ತುಸು ಕಂಪಿಸಿದ. ಒಂದೆರಡು ಪುಟ್ಟ ಮೊಡವೆ ಕಲೆಗಳ ಕೆನ್ನೆಯ ಅಕ್ಕ ಚೂರು ಸೊರಗಿದಂತೆನಿಸಿದರೂ ಮೊದಲಿಗಿಂತ ಹೆಚ್ಚೇ ಸುಂದರವಾಗಿ ಕಂಡಳು. ಓಡೋಡಿ ಹತ್ತಿರ ಬಂದು ನಿಂತ ಅಕ್ಕನ ಕಣ್ಣುಗಳಲ್ಲಿ ಇಡೀ ಹುಬ್ಬಳ್ಳಿಯನ್ನೇ ತೊಳೆದು ಶುದ್ಧೀಕರಿಸುವ ದಳದಳ ನೀರಿತ್ತು.

ಬಾಗಿಲ ಮೆಟ್ಟಿಲ ಬಳಿ ನಿಂತಿದ್ದ ಸತೀಶ ಘಟ್ಟನೆ ಒಳ ಓಡಿ ಬನಿಯನ್ನಿನ ಮೇಲೆ ಷರ್ಟು ಹಾಕಿಕೊಳ್ಳುತ್ತ ಹೊರ ಬಂದ. ಚೂಪಾದ ಮೂಗಿನ ಈ ಸತೀಶ ಭಾವ

ತುಸು ಸ್ವಾಭಿಮಾನಿಯಿರಬೇಕೆನ್ನಿಸಿದರೂ ಇಷ್ಟು ದಿನದ ತನ್ನ ಕಲ್ಪನೆಯ ವ್ಯಕ್ತಿಗಿಂತ ಒಂದು ಗುಂಜಿ ಹೆಚ್ಚೇ ಆಕರ್ಷಕವಾಗಿದ್ದಾನೆನ್ನಿಸಿತು, ಸಂದೀಪನಿಗೆ. ಸತೀಶನ ಸರಳ ವ್ಯಕ್ತಿತ್ವಕ್ಕೆ ಮೊದಲ ನೋಟದಲ್ಲೇ ಮರುಳಾದ ಸಂದೀಪ ನೀಲಿ ಬಣ್ಣ ಬಳಿದುಕೊಂಡ ಏಕಮಾತ್ರ ತಗಡಿನ ಖುರ್ಚಿಯ ಮೇಲೆ ತುಸುವೇ ಬಗ್ಗಿ ಕೂತ. ಹೇಗೆ ಯಾವ ಮಾತಿನಿಂದ ಶುರುಮಾಡಬೇಕೆಂದೇ ತಿಳಿಯದೇ, ಹಕ್ಕಿಗಳು ತಮ್ಮ ರಾಗವನ್ನೇ ಮರೆತಂತೆ ಮೂವರೂ ಒದ್ದಾಡಿದರು.

ಅಕ್ಕನ ಬಳೆಗಳ ಕಿಂಕಿಣ ನಾದವನ್ನಷ್ಟೇ ಆಲಿಸುತ್ತ ಸಂದೀಪ ಸತೀಶ ಭಾವನ ಕಣ್ಣುಗಳಲ್ಲೇ ಏನನ್ನೋ ಹುಡುಕಲಾರಂಭಿಸಿದ. ಹೊರಗೆ ರಜಿಯಾ ಬೇಟಿ, ಅವಳ ಅಮ್ಮಿ ನಫೀಸಾ ಹತ್ತಿರ ರಸ್ತೆಯಲ್ಲಿ ಹಾಯುವ ಫೆಮಿಲಾ ಐಸ್‌ಕ್ಯಾಂಡಿ ಕೊಡಿಸೆಂದು ರಾಗ ತೆಗೆದಿದ್ದಳು. ಅವಳ ಮುದ್ದು ಉರ್ದು ಕಲರವದ ಪಕ್ಕವಾದ್ಯದಲ್ಲಿ ಜಾನ್ಹವಿಯ ಚಹ ಸೀಮೆ ಎಣ್ಣೆ ಸ್ಟೋವಿನಲ್ಲಿ ಕುದಿಯಿತು. ಚಹದ ಕಪ್ಪು ಕೊಡುವಾಗ ಅಕ್ಕನ ಬೆರಳ ಬ್ಯಾಂಡೇಜನ್ನೇ ನಿರುಕಿಸಿದ ಸಂದೀಪ 'ಅಲ್ಲೇನಾಯ್ತು' ಎಂದು ಆಕಾಶದ ನಕ್ಷತ್ರವೊಂದು ಜಾರಿ ಬಿದ್ದಂತೆ ಮೊದಲ ಮಾತು ಆಡಿದ. ಆ ಚಿರಪರಿಚಿತ ದನಿ, ಅಮ್ಮನ ವಾತದ ಕಾಲುನೋವು, ಅಪ್ಪನ ಕಣ್ಣಿಗೆ ಬಂದಿರುವ ಮೋತಿಬಿಂದು ಎಲ್ಲವನ್ನೂ ಜತೆಯಲ್ಲೇ ತಂದಂತಿತ್ತು.

ತನ್ನ ಎಂದಿನದೇ ಶೈಲಿಯಲ್ಲಿ ಸಂದೀಪ ಬಿಸಿ–ಬಿಸಿ ಚಹ ಉಫ್–ಉಫ್ ಎಂದು ಊದಿಕೊಂಡು ಹೀರತೊಡಗಿದಾಗ ಜಾನ್ಹವಿ ಮೈಮರೆತು ನೋಡಿದಳು. ಗೋಡೆಯ ಬದಿಯಲ್ಲೇ ಸುತ್ತಿಟ್ಟ ಗಾದಿಯ ಮೇಲೆ ಬಂದು ಕೂತ ಸತೀಶನ ಸನ್ನಿಧಿಯಲ್ಲಿ ಸಂದೀಪ ಇಂಚಿಂಚೇ ಕರಗುತ್ತ 'ಬಾತ್‌ರೂಮು ಎಲ್ಲಿ?' ಕೇಳಿದ. ಒಳಗೆ ಅಡುಗೆ ಖೋಲಿಯ ಪಕ್ಕದ ಸಣ್ಣ ಕತ್ತಲ ಬಚ್ಚಲು ಖೋಲಿ ತೋರಿಸಿ ಸತೀಶ ಹೊರಬಂದ.

ತನ್ನ ಟಿವಿಎಸ್ ಒಳಗಿಟ್ಟು ಬಂದು ನಿಂತ ಮಂಜೀರ, ಬಾಗಿಲಲ್ಲೇ ಹಣಕಿ ಸಂದೀಪನ ವೃತ್ತಾಂತವನ್ನೆಲ್ಲ ಚಾಚೂ ತಪ್ಪದೇ ವಿವರಿಸಿದಾಗ 'ಅಯ್ಯೋ ದೇವರೇ' ಎನ್ನುತ್ತ ಜಾನ್ಹವಿ ಮಿಡಿದಳು. 'ಅವರ ನೀಲಿ ಷರ್ಟನ್ನು ಬದಲಿಸಿ ಮೊದಲು' ಎಂದು ಎಚ್ಚರಿಸಿ ಹೋದ ಮಂಜೀರ. ಜಾನ್ಹವಿ ಖಜಜಭಠಞ ಎಂದು ಎದೆಯ ಮೇಲೆ ಬರೆದುಕೊಂಡ ಸತೀಶನ ಬಿಳಿಯ ಟೀ ಶರ್ಟೊಂದನ್ನು ತಮ್ಮನಿಗೆ ತಂದು ಕೊಟ್ಟಳು.

ಅಷ್ಟರ ತನಕ ಮರೆತೇಹೋದ, ಗೋಡೆಯ ಬಳಿ ನೆಲಕ್ಕೆ ಅನಾಥವಾಗಿ ಇವರನ್ನೇ ಮಿಕಿಮಿಕಿ ನೋಡುತ್ತಿರುವಂತೆ ಕೂತ ಪ್ಲಾಸ್ಟಿಕ್ಕನ್ನು ಮೇಲೆತ್ತಿದ ಸಂದೀಪ. ಅಲ್ಲಿಂದಿಲ್ಲಿಯ ವರೆಗೂ ಪ್ರಾಣದಂತೆ ಕಾಯ್ದುಕೊಂಡು ಬಂದ ಅಮ್ಮ ಕಳಿಸಿದ ಮಿಡಿಗಾಯಿ ಉಪ್ಪಿನಕಾಯಿ ಬಾಟಲಿಯನ್ನು ಹೊರ ತೆಗೆದು ಅಕ್ಕನ ಮುಂದೆ ನಸುನಗುತ್ತ ಹಿಡಿದ. ಜಾನ್ಹವಿ ಆಗಷ್ಟೇ ಹುಟ್ಟಿದ ಕೂಸನ್ನು ಎತ್ತಿಕೊಳ್ಳುವಂತೆ ಮೃದುವಾಗಿ ಎರಡೂ ಕೈಯಲ್ಲಿ ಅಪ್ಪಿಕೊಂಡಳು.

ತಮ್ಮ ತೆಗೆದುಕೊಟ್ಟ ನೀಲಿ ಶರ್ಟನ್ನು ಹೆಗಲ ಮೇಲೆ ಹಾಕಿಕೊಂಡೇ ಕೈಯಲ್ಲಿಯ ಉಪ್ಪಿನಕಾಯಿ ಬಾಟಲಿಯ ಮುಚ್ಚಳ ತಿರುಗಿಸುತ್ತಲೇ ಜಾನ್ಹವಿ, ಸಾರಾ ಚಾಚಿಯ

ಮನೆಗೋಡಿ ತನ್ನ ತಮ್ಮ ಬಂದು ಮುಟ್ಟಿದ ವಿಷಯ ತಿಳಿಸಿ ಬಂದಳು. ಸಾರಾ ಚಾಚಿ 'ನಿಧಾನ ಓಡಾಡು ನಿಧಾನ' ಎನ್ನುತ್ತ ನಕ್ಕರು.

ಉಪ್ಪಿನಕಾಯಿ ಬಾಟಲಿಯ ಮುಚ್ಚಳ ತೆಗೆಯಲು ಬಾರದೇ ಜಾನ್ಹವಿ ತಲೆಯ ಮೇಲೆ ಕೈ ಹೊತ್ತು ಕೂತಳು. ಸತೀಶನೊಂದು ಬಾರಿ ಸಂದೀಪನೊಂದು ಸಾರಿ ತಮ್ಮ ತಮ್ಮ ಪೌರುಷ ಬಳಸಿ ಬಾಟಲ್ಲು ಸ್ಫೋಟಿಸದಂತೆ ಅರ್ಧ ಘಂಟೆ ಹೋರಾಡಿ ಮುಚ್ಚಳ ತೆಗೆಯಲು ಯಶಸ್ವಿಯಾದರು. ತಕ್ಷಣ ಮನೆಯನ್ನೆಲ್ಲ ಆವರಿಸಿ ನಿಂತ ಮತ್ತೇರಿಸುವ ಉಪ್ಪಿನಕಾಯಿಯ ಕಂಪಿನಲ್ಲಿ, ಕಡಲ ತೀರದ ಒದ್ದೆ ರೇವೆಯೊಳಗೆ ಜಾನ್ಹವಿಯ ಪುಟ್ಟ ಹೆಜ್ಜೆ ಗುರುತುಗಳು ಕಟ್ಟಿದ ಸಹಸ್ರಾರು ಗುಬ್ಬಿಗೂಡುಗಳಿದ್ದವು.

ವಿಜಯ ಕರ್ನಾಟಕ-ಅಂಕಿತ ಪುಸ್ತಕ
ಯುಗಾದಿ ಕಥಾಸ್ಪರ್ಧೆ(2004)

ಪುಟ್ಟ ಪಾದದ ಗುರುತು

ಅಂಚಕ್ಕ ತನ್ನ ಹಳ್ಳಿ ಮನೆ ಬಿಟ್ಟು ಪಟ್ಟಣದ ಈ ಮಗನ ಮನೆಯಲ್ಲಿ ಉಳಿಯಲು ಬಂದು ಸರೀ ಒಂದು ತಿಂಗಳಾಗುತ್ತ ಬಂದಿದೆ. ಇಂದು ಬೆಳಿಗ್ಗೆಯಿಂದ ಒಂದು ರೀತಿಯ ಅಸಮಾಧಾನದ ಹೊಗೆ ಮುತ್ತಿದೆ. ತನಗೊದಗಿದ ಒಂಟಿತನಕ್ಕೆ ತಾನೇ ಶಪಿಸಿಕೊಳ್ಳುತ್ತ ಇದ್ದಲ್ಲೇ ಹಣ್ಣಾಗಿದ್ದಾಳೆ ಅಂಚಕ್ಕ. ಯಾಕೋ ಸಣ್ಣ ಸಣ್ಣ ವಿಷಯಕ್ಕೆಲ್ಲ ಸಿಟ್ಟು. ಆದದ್ದು ಏನು ಎಂಬ ಕಾರಣ ಯಾರಿಗೂ ಗೊತ್ತಾಗುತ್ತಿಲ್ಲ. ಎಂಥದೋ ಆಟಿಕೆ ಕೈಯಲ್ಲಿ ಹಿಡಿದು ಓಡಿ ಬಂದು ಮುದ್ದುಗರೆಯುತ್ತಿದ್ದ ಐದು ವರ್ಷದ ಮೊಮ್ಮಗಳು ಚಿಮ್ಮಿಯನ್ನು ಅಂಚಕ್ಕ ಸುಮ್ಮನೇ ಗದರಿ ದೂರ ಅಟ್ಟಿದ್ದಾಳೆ. 'ನೀನು ನಿನ್ನ ಅಮ್ಮನ ಮಗಳು' ಎಂದು ಬೇರೆ ಗೊಣಗಿದ್ದಾಳೆ. ಹಾಗೇ ಸರ್ರನೆ ಒಳನುಗ್ಗಿ ಟೊಮೆಟೊ ಕುಯ್ಯುತ್ತ ಈಳಿಗೆಯಲ್ಲಿ ಕೂತ ಸೊಸೆಯನ್ನು 'ನಿನ್ನೆ ಸಂಜೆ ನಾನು ಹೊರ ಕಟ್ಟೆಯಲ್ಲಿ ಕೂತಾಗ ನೀನು ಧಡ್ಡನೆ ಬಾಗಿಲು ಹಾಕಿಕೊಂಡಿದ್ಯಾಕೆ?' ಎಂದು ಗದರುತ್ತಿದ್ದಾಳೆ.

ಅಂಜೂಗೆ ಅಳುವೇ ಬಂದುಬಿಟ್ಟಿದೆ. ನೈಟಿಯನ್ನು ತುಸು ಮೇಲಕ್ಕೆತ್ತಿ ಲಂಗದ ತುದಿಯಿಂದ ಕಣ್ಣೊರೆಸಿಕೊಳ್ಳುತ್ತ 'ಅ್ಞ ನಾನು ಯಾವಾಗ? ಯಾವ ಬಾಗಿಲು?' ಅಂತೆಲ್ಲ ತಡವರಿಸಿದ್ದಾಳೆ. ಮಿಂದು ಉದ್ದಿಕೊಂಡ ಹಸೀ ಟಾವೆಲ್ಲು ಸುತ್ತಿಕೊಂಡೇ ದೇವರಿಗೆ ಹೂ ಏರಿಸುತ್ತಿದ್ದ ಮಗ ವಿಠ್ಠಲ ಅಡಿಗೆ ಖೋಲಿಗೆ ಬಂದು ವಿಚಾರಿಸಿದ್ದಾನೆ. 'ಬಾಗಿಲು ನಾನು ಹಾಕಿದ್ದಲ್ಲ, ನೀನು ಹಾಕಿದ್ದಲ್ಲ' ಎಂದು ಒಂದೇ ಚಿಂತನೆ ನಡೆಸಿದ್ದಾರೆ. ಚಿಮ್ಮಿಯನ್ನು ಕರೆದು ರಮಿಸಿ ಕೇಳಿದರೆ, ಅವಳು 'ಅ್ಞ ಉ್ಞ' ಅನ್ನುತ್ತ ಮಮ್ಮಿ ಕಿವಿಯ ಬಳಿ ಹಾಕಿದ ಎರಡೂ ಜುಟ್ಟದ ಕೂದಲ ತುದಿಯನ್ನು ಎಳೆದುಕೊಳ್ಳುತ್ತ ಜ್ಞಾಪಿಸಿ ಜ್ಞಾಪಿಸಿ ಹೇಳುತ್ತಿದ್ದಾಳೆ. 'ನೀನೇ ಹೇಳಿದ್ದಿಯಲ್ಲ ಮಮ್ಮಿ, ಸೊಳ್ಳೆ ಬಂದು ತುಂಬಿಬಿಡ್ತದೆ, ಎಲ್ಲ ರೂಮಿನ ಬಾಗ್ಲು ಹಾಕು ಅಂತ' ಎಂದು ಮುದ್ದು ಮುದ್ದಾಗಿ ತೊದಲಿದ್ದಾಳೆ. 'ಆಯ್ತು ಹೋಗು ಈಗ ಆಡಿಕೋ' ಅಂತ ಪಪ್ಪ ಮಗಳ ಬೆನ್ನು ತಟ್ಟಿ ಕಳಿಸಿದ್ದಾನೆ. ಅಮ್ಮನ ಕೋಪಕ್ಕೆ ಕಾರಣ ತಿಳಿದ ವಿಠ್ಠಲ 'ಅಮ್ಮ ಹೊರ ಕೂತಾಗ ಯಾರೂ ಬಾಗಿಲು ಹಾಕಬಾರದು, ಇನ್ನು ಮೇಲೆ ಯಾರೂ. ಸೊಳ್ಳೆ ಬಂದರೆ ಬರಲಿ. ಸೊಳ್ಳೆ ದೊಡ್ಡದೋ ಅಮ್ಮ ದೊಡ್ಡವಳೋ' ಎನ್ನುತ್ತ ಅಂಜು ಮೇಲೆ ಎಗರಿ ಹೋದ ಹಾಗೆ ನಟಿಸಿದ್ದಾನೆ. ಅವನ ತಮಾಷೆ ಅರ್ಥವಾದವಳಂತೆ ಅಂಚಕ್ಕ, 'ಹೌದೋ, ಈಗ ನಿಮಗೆಲ್ಲ ನಾನೊಂದು ಆಟದ ಗೊಂಬೆಯಾಗಿದ್ದೇನೆ ಆಟದ ಗೊಂಬೆ' ಅಂತ ಮತ್ತದೇ ದಾಟಿಯಲ್ಲಿ ವಟಗುಟ್ಟಿದ್ದಾಳೆ.

ಟೊಮೆಟೊ ಕುಯ್ದು ಮುಗಿಸಿ ಏಳುತ್ತ ಗಂಡನ ಮುಖ ಮುಖ ನೋಡಿ ನಸುನಕ್ಕರೂ ಅಂಜುಗೆ ಬೇಸರವಾಗಿದೆ. ಈ ಅಮ್ಮನ ಜತೆ ಏನು ಮಾತಾಡಿದರೂ ತಪ್ಪು, ಮಾತಾಡದೇ ಇದ್ದರೂ ತಪ್ಪು. ಸೊಸೆಯ ಕಿವಿಯ ಲೋಲಾಕು ತುಸು ಅಲ್ಲಾಡಿದರೂ ಅಂಚಕ್ಕನಿಗೆ ಸೊಸೆ ತನ್ನ ಬದಿ ನೋಡಿ ಮುಖ ಸೊಣೆದಂತೆ ಅನ್ನಿಸುವದು.

ಸೊಸೆ ತನ್ನ ಬಳಿ ಮನೆಯ ಒಂದೂ ಕೆಲಸ ಮಾಡಿಸದೇ ಇದ್ದುದಕ್ಕೇ ಅಂಚಕ್ಕನಿಗೆ ಈಗ ಕೋಪ ಬರುತ್ತಿದೆ. 'ನಾನೇನು ನೆಂಟರ ಮನೆಯವಳೇ, ಅದು ಮಾಡಬೇಡಾ ಇದು ಮಾಡಬೇಡಾ ಅಂದರೆ' ಎಂದು ವದರಾಡಿದ್ದಾಳೆ. ಈಗ ಬೀಪಿ ತುಸು ಹೆಚ್ಚಾದಂತಿದೆ. ಅಂಜು ಅನುದಿನದಂತೆ ಸುಮ್ಮನೆ. ವಿಠ್ಠಲ ಬೇಗ ಬರುತ್ತೇನೆಂದು ಹೆಂಡತಿಯ ಬಳಿಯಷ್ಟೇ ಏನೋ ಗುಣುಗುಣು ಮಾಡಿ ಆಫೀಸಿಗೆ ತೆರಳುತ್ತಿದ್ದಾಗ, ಹೊರಗೆ ಅವ ಸ್ಕೂಟರ್ ಚಾಲೂ ಮಾಡುವಲ್ಲಿಗೆ ಹೋಗಿ 'ನೀನು ನನ್ನ ಬಳಿ ಸರಿಯಾಗಿ ಮಾತೇ ಆಡುವುದಿಲ್ಲ' ಎಂದಿದ್ದಾಳೆ ಅಂಚಕ್ಕ. 'ಓ್ಞ ಏನು ಮಾತಾಡುವದಿರ್ತದೆ ದಿನಾ' ಅಂತ ತಾನೂ ಈ ಬಾರಿ ಮುಖ ಗಂಟಿಕ್ಕೇ ಹೇಳಿದ್ದಾನೆ ವಿಠ್ಠಲ. ಈ ಅಮ್ಮನದೇಕೋ ಅತಿಯಾಯಿತು ಅನ್ನಿಸಿದೆ ಅವನಿಗೂ.

ವಿಠ್ಠಲ ಆಫೀಸಿಗೆ ರಜೆ ಹಾಕಿ ಬಂದವರಂತೆ ಬಹುಬೇಗ ಬಂದುಬಿಟ್ಟಿದ್ದ. 'ಎಲ್ಲಾದರೂ ಒಂದೆರಡು ದಿನ ಧರ್ಮಸ್ಥಳ-ಗಿರ್ಮಸ್ಥಳ ಅಂತ ಯಾತ್ರೆ-ಗೀತ್ರೆ ಹೋಗಿ ಬರುವಾ. ಇಲ್ಲೇ ಒಂದೇ ಕಡೆ ಕೂಡಿ ಹಾಕಿದಂತೆ ಅಮ್ಮನಿಗೆ ಚಿಟ್ಟು ಹಿಡಿದು ಹೋಗಿದೆ' ಅಂತನ್ನುವ ಅಂಜು ಸಲಹೆಗೆ 'ರಜ ಬೇಕಲ್ಲಾ ರಜಾ' ಎಂದು ದುಮುಗುಟ್ಟಿದ ವಿಠ್ಠಲ. ಅಂದೇಕೋ ಎಂದಿಲ್ಲದ ಬೇಸರದಿಂದ ಅಂಜು 'ಇಂಥ ಮನೆಯಲ್ಲಿ ಹೇಗಿರಬೇಕೆಂದು ನೀವೇ ಹೇಳಿ' ಎನ್ನುತ್ತ ಬೆಡ್‌ರೂಮಿನ ಬಾಗಿಲು ಹಾಕಿಕೊಂಡು ಅತ್ತು ಬಿಟ್ಟಿದ್ದಾಳೆ. ತಲೆ ಬಾಚಿಕೊಳ್ಳದೇ ಸೀರೆ ಸುತ್ತಿಕೊಂಡು ಸೊಂಟ ಹೊಟ್ಟೆ ನೀವಿಕೊಳ್ಳುತ್ತ ಗಂಡನ ಹಿಂದೆ ಹೊರಟ ಸೊಸೆಯನ್ನು ನೋಡಿಯೇ ಅಂಚಕ್ಕ ಆಸ್ಪತ್ರೆಗೆ ಹೊರಟಿದ್ದಾರೆಂದು ಊಹಿಸಿದ್ದಾಳೆ. ಇವರೆಲ್ಲ ಗಂಡನ ಅನುಕಂಪ ಗಳಿಸಲು ಆರಾಮು ಇಲ್ಲದ ಅಭಿನಯ ಮಾಡುತ್ತಾರೆ ಅಂತ ಯಾರೋ ಅಂಚಕ್ಕನ ತಲೆಯಲ್ಲಿ ತುಂಬಿದ್ದು ಇನ್ನೂ ಹಾಗೇ ನಿಂತುಬಿಟ್ಟಿದೆ. ನರ್ಸರಿಯಿಂದ ತಿರುಗಿ ಬಂದ ಚಿಮ್ಮಿ ತಾನೂ ಪಪ್ಪ, ಮಮ್ಮಿಯ ಜತೆ ಹೊರಡಲು ತಯಾರು. ಆ ಗುಲಾಬಿ ಬಣ್ಣದ ಫ್ರಾಕಿನಲ್ಲಿ ಚಿಮ್ಮಿ ರಾಶಿ ಮುದ್ದು ಮುದ್ದಾಗಿ ಕಂಡರೂ ಅಂಚಕ್ಕ ಮೊದಲಿನಂತೆ ಅವಳನ್ನು ಮುದ್ದಾಡದೇ ಸುಮ್ಮನಿದ್ದಾಳೆ. ಸ್ಕೂಟರ್ ಹತ್ತಿ ಮುಂಭಾಗದಲ್ಲಿ ಕೂತ ಚಿಮ್ಮಿಯನ್ನು ತಿವಿದು ಅಂಜು 'ಅಜ್ಜಿಗೆ ಟಾಟಾ ಮಾಡು' ಎಂದು ಎಚ್ಚರಿಸಿದ್ದಾಳೆ. ವಿಠ್ಠಲ ಕಿಟಕಿಯಲ್ಲಿ ಕಾಣುತ್ತಿದ್ದ ಅಮ್ಮನ ಮುಖವನ್ನೊಮ್ಮೆ ಸುಮ್ಮನೆ ನೋಡಿ ಸ್ಕೂಟರ್ ಹೊರಡಿಸಿದ್ದಾನೆ.

ದಿನಾ ಹೀಗೇ. ತಾನು ಎಲ್ಲೂ ಹೋಗುವ ಹಾಗಿಲ್ಲ. ಬರುವ ಹಾಗಿಲ್ಲ. ಗೂಬೆಯಂತೆ ಒಬ್ಬಳೇ ಕೂತಿರುವದು. ಅವಳಿಗೆ ಹಿಂದೆ ತಾನೂ ಒಬ್ಬನ ಪತ್ನಿಯಾಗಿದ್ದೆ,

ತಾನೂ ಒಬ್ಬ ಮಗನ ತಾಯಿ ಯಾಗಿದ್ದೆ, ತನಗೂ ಅತ್ತೆ–ಮಾವ ಸಂಬಂಧಿಗಳಿದ್ದರು, ಅವರಿಗೆಲ್ಲ ತಾನು ನೆಚ್ಚಿನ ಅಂಚೀ ಅಂಚಕ್ಕ ಎಲ್ಲ ಆಗಿದ್ದೆ ಎಂಬುದೆಲ್ಲ ಈಗ ಮರೆತೇ ಹೋಗಿದೆ. ಈಗ ನಾನು ಏನಾಗಿದ್ದೇನೆ ಎಂಬುದೇ ರಾಶಿ ದುಃಖ ತಂದಿದೆ.

'ನನಗೂ ಆರಾಮ ಇಲ್ಲ. ನಾನೂ ಡಾಕ್ಟರ್ ಬಳಿ ಹೋಗಬೇಕು ಕರೆದೊಯ್ಯಿ' ಅಂತ ವಿಠ್ಠಲನ ಬಳಿ ಹಠ ಹಿಡಿಯಬೇಕಿತ್ತು ಅನ್ನಿಸಿದೆ ಅಂಚಕ್ಕನಿಗೆ. ಹಾಗೇ ಎರಡೂ ಹಸ್ತದಲ್ಲಿ ಎರಡೂ ತೊಡೆ ಸವರಿಕೊಳ್ಳುತ್ತ ವೇಳೆ ನೂಕಿದ್ದಾಳೆ ಅಲ್ಲಿ ಇಲ್ಲಿ ಕೂತು. ಆದರೂ ಮಗ–ಸೊಸೆ–ಮೊಮ್ಮಗಳು ತಾನಂದುಕೊಂಡದ್ದಕ್ಕಿಂತ ಬೇಗ ವಾಪಸ್ಸಾಗಿದ್ದಾರೆ. ಡಾಕ್ಟರು ಸಿಗಲಿಲ್ಲ ಅಂತ ಅವರ ಮಾತಿನ ಮೇಲೆಯೇ ಅನ್ನಿಸಿದೆ.

ಮತ್ತೆ ಅಡಿಗೆ ಖೋಲಿ ಹೊಕ್ಕ ಅಂಜುಗೆ ಕೇಳುವಂತೆ 'ಎಲ್ಲ ಅವರವರ ಮನಸ್ಸಿಗೆ ಕಂಡ ಹಾಗೇ ಮಾಡುವುದು, ನನಗೆ ಈ ಮನೆಯಲ್ಲಿ ಕಿಮ್ಮತ್ತೇ ಇಲ್ಲ.' ಎಂದು ಗೊಣಗಿದ್ದಾಳೆ ಅಂಚಕ್ಕ. ಆ ಹಳ್ಳಿಯ ಮೂಲೆಯಲ್ಲಿ ಒಬ್ಬಳೇ ಇರುವುದು ಬೇಡ ನಮ್ಮ ಬಳಿಯೇ ಬಂದಿರು ಎಂಬ ಈ ವಿಠ್ಠಲನ ಬೆಣ್ಣೆ ಮಾತು ಕೇಳಿದ್ದಕ್ಕೆ ಇಷ್ಟೆಲ್ಲ. ಇವನಂತೂ ಬಾಯಿಬಿಚ್ಚಿ ಮಾತಾಡುವವನೇ ಅಲ್ಲ, ಗುಮ್ಮನ ಗುಸುಗ.

ಅಮ್ಮ ಅಮ್ಮ ಅಂತ ದಿನಕ್ಕೆ ಹದಿನೆಂಟು ಸಲ ಕರೆಯಲಿಲ್ಲ ಅಂದಾಕ್ಷಣ ಅಮ್ಮನೆಂದರೆ ಪ್ರೀತಿಯೇ ಇಲ್ಲ ಅಂತ ಅರ್ಥವೇ. ಅಮ್ಮ ಅಮ್ಮನೇ ಅಂಜು ಅಂಜುವೇ ಚಿಮ್ಮಿ ಚಿಮ್ಮಿಯೇ. ಅವು ಮೂರು ಸಮಾನ ನಲ್ಮೆಯ ದಾರಿಗಳು. ಪ್ರೀತಿಸುವ ಮನಸ್ಸಿದೆ ಅಂದ ಮೇಲೆ ಮೂವರನ್ನೂ ಅದು ಒಳಗೊಂಡಿದೆ. ಪ್ರೀತಿಸುವ ಮನಸ್ಸೇ ಇಲ್ಲದವರ ಮಾತು ಬೇರೆ. ಅದನ್ನು ಈ ಅಮ್ಮನಿಗೆ ಬಾಯಿ ಬಿಟ್ಟೇ ಹೇಳಬೇಕೆ, ಅದು ಹೇಗೆ ಹೇಳುವುದು ಎಂದು ವಿಠ್ಠಲ ಸಂಕಟಪಟ್ಟಿದ್ದಾನೆ.

ಅಲ್ಲಿಯ ಆ ಊರ ಗಾಳಿ ನೀರು ಬೆಳಕೇ ಬೇರೆ. ಇಲ್ಲಿಯ ರೀತಿ–ನೀತಿ, ತಿಂಡಿ–ತೀರ್ಥಗಳಾವುವೂ ಅಲ್ಲಿನಂತಿಲ್ಲ. ಎಲ್ಲದಕ್ಕೂ ತಾನೇ ಹೊಂದಿಕೊಳ್ಳಬೇಕೂ ಅನ್ನಿಸತೊಡಗಿದೆ ಅಂಚಕ್ಕನಿಗೆ. 'ಈ ಅಂಜುಗೆ ಅಪ್ಪ ಬೇರೆ ಈಗ ಸಮೀಪ ಬಂದಿದ್ದಾನೆ. ಇವಳನ್ನು ಹಿಡಿವವರೇ ಇಲ್ಲ' ಆದರೆ ಈಕೆ ಮಾಡುತ್ತಿರುವ ತಪ್ಪುಗಳೇನು ಅಂತಲೇ ಅಂಚಕ್ಕನಿಗೆ ಸ್ಪಷ್ಟವಾಗಿಲ್ಲ. ಯಾವ್ಯಾವುದೋ ರಾಜ್ಯದ ಗಡಿಯಲ್ಲಿ ತನ್ನ ಮಿಲಿಟರಿ ಕೆಲಸ ಮುಗಿಸಿ ರಿಟಾಯರ್ ಆಗಿ ಇಲ್ಲೇ ಮಗಳ ಮನೆ ಸನಿಹವೇ ಇರಬೇಕೆಂಬ ಆಸೆಯಿಂದ ಒಂದು ಅಪಾರ್ಟ್‌ಮೆಂಟಿನಲ್ಲಿ ಮನೆ ಖರೀದಿಸಿ ತನ್ನ ಎಂಜಿನಿಯರ್ ಮಗನೊಂದಿಗೆ ಉಳಿದುಕೊಂಡ ಅಂಜು ಅಪ್ಪ, ಇತ್ತೀಚೆಗೆ ಎಂಟ್ಹತ್ತು ದಿನಗಳಿಂದ ದಿನವೂ ವಾಕಿಂಗ್ ಬರುವ ದಿಕ್ಕನ್ನೇ ಈ ಮಗಳ ಮನೆಯ ದಾರಿಯಾಗಿ ಮಾಡಿಕೊಂಡುಬಿಟ್ಟಿದ್ದ. ತನ್ನ ಬಳಿಯಾದರೆ ಬರಿ ಕೇಳಿದ್ದಕ್ಕಷ್ಟೇ ಉತ್ತರ ಕೊಟ್ಟು ಬಾಯಿ ಮುಚ್ಚಿಕೊಂಡೇ ಇರುವ ಸೊಸೆ, ತನ್ನ ಆ ಅಪ್ಪ ಬಂದಾಗ ಮಾತ್ರ ಅಪ್ಪ ಅಪ್ಪ ಎಂದು ಆ ನಗುವೇನು? ಮಾತೇನು? ಅಂಚಕ್ಕನಿಗೆ ಅರ್ಥ ಸಿಟ್ಟು ಅದಕ್ಕೇ.

ಆ ಅಂಜು ಅಪ್ಪ ತನ್ನ ತವರೂರಿನವನೇ ಆಗಿದ್ದರೂ ಈ ಸೊಸೆಯ ಅಪ್ಪ ಎಂಬ ಕಾರಣದಿಂದ ಅಂಚಕ್ಕನಿಗೆ ಎಂಥದೋ ಅಸಹನೆ. ಅವನ ಹತ್ತಿರ

ಮಾತಾಡಲೂ ಸಹ ಏನೋ ಭೀತಿ. ಯಾರಿಗೆ ಬೇಕು ಈ ದೊಡ್ಡ ಮನುಷ್ಯರ ಸಂಗ. ಮಿಲಿಟರಿಯಲ್ಲಿದ್ದವನಂತೆ, ಇಂಗ್ಲೀಷು–ಗಿಂಗ್ಲೀಷು ಕಲಿತವ, ಹಳ್ಳಿಯಿಂದ ಬಂದ ಈ ಗೊಡ್ಡು ಮುದುಕಿಯ ಹತ್ತಿರ ಯಾವ ಸುದ್ದಿ ಮಾತಾಡಿಯಾನು.

ಅಪ್ಪರಲ್ಲಾಗಲೇ ಮತ್ತೆ ಸೀರೆ ಉಟ್ಟು ರೆಡಿಯಾದ ಸೊಸೆಯನ್ನು ಕಂಡು ರೋಷ ಉಕ್ಕಿ ಬಂದಿದೆ ಅಂಚಕ್ಕನಿಗೆ. ಇದರ ಮಧ್ಯೆಯೂ ಒಣಗಿದ ಬಟ್ಟೆ ತರಲು ಟೆರೇಸಿಗೆ ಹೋದ ಅಂಜೂಗೆ ತಮ್ಮ ಬಟ್ಟೆಗಳ ಜತೆ ಅತ್ತೆಯ ಸೀರೆಯನ್ನು ಮಡಚಿ ಒಳ ತರುವಾಗ ಸೂಸಿದ ಸೀರೆಯ ಪರಿಮಳ ಹಾಗೂ ತನ್ನೆಲ್ಲ ಸ್ಟೀಲಿನ ಹುಕ್ಸುಗಳಿರುವ ಬ್ಲೌಸಿನ ನಡುವೆ ಬಿಳಿಯ ಗುಂಡಾದ ಬಟನ್‌ಗಳಿರುವ ಅತ್ತೆ ಬ್ಲೌಸು ತೀರಿ ಹೋದ ತನ್ನಮ್ಮನದೇ ಅನ್ನಿಸಿ ಎಂಥದೋ ವಾತ್ಸಲ್ಯ ಉಕ್ಕಿಸಿಬಿಟ್ಟಿದೆ. ಕೆಳ ಬಂದು ಊಟ ಸೇರುವುದಿಲ್ಲ ಅಂತ ಬಿಟ್ಟು ಕೂತ ಅತ್ತೆಗೆ ಸಾಬೂದಾಣಿಯ ಕಿಚಡಿ ಮಾಡಿ ಕೊಟ್ಟಿದ್ದಾಳೆ ಅಂಜು. ಚಿಮ್ಮಿ ತಾನೂ ಅಜ್ಜಿಯ ಜೊತೆ ಅದನ್ನೇ ತಿಂದಿದ್ದಾಳೆ.

ಅಂಜೂಗೆ ಹೊಟ್ಟೆ ನೋವೆಂಬ ವಿಷಯ ನನ್ನಿಂದ ಯಾಕೆ ಮುಚ್ಚಿಡುತ್ತಿದ್ದಾರೆ ಎಂಬ ವಿಷಯವನ್ನೇ ಅಂಚಕ್ಕ ತಲೆಗೆ ಹಚ್ಚಿಕೊಂಡು ಮಾತುಬಿಟ್ಟವಳಂತೆ ಹೊರಗೇ ಕೂತಿದ್ದಾಳೆ. ಎಷ್ಟು ಸಲ ಚಹ ಕುಡಿಯಲೆಂದು ಒಳ ಕರೆದರೂ ಕೇಳದಂತೆ. ಅಂಜು 'ಚಹ ತಣ್ಣಗಾಯಿತಲ್ಲ' ಅನ್ನುತ್ತ ಹೊರಗೇ ತಂದಿಟ್ಟು ಹೋಗಿದ್ದಾಳೆ. ಸಕ್ಕರೆ ಖಾಯಿಲೆಯ ಹೆಸರು ಹೇಳಿ ಸಿಹಿ ಬಿಡಿಸಿದ್ದು ಡಾಕ್ಟರನೋ ಅಥವಾ ಮಗ ಸೊಸೆಯೋ. ಆ ಸಪ್ಪೆ ಚಹವನ್ನೇ ಮದ್ದು ಕುಡಿದಂತೆ ಕುಡಿದು ಮುಗಿಸಿದ್ದಾಳೆ. ನಾನು ಇದ್ದಿದ್ದೇ ನಿಮಗೊಂದು ಹೊರೆಯಾಗಿದೆಯೇ ಅಂತ ಕೇಳಿಯೇ ಬಿಡುವಾ ಅನ್ನಿಸುತ್ತಿದೆ. ತನ್ನ ಮನಸ್ಸಿನಂತೆಯೇ ಅವರೆಲ್ಲ ನಡೆದುಕೊಳ್ಳಬೇಕು ಎಂಬ ಬಯಕೆ ಆವರಿಸಿಕೊಂಡುಬಿಟ್ಟಿದೆ ಅಂಚಕ್ಕನನ್ನು.

ಈ ಬಾರಿ ಚಿಮ್ಮಿಯನ್ನು ಹಿಡಿದು 'ಅಜ್ಜಿಯ ಜತೆ ಇರು, ನಾವು ಬೇಗ ಬಂದುಬಿಡ್ತೇವೆ' ಅಂತ ವಿಠ್ಠಲ ಒತ್ತಾಯಿಸುತ್ತಿದ್ದಾನೆ. ಚಿಮ್ಮಿ ಒಪ್ಪದೇ ತಾನೇ ಮೊದಲು ಹೋಗಿ ಸ್ಕೂಟರಿನಲ್ಲಿ ಕೂತುಬಿಟ್ಟಿದ್ದಾಳೆ. ಈ ಸಲ ಅಮ್ಮನ ಹತ್ತಿರ ಹೇಳಿಸಿಕೊಳ್ಳದೇ ತಾನೇ ಸ್ವತಃ ಅಜ್ಜಿಗೆ ಟಾಟಾ ಮಾಡಿದ್ದಾಳೆ. ಅಂಚಕ್ಕ ವಾರೆಗಣ್ಣಿನಿಂದಲೇ ಮೊಮ್ಮಗಳನ್ನು ದುರುಗುಟ್ಟಿದ್ದಾಳೆ. ರಸ್ತೆಗೆ ಶೂನ್ಯ ದೃಷ್ಟಿ ಬೀರುತ್ತ ಸುಮ್ಮನೇ ಕೂತಿದ್ದಾಳೆ ಅಂಚಕ್ಕ.

ತುಸು ಹೊತ್ತಿನಲ್ಲೇ ಅಲ್ಲಿಗೆ ಬಂದ ಅಂಜು ಅಪ್ಪ ತನ್ನ ಮೋಟು ಪ್ಯಾಂಟು, ಮೋಟು ಶರ್ಟಿನಲ್ಲಿ ಚೂರು ಮೇಲಕ್ಕೆ ಹಾರಿ ಮನೆ ಮುಂದಿನ ಕಹಿಬೇವಿನ ಮರದ ಕೆಳವಾಲಿದ ಟೊಂಗೆ ಹಿಡಿದು ಎಳೆದು ಚಿಗುರು ಕಿತ್ತು ಮುರಿದು ಬಾಯಲ್ಲಿ ಹಾಕಿಕೊಂಡು ಬರುತ್ತ, ಅಂಚಕ್ಕನಿಗೂ ಎರಡು ತಿರುಳು ತಿನ್ನಲು ಕೊಟ್ಟಿದ್ದಾನೆ. ಹೀಗೆ ಅವರ್‍ಯಾರೂ ಮನೆಯಲ್ಲಿರದ ಸಮಯದಲ್ಲಿ ಈ ಅಂಜು ಅಪ್ಪ ಬಂದಿದ್ದಕ್ಕೆ ಅವನ ಜತೆ ಅನಿವಾರ್ಯವಾಗಿ ಮಾತಾಡುತ್ತ ಕೂಡಬೇಕಾದ ಪರಿಸ್ಥಿತಿ ಬಂದೊದಗಿಬಿಟ್ಟಿದೆ ಅಂಚಕ್ಕನಿಗೆ. 'ಸಕ್ಕರೆ ಖಾಯಿಲೆಗೆ ಭಾಳ ಒಳ್ಳೆಯದಿದು, ಇಷ್ಟು ಮುಂದುಗಡೆಯೇ ಮರವಿದೆ, ವಿಠ್ಠಲನಿಗೆ ದಿನಾ ಕುಯ್ದು ಕೊಡಲು ಹೇಳು' ಎನ್ನುತ್ತ ಹೊರಕಟ್ಟೆಯ

ಮೇಲೆಯೇ ಒಂದೇ ಮಾರು ಅಂತರದಲ್ಲಿ ಕೂತಿದ್ದಾನೆ, ಅಂಜು ಅಪ್ಪ. ಆತ ಬರುವಾಗಲೇ ಮೋಡ ಕವಿದು ಮಳೆ ಬರುವಂತಾಗಿದ್ದು ಈಗ ಮಳೆಯ ಟಪ ಟಪ ಅಡ್ಡ ಹನಿಗಳು ಬೀಳತೊಡಗಿವೆ. 'ಅಂಜು ಹೊಟ್ಟೆ ನೋವೆಂದಿದ್ದಳು ಆಸ್ಪತ್ರೆಗೆ ಹೋದರೋ' ಕೇಳಿದ್ದಾನೆ. 'ಹ್ಞೂ' ಅಷ್ಟೇ ಹಾಕಿದ್ದಾಳೆ ಅಂಚಕ್ಕ.

ಮಳೆ ಹನಿಗಳೀಗ ಜೋರೇ ಆಗಿವೆ. ಇಬ್ಬರ ಮೈಮೇಲೂ ಎಲ್ಲಿಂದಲೋ ಹಾರಿ ಬಂದ ಕೆಲ ಹನಿಗಳು ಬಿದ್ದೇಬಿಟ್ಟಿವೆ. ಇಬ್ಬರೂ ಗಡಬಡಿಸಿ ಪುಟ್ಟ ಮಕ್ಕಳಂತೆ ಎದ್ದವರೇ ಒಳ ಓಡಿ ಬಾಗಿಲು ಹಾಕಿಕೊಂಡಿ ದ್ದಾರೆ. ಅಂಜು ಅಪ್ಪ ತಲೆ ಮುಖಗಳಲ್ಲಿ ಬಿದ್ದ ಹನಿಗಳನ್ನು ಕೊಡವಿಕೊಳ್ಳುತ್ತ 'ಛೆ! ಛೆ! ಎಂಥ ಮಳೆ' ಅನ್ನುತ್ತಿದ್ದರೂ ಮಳೆಯಲ್ಲಿ ನೆಂದ ಒಂದು ರೀತಿಯ ಖುಷಿ ಅನುಭವಿಸತೊಡಗಿದ್ದಾನೆ. ಆ ನಸು ನಗುವನ್ನು ಇಬ್ಬರೂ ಹಂಚಿಕೊಳ್ಳುತ್ತ ಎದುರು ಬದುರು ಬೆತ್ತದ ಖುರ್ಚಿಯಲ್ಲಿ ಕೂತಿದ್ದಾರೆ. ಕೂತ ನಂತರ ಮುಖದಲ್ಲಿಯ ಹನಿಗಳನ್ನು ಒರೆಸಿಕೊಂಡಿದ್ದಾಳೆ ಸೆರಗಿನಲ್ಲಿ ಅಂಚಕ್ಕ.

ಹೊರಗೆ ಜೋರಾಗಿ ಮಳೆಯ ಆರ್ಭಟ. ಇಬ್ಬರೂ ಮೌನವಾಗಿ ಆಲಿಸುತ್ತಿದ್ದಾರೆ. ಅದೇ ಊರ ಮಳೆಯ ಲಯ ತುಂಬಿದೆ ಈ ಮಳೆಗೂ. ಇಬ್ಬರಿಗೂ ಏನಾದರೂ ಮಾತಾಡಬೇಕಾಗಿದೆ. ಅಂಚಕ್ಕನಿಗೆ ಯಾವ ಮಾತುಗಳೂ ಹತ್ತಿರದಲ್ಲಿ ಸಿಗುತ್ತಿಲ್ಲ. ಬೆಳಿಗ್ಗೆಯಿಂದ ಸೊಸೆ-ಮಗ ಇಬ್ಬರ ಎದುರಲ್ಲೂ ಗೊಣಗುಟ್ಟಿದ್ದೇನೆ. ಆದರೆ ಈ ಮನುಷ್ಯನ ಮುಂದೆ ಯಾವ ದನಿಯೂ ಹೊರಡುತ್ತಿಲ್ಲ. ಯಾಕೆ ಅಂತಲೇ ಅಂಚಕ್ಕನಿಗೆ ಅಚ್ಚರಿಯಾಗಿದೆ. 'ಈ ಮಳೆಯ ಸದ್ದು ಕೇಳು, ನಮ್ಮೂರಿನದೇ ನೆನಪಾಗುತ್ತದಲ್ಲ' ಅಂತ ಮೊದಲು ಶುರು ಮಾಡಿದವ ಅಂಜು ಅಪ್ಪನೇ. 'ನೀನು ಸದ್ಯ ಊರಿಗೆ ಹೋದ ಹಾಗಿಲ್ಲ' ಎಂಬ ಅವನ ಮಾತಿಗೆ ಅಂಚಕ್ಕ ಯಾವ ಊರಿನ ಕುರಿತು ಈತ ಕೇಳುತ್ತಿರುವುದು ಎಂಬ ಯೋಚನೆಗೆ ಬಿದ್ದಳು. ಯಾಕೆಂದರೆ ಅಂಜು ಅಪ್ಪ ಹೇಳುತ್ತಿರುವ ಆ ತನ್ನ ತವರೂರಿನ ನೆನಪು ತಂದುಕೊಳ್ಳದೇ ಬಹಳ ವರ್ಷಗಳೇ ಆಗಿವೆ.

'ನಿಮ್ಮ ದೊಡ್ಡಪ್ಪ-ಚಿಕ್ಕಪ್ಪಂದಿರೆಲ್ಲ ಈಗ ಇದ್ದ ಹಾಗಿಲ್ಲ' ಈಗ ಅಂಚಕ್ಕನಿಗೆ ಥಟ್ಟನೆ ಹೊಳೆದು ನೆಟ್ಟಗೆ ಕೂತಳು. 'ಹ್ಞೂ ಅವರ್ಯಾರೂ ಇಲ್ಲ ಈಗ'. 'ನಿಮ್ಮ ಅಣ್ಣ-ತಮ್ಮ ಎಲ್ಲ ನಮ್ಮ ಹಾಗೇ ಪೇಟೆ ಸೇರಿರಬೇಕು.' 'ಹ್ಞೂ ಹೌದು' 'ನಿಮ್ಮ ಮನೆಯ ಮುಂದೊಂದು ದೊಡ್ಡ ಆಲದ ಮರವಿತ್ತು ನೋಡು'. 'ಹೌದು ಇತ್ತು'. 'ಅದಕ್ಕೆ ಯಾರೋ ಅಲ್ಲಿಯ ಸಾವುಕಾರರೊಬ್ಬರು ಪೂರ್ತಿ ದುಡ್ಡು ಹಾಕಿ ಕಟ್ಟೆ ಕಟ್ಟಿಸಿ ತಮ್ಮ ಹೆಸರು ಬರೆಸಿದ್ದರಲ್ಲ'. 'ಹೌದು ಬರೆಸಿದ್ದರು'. 'ನಾವು ಕಾರ್ತೀಕದ ಭಜನೆಯ ಪಂಗಡದ ಜತೆ ನಿಮ್ಮ ಆ ಕಟ್ಟೆಗೆ ಬಂದು ಸುತ್ತು ಹಾಕಿ ಹೋಗುತ್ತಿದ್ದೆವು'. 'ಹ್ಞೂ'. ಅಂಚಕ್ಕ ಎಷ್ಟೋ ವರ್ಷಗಳಿಂದ ಅಲ್ಲಿಯ ನೆನಪೇ ಮಾಡಿರಲಿಲ್ಲ. ಯಾರು ಜ್ಞಾಪಿಸಬೇಕು ಅವೆಲ್ಲ. 'ನಿನ್ನನ್ನು ಸಣ್ಣವಳಿದ್ದಾಗ ನೋಡಿದ ನೆನಪು ಬರ್ತಿದೆ ಈಗ.' 'ಹ್ಞೂ'. 'ನೀನಾವಾಗ ಬೆಳ್ಳಗೆ ಗುಂಡು ಗುಂಡಾಗಿದ್ದಿ ಅಂತ ಕಾಣ್ತದೆ ಅಲ್ಲ'. ಈ ಸಲ ಅಂಚಕ್ಕ 'ಹ್ಞೂ' ಹಾಕದೇ ಮನಸ್ಸಿನಲ್ಲೇ ನಕ್ಕಳು. ಅಂಜು ಅಪ್ಪನ ಈ ಒಂದೇ

ಮಾತು ಆ ನಲವತ್ತು ವರ್ಷಗಳನ್ನು ಸುಳ್ಳು ಮಾಡಿ, ಸೀದಾ ಅಲ್ಲಿಗೇ ಹೋಗಿ ನಿಲ್ಲಿಸಿಬಿಟ್ಟಿದೆ ಅಂಚಕ್ಕನನ್ನು. ಹೊರಗೆ ಹೊಯ್ಯುತ್ತಲಿರುವ ಮಳೆಯ ಆಲಾಪ ಆ ದೃಶ್ಯಕ್ಕೆ ಹಿನ್ನೆಲೆಯಂತಿದೆ. 'ನೀನಾಗ ನಿಮ್ಮ ಆ ರಥಬೀದಿಯ ಪಾಂಡು ಚಿಕ್ಕಪ್ಪನ ಚಹದಂಗಡಿಯಲ್ಲಿ ಗಲ್ಲೆಯ ಟೇಬಲ್ಲಿನ ಮೇಲೆ ಕೂತಿರುತ್ತಿದ್ದೆ.' ಎನ್ನುತ್ತ ಆ ಚಳಿಗೆ ಕಟಕಟ ನಡುಗುವ ದನಿಯಲ್ಲಿ ಅಂದ ಅಂಜು ಅಪ್ಪ.

'ನಿನಗೆ ಈ ಚಳಿಗೆ ಬಿಸಿ ಚಹ ಬೇಕಾಗಿತ್ತೇನೊ' ಅಂತ ಈಗ ಉಸಿರು ತೆಗೆದು ಹೇಳಿದಳು ಅಂಚಕ್ಕ. 'ಬೇಡ ಬೇಡಾ ಪದೇ ಪದೇ ಆ ಅಭ್ಯಾಸವಿಲ್ಲ. ನೀನಾದರೂ ಅಷ್ಟೇ ಚಹ ಯಾಕೆ ಕುಡಿಯಬೇಕೂ ಈ ವಯಸ್ಸಿನಲ್ಲಿ' ಅನ್ನುತ್ತಿದ್ದವ ಮಂಡಿಗಳಲ್ಲಿ ಎರಡೂ ಹಸ್ತಗಳನ್ನು ಒತ್ತಿ ಹಿಡಿದು ಬೆಚ್ಚಗೆ ಕೂತ. ಅಂಚಕ್ಕ ಈಗ ನಿಧಾನ ಎದ್ದು ಅಂಜುವಿನ ರೂಮಿಗೆ ಹೋಗಿ ಕಪಾಟು ತೆರೆದು ಅವಳ ಸೀರೆಯ ಜತೆ ತೂಗುಬಿಟ್ಟ ಊಲ್ಲನ್ ಶಾಲನ್ನು ಜಗ್ಗಿ ತಂದು ಅಂಜು ಅಪ್ಪನಿಗೆ ಕೊಟ್ಟಳು. 'ಅಂಜೂದೇ ಅದು ಹೊದ್ದುಕೊ' ಅಂದಳು. 'ನಿಮಗೆ ಭೊಲೋ ನೋಡು, ಸೀರೆಯ ಸೆರಗೇ ಶಾಲಿದ್ದಂತೆ' ಎನ್ನುತ್ತ ನಕ್ಕ ಅಂಜು ಅಪ್ಪ ಮೈ ತುಂಬ ಹೊದ್ದು ಕೂತ. ಹೊರಗಿನ ಮೋಡಕ್ಕೆ ಒಳಗೆ ನಸುಗತ್ತಲೆ ಯೆನಿಸಿದರೂ ಇಬ್ಬರಿಗೂ ಲೈಟು ಹಚ್ಚುವ ಯೋಚನೆ ಬರಲಿಲ್ಲ.

'ನೀನು ನಾಲ್ಕನೇಯತ್ತೆಗೆ ಯಾಕೆ ಶಾಲೆ ಬಿಟ್ಟದ್ದು?' ಮತ್ತೆ 'ಹ್ಞು' ಅಷ್ಟೇ ಹಾಕಿ ಸುಮ್ಮನುಳಿದಳು ಅಂಚಕ್ಕ. 'ಆಗ ಮಜಾ ಅಂದರೆ ನೀನು ಬಿಟ್ಟೀ ಅಂತ ನಮ್ಮ ತಂಗಿ ಮಾದೇವಿಯೂ ಶಾಲೆ ಬಿಟ್ಟು ಬಿಟ್ಟಳು.' ಅಂಜು ಅಪ್ಪ ಈಗ ದನಿ ತೆಗೆದು ನಕ್ಕ. ಅಂಚಕ್ಕನಿಗೆ ಈಗ ತುಸು ನಾಚಿಕೆ. ಆ ಒಂದೇ ನೆಲದಲ್ಲಿ ಅನುಭವಿಸಿದ ಬಾಲ್ಯ ಎಲ್ಲ ಬಂಧಗಳನ್ನೂ ಮತ್ತೆ ಸೇರಿಸುತ್ತಲಿದೆ. 'ಹೌದು ನನ್ನ ತಮ್ಮ ಹುಟ್ಟಿದ ವರ್ಷ ಅದು, ಅವನನ್ನು ಆಡಿಸಲು ಅಂತ ಶಾಲೆ ಬಿಟ್ಟೆ' ಅಂತೇನೋ ಅಂಚಕ್ಕ ಹೇಳಲು ಹೋದಳು ಈಗ.

'ನಿಮ್ಮಣ್ಣ ದೊಡ್ಡ ಜಗಳಗಂಟ. ಅವನ ಜೊತೆಗೊಮ್ಮೆ ನಾನು ನಿಮ್ಮ ಮನೆಗೆ ಬಂದಿದ್ದೆ' ಅಂಜೂ ಅಪ್ಪ ಕಾಲುಗಳನ್ನು ತುಸು ಅಲ್ಲಾಡಿಸುತ್ತ ಹೇಳುತ್ತಿದ್ದ. ಅಂಚಕ್ಕ ಗುಬ್ಬಿ ಮರಿಯಂತೆ ಸೆರಗಿನಲ್ಲಿ ಬಚ್ಚಿಟ್ಟುಕೊಂಡು ಮುಖವಷ್ಟೇ ಹೊರ ಹಾಕಿ ಚೂರೂ ಅಲ್ಲಾಡದೇ ಕೂತು ಕೇಳುತ್ತಿದ್ದಳು. 'ನಿನಗೆ ಗೇರು ಮರ ಹತ್ತುವ ರೂಢಿ ಇತ್ತೋ ಏನು? ನಾನು ಬಂದಾಗ ನೀನು ಪುಟ್ಟ ಅಂಗಿ ತೊಟ್ಟು ಗೇರು ಮರ ಹತ್ತಿ ಕೂತಿದ್ದೀ. ಅದಕ್ಕೇ ಕೇಳಿದೆ.' 'ಅಯ್ಯೋ ದೇವರೇ ಶಿವ ಶಿವಾ' ಎಂದು ಹಣೆ ಕಣ್ಣುಗಳನ್ನು ಎಡಗೈಯಲ್ಲಿ ಮುಚ್ಚಿ ಕೂತಳು ಅಂಚಕ್ಕ. ಆ ಬೇಲಿಯಲ್ಲೇ ಹರಡಿಕೊಂಡ ಚಿಕ್ಕ ಮಕ್ಕಳು ಜೋಕಾಲಿ ಜೀಕುವಂಥ ಗಿಡ್ಡ ಗೇರು ಮರವೊಂದು ಚಿತ್ರವಾಗಿ ಕಾಣುತ್ತಿದೆ ಈಗ. ಅವಳ ಲೋಕವೇ ಬದಲಾಗಿಬಿಟ್ಟಿದೆ ಈಗ. ಎಷ್ಟೋ ವರುಷಗಳಿಂದ ಗಾಜಿಗೆ ಧೂಳು ಕೂತು ಮುಚ್ಚಿಯೇ ಹೋಗಿದ್ದ ಚಿತ್ರಗಳನ್ನು ಅಂಜು ಅಪ್ಪ ಉದ್ದಿ ಉದ್ದಿ ಸ್ವಚ್ಛಗೊಳಿಸಿ ಅಂಚಕ್ಕನಿಗೆ ತೋರಿಸುವುದಲ್ಲದೇ ತಾನೂ ಸವಿಯುತ್ತಿದ್ದಾನೆ. ಅಂಚಕ್ಕ ಅದನ್ನು ಚಾಳೀಸಿಲ್ಲದೇ ಅಂದಿನದೇ ಶುದ್ಧ ದೃಷ್ಟಿ ಪಡೆದು ಮತ್ತೆ ಹೊಸದಾಗಿ

ಎಂಬಂತೆ ನೋಡಲಾರಂಭಿಸಿದ್ದಾಳೆ.

'ನಿಮ್ಮ ಮನೆ ಹಿಂಭಾಗದ ದಕ್ಷಿಣ ಮೂಲೆಯಲ್ಲಿ ಒಂದು ಈಶಾಡ ಮಾವಿನ ಮರ ಇತ್ತಲ್ಲ, ಅದರ ಹಣ್ಣು ಹೆ! ಎಂಥಾ ರುಚಿ ಅದಕ್ಕೆ. ನಾವು ದೋಸ್ತರೆಲ್ಲ ಸೇರಿ ಎಷ್ಟೋ ಕಲ್ಲು ಹೊಡೆದಿದ್ದೇವೆ ಅ ಮರಕ್ಕೆ.'

'ಕಾಯಿ ಸಹ ತಿನ್ನಲು ರುಚಿ ಆ ಮರದ್ದು, ಅದಕ್ಕೇ ನಿಮ್ಮ ಅಪ್ಪನ ಒಂದು ಕಣ್ಣು ಯಾವಾಗಲೂ ನನ್ನ ಮೇಲೆಯೇ ಇರುತ್ತಿತ್ತು.' ಅಲ್ಲಿಂದ ಮುಂದಕ್ಕೆ ಬರಲು ಸಾಧ್ಯವೇ ಇಲ್ಲದವನಂತೆ ಅಲ್ಲಲ್ಲೇ ಸುತ್ತು ಹೊಡೆಯುತ್ತಿದ್ದ ಅಂಜು ಅಪ್ಪ. ಅಂಚಕ್ಕನಿಗೂ ಈಗ ಆ ಲೋಕವೇ ಪ್ರಿಯವೆನಿಸಿಬಿಟ್ಟಿದೆ. ನೆನಪುಗಳು ಆ ಜಗತ್ತನ್ನು ಬಿಟ್ಟು ಮೇಲೇರುವುದೇ ಬೇಡ. ಇಬ್ಬರಿಗೂ ಹಾಗೆ ದೊಡ್ಡವರಾಗುವದು ಬೇಡ ವಾಗಿದೆ. ಈ ನಲವತ್ತು ವರ್ಷಗಳಲ್ಲಿ ಸಂದು ಹೋಗಿದ್ದೆಲ್ಲ ಸುಳ್ಳು. ತನ್ನ ಬಾಲ್ಯದ ನೆನಪುಗಳೆಲ್ಲ ಈ ಅಂಜು ಅಪ್ಪನನ್ನು ಬಿಟ್ಟು ಬೇರೆಲ್ಲೂ ಹೊರ ಹೋಗಿಲ್ಲ ಅಂತನ್ನಿಸಿತು ಅಂಚಕ್ಕನಿಗೆ.

ಹಿತ ತುಂಬಿದ ಮಾತುಗಳು ಬೇರೆಯದೇ ದಿಕ್ಕು ಗಳಿಸಿಕೊಂಡುಬಿಟ್ಟಿವೆ. ಈ ಮುಸ್ಸಂಜೆಯಲ್ಲಿ ಇಬ್ಬರ ಮನಸ್ಸಿಗೂ ಹೀಗೆ ಪರಸ್ಪರ ಆಸರೆ ನೀಡಿದ ಕ್ಷಣಗಳು ಇಬ್ಬರಿಗೂ ಹಿತವಾಗಿವೆ. ಬೇಲೆಯ ಗಾಳಿ, ಕಡಲ ಮೊರೆತ, ವೈದಿಕರ ಮಂತ್ರಘೋಷ ಇಬ್ಬರ ಕಿವಿಯಲ್ಲೂ ಸಮಾನವಾಗಿ ನಿಂತುಬಿಟ್ಟಿವೆ. ರಥಬೀದಿಯ ತೇರು, ಮಾಣೇಶ್ವರದ ಮೆಟ್ಟಿಲುಗಳು, ಜಾತ್ರೆಯ ಕೆಂಪು ನೀಲಿ ಶರಬತ್ತಿನಂಗಡಿ, ಕೋಟಿ ತೀರ್ಥದ ಹಸಿರು ನೀರು, ಕಲ್ಲಿನ ಪಾಗಾರದ ಓಣಜಿ ಎಲ್ಲ ಹಾಗೇ ಇವೆ ಇಬ್ಬರ ಕಣ್ಣಿನಲ್ಲೂ. ಆ ಬೇಲೆಯ ರೇವೆ ಮಾತ್ರ ಇಬ್ಬರ ಪುಟ್ಟ ಪಾದದ ಗುರುತುಗಳನ್ನು ತನ್ನ ಒಡಲಿನಲ್ಲಿ ಕಲೆಸಿಕೊಂಡು ಕೂತಿದೆ. ಹೊರಗೆ ಅದೇ ಮಳೆ.

ಗೇಟಿನಲ್ಲಿ ಕಾರಿನ ಹಾರ್ನು ಕೇಳಿದಂತಾಗಿದೆ. ಮಳೆ ಬಂದದ್ದಕ್ಕೆ ಅಂಜು ಅಣ್ಣಿ ಕಾರಿನಲ್ಲಿ ಅಪ್ಪನನ್ನು ಕರೆಯಲು ಬಂದಿದ್ದಾನೆ. ಅಂಜು ಅಪ್ಪ ಈಗ ನಿಧಾನ ಎದ್ದು ಬಾಗಿಲು ತೆಗೆದು ಮಾತಾಡದೇ ಹೊರಟ. ಗೇಟು ಹಾಕುವ ನೆವದಲ್ಲಿ ತಿರುಗಿ ನಿಂತು ಹೌದೋ ಅಲ್ಲವೋ ಎಂಬಂತೆ ಅಂಚಕ್ಕನೆಡೆ ಹಸ್ತ ಆಡಿಸಿದ್ದಾನೆ. ಮಳೆ ಈಗ ಸಣ್ಣಗೆ 'ಜ್ಞೀ' ಅಂತ ಹತ್ತಿಯೇಬಿಟ್ಟಿದೆ.

ಎಷ್ಟೊತ್ತಿಗೋ ಒಳಬಂದ ವಿಠ್ಠಲ-ಅಂಜು-ಚಿಮ್ಮಿಯರು ಒಬ್ಬರಿಗೊಬ್ಬರು ತಲೆಗಳನ್ನೊರೆಸಿ ಕೊಳ್ಳುತ್ತ ತೊಯ್ದ ವಸ್ತ್ರ ಬಿಟ್ಟು ಬೇರೆ ಉಡುಪುಗಳಲ್ಲಿ ಬೆಚ್ಚಗಾಗಿದ್ದಾರೆ. ಇವೆಲ್ಲಕ್ಕೆ ಲಕ್ಷ್ಯ ಕೊಡುವ ದೃಷ್ಟಿಯನ್ನು ಕಳಚಿ ಹೀಗೆ ಸಣ್ಣ ಶಿಶು ಮಾಡಿ ಕೂಡಿಸಿ ಹೋಗಿಬಿಟ್ಟಿದ್ದಾನೆ ಅಂಚಕ್ಕನನ್ನು , ಆ ಅಂಜು ಅಪ್ಪ. ಆ ಬಣ್ಣಗಳ ಲೋಕಕ್ಕೆ ಕರೆದೊಯ್ಯುವ ತಾಕತ್ತು ಅಂಜು ಅಪ್ಪನಿಗೆ ಮಾತ್ರ ಇರುವುದು. ಮತ್ತು ಈ ಮಳೆಯ ಸದ್ದಿಗೆ.

ಅಂಜು ಈಗ ಅಡಿಗೆ ಖೋಲಿಯಲ್ಲೇನೊ ಟಣಪಣ ಶುರು ಮಾಡಿದ್ದಾಳೆ. ಅಲ್ಲೇ ಚಿಮ್ಮಿಯೊಂದಿಗೆ ಕೂತ ಅಂಚಕ್ಕನಿಗೆ ಒಂದು ರೀತಿಯ ಹಗುರವಾದ ಗುಂಗು ಆವರಿಸಿದೆ. ತಾನೆಲ್ಲಿರುವೆ ಹೇಗಿರುವೆ ಎಂಬುದೆಲ್ಲ ಮರೆತೇಹೋಗಿದೆ ಈಗ.

ಜಡವಾಗಿದ್ದುದೆಲ್ಲ ಜೀವ ಪಡೆದಿದೆ. ಚಿಮ್ಮಿಯ ಪಟ್ಟಿಯನ್ನೆತ್ತಿ ಕೊಂಡು ಅದರ ಕೊನೇ ಹಾಳೆಯಲ್ಲಿ ಅವಳದೇ ಪೆನ್ಸಿಲ್ಲಿನಿಂದ ಅಂಚಕ್ಕ ಒಂದೊಂದೇ ಅಕ್ಷರ ಜ್ಞಾಪಿಸಿಕೊಳ್ಳುತ್ತ ಬಟಾಟೆ ವಡಗಳಂತಹ ದೊಡ್ಡ ದೊಡ್ಡ ಆಕಾರದಲ್ಲಿ 'ಅನುಸೂಯಾದೇವಿ' ಅಂತ ಬರೆದಿದ್ದಾಳೆ. ಚಿಮ್ಮಿ ಎಲ್ಲಿಲ್ಲದ ಅಚ್ಚರಿಯ ಖುಷಿಯಿಂದ ಆ ಪಟ್ಟಿಯನ್ನು ಕಸಿದುಕೊಂಡು ಕುಣಿಯುತ್ತ ತನ್ನ ಪಪ್ಪ–ಮಮ್ಮಿ ಬಳಿ ಓಡಿ ತೋರಿಸುತ್ತಿದ್ದಾಳೆ. 'ಅಜ್ಜಿಗೂ ತನ್ನಂತೆಯೇ ಬರಿಯಲು ಬರ್ತದೆ.'

ಮಗ ಈಗ ಹಾಕಿಕೂತ ಶರ್ಟು ಯಾಕೋ ಸರಿಯೆನಿಸದೇ ಮತ್ತೆ ಬದಲಿಸಲೆಂದು ಶರ್ಟು ಬಿಚ್ಚಿದ್ದಾನೆ. ಥೇಟು ತನ್ನ ಅಪ್ಪನೇ ಕಂಡಂತಾಗಿದೆ ಅಂಚಕ್ಕನಿಗೆ. ಆ ಹೊಟ್ಟೆ ಎದೆಗೂಡು ಎಲ್ಲ. ಮೀಸೆ ಮಾತ್ರ ಇಲ್ಲ. ಅಂಜು ಈಗ ತಟ್ಟೆ ಇಟ್ಟು ಊಟ ಬಡಿಸುತ್ತಿದ್ದಾಳೆ. ಅಂಚಕ್ಕನಿಗೆ ಅದು ತನ್ನ ಅಮ್ಮನದೇ ಅನ್ನದ ಸೌಟು, ಕೈತೋಳು ಅನ್ನಿಸಿಬಿಟ್ಟಿದೆ. ತಾನು ಐದು ವರ್ಷದವಳಿದ್ದಾಗ ಅದೇ ರಥಬೀದಿಯ ವೆಂಕಟ್ರಮಣ ದೇವಸ್ಥಾನದ ಮುಂದೆ ಕಳೆದುಹೋಗಿದ್ದೆ, ಅದು ಅಮ್ಮನಂಥದೇ ಹದಿನೆಂಟು ಮೊಳದ ಹಸಿರು ಸೀರೆಯುಟ್ಟ, ಯಾರದೋ ತಾಯಿಯ ಸೆರಗು ಹಿಡಿದು ಹೋಗಿಬಿಟ್ಟದ್ದು. ನಂತರ ಯಾರೋ ಗುರುತಿನವರು ಪಾಂಡು ಚಿಕ್ಕಪ್ಪನ ಅಂಗಡಿಗೆ ತಂದು ಬಿಟ್ಟು ಹೋಗಿದ್ದರು.

ದೇಹದ ಯಾವ ಬಾಧೆಯೂ ಈಗ ಅನುಭವಕ್ಕೆ ಬರುತ್ತಿಲ್ಲ. ಈ ಇಡಿ ದೇಹವೇ ನನ್ನದಲ್ಲ. ಅಂಜು ಅಪ್ಪ ನೀಡಿ ಹೋದ ಶಾಂತ, ಶುಭ್ರ ಹಗುರ ಮನಸ್ಸು ಮಾತ್ರವೇ ನನ್ನದು. ಅಂಚಕ್ಕ ಈಗ ಕೂತಲ್ಲೇ ಮೆಲ್ಲಗೆ ಮೊಮ್ಮಗಳ ಪುಟ್ಟ ತೊಡೆಗಳ ಮೇಲೆ ಕೆನ್ನೆಯೂರಿ 'ತಾಚೀ ಮಾಡಿಸೇ' ಅಂತ ಗೋಗರೆ ದಿದ್ದಾಳೆ. ಅಜ್ಜಿಯ ಬೆಳ್ಳಿ ಕೂದಲನ್ನು ನೇವರಿಸುತ್ತ ಚಿಮ್ಮಿ ತನ್ನ ನರ್ಸರೀ ಪದವನ್ನೇ ಹೇಳುತ್ತ ತಟ್ಟುತ್ತಿದ್ದಾಳೆ. ಚಬ್ಬೀ ಚೀಕ್ಸ್, ಡಿಂಪಲ್ ಚಿನ್, ರೋಸೀ ಲೀಪ್ಸ್....

ಅಂಚಕ್ಕನಿಗೆ ಮಂಪರು. ತನ್ನ ಪಾಂಡು ಚಿಕ್ಕಪ್ಪ ಎರಡನೇಯತ್ತೆಯ ಅಂಚಿಯನ್ನು, ತನ್ನ ರಥಬೀದಿಯ ಚಹದಂಗಡಿಯ ಗಲ್ಲೆಯ ಟೇಬಲ್ಲಿನ ಮೇಲೆ ಕೂತ ಅದೇ ಅಂಚಿಯನ್ನು ಎತ್ತಿಕೊಂಡು ಬೀದಿಯ ಮೆಟ್ಟಿಲಿಗೆ ಬಂದು ನಿಂತಿದ್ದಾನೆ. ಪ್ರತಿ ವರುಷದ ಅದೇ ಶಿವರಾತ್ರಿಯ ರಥೋತ್ಸವ. ಅಂಚಿಯ ಪುಟ್ಟ ಕೈಗಳಲ್ಲಿ ಬಾಳೆಹಣ್ಣು, ಉತ್ತತ್ತಿಗಳನ್ನು ಹಿಡಿಸುತ್ತ 'ಎಸೀ, ಎಸೀ' ಎನ್ನುತ್ತ ಮೆಲ್ಲಗೆ ಚಲಿಸುತ್ತಿರುವ ತೇರನ್ನು ಕೈ ಎತ್ತಿ ತೋರಿಸುತ್ತಿದ್ದಾನೆ. ಅಂಚಿ ಬಾಳೆಹಣ್ಣೊಂದನ್ನೇ ಎಸೆದು, ಉತ್ತತ್ತಿಯನ್ನು ಬಾಯಿಗೆ ಹಾಕಿಕೊಂಡಿದ್ದಾಳೆ. ಅಂಚಿ ತೇರಿಗೆ ಎಸೆದ ಬಾಳೆಹಣ್ಣು ಎದುರಿಗೇ ನಿಂತು ತೇರು ನೋಡುತ್ತಿದ್ದ ಹುಡುಗನೊಬ್ಬನ ತಲೆಯ ಮೇಲೆ ಬಿದ್ದು ಬಿಟ್ಟಿದೆ. ಅವನೀಗ ಹಿಂತಿರುಗಿ ನೋಡಿ ನಕ್ಕಿದ್ದಾನೆ. ಅರೆ! ಅವನು ಅಂಜು ಅಪ್ಪನೇ ಆಗಿರುವಾ.

ದ್ವಿತೀಯ ಬಹುಮಾನ

ಕನ್ನಡ ಪ್ರಭ–ಸಪ್ನಾ ಕಥಾಸ್ಪರ್ಧೆ(2005)

ಛಂದ
ಪುಸ್ತಕ

ಓದಿ ಓದಿ ಮರುಳಾಗಿ!

ಛಂದ ಪುಸ್ತಕ ಬಹುಮಾನ

ಹೊಸ ಕತೆಗಾರರನ್ನು ಗುರುತಿಸುವ ಸಲುವಾಗಿ ನಮ್ಮ ಪ್ರಕಾಶನ ಸಂಸ್ಥೆಯು ಕಳೆದ ಇಪ್ಪತ್ತು ವರ್ಷಗಳಿಂದ ಕತೆಗಳ ಹಸ್ತಪ್ರತಿ ಸ್ಪರ್ಧೆಯನ್ನು ನಡೆಸುತ್ತಾ ಬಂದಿದೆ. ಈವರೆಗೆ ಒಂದೂ ಕಥಾಸಂಕಲನವನ್ನು ಪ್ರಕಟಿಸದವರು ಈ ಸ್ಪರ್ಧೆಯಲ್ಲಿ ಭಾಗವಹಿಸಬಹುದು. ಇತರ ಪ್ರಕಾರಗಳಲ್ಲಿ ಒಂದೆರಡು ಪುಸ್ತಕಗಳನ್ನು ಪ್ರಕಟ ಮಾಡಿದವರೂ ಇದರಲ್ಲಿ ಭಾಗವಹಿಸುವ ಅವಕಾಶವಿರುತ್ತದೆ. ಮೊದಲ ಸುತ್ತಿನ ಆಯ್ಕೆಯನ್ನು ಪ್ರಕಾಶನದ ಸದಸ್ಯರು ಮಾಡಿ, ಕೊನೆಯ ಆಯ್ಕೆಗಾಗಿ ಸುಮಾರು ಹತ್ತು ಹಸ್ತಪ್ರತಿಗಳನ್ನು ನಾಡಿನ ಹಿರಿಯ ಸಾಹಿತಿಗಳಿಗೆ ಒಪ್ಪಿಸುತ್ತಾರೆ. ಆಯ್ಕೆಯಾದ ಹಸ್ತಪ್ರತಿಯನ್ನು ಪುಸ್ತಕ ರೂಪದಲ್ಲಿ ಪ್ರಕಟಿಸಿ, ಪ್ರಶಸ್ತಿ ಪತ್ರ, ಫಲಕ ಹಾಗೂ ನಲವತ್ತು ಸಾವಿರ ರೂಪಾಯಿ ಬಹುಮಾನವನ್ನು ನೀಡಲಾಗುತ್ತದೆ. ಈವರೆಗೂ ಈ ಸ್ಪರ್ಧೆಯಲ್ಲಿ ಬಹುಮಾನ ಪಡೆದವರ ವಿವರಗಳ ಪಟ್ಟಿಯನ್ನು ಮುಂದಿನ ಪುಟದಲ್ಲಿ ನೀಡಿದ್ದೇವೆ.

ಇವರಲ್ಲಿ ಮೌನೇಶ ಬಡಿಗೇರ, ಶಾಂತಿ ಕೆ ಅಪ್ಪಣ್ಣ, ಪದ್ಮನಾಭ ಭಟ್ ಶೇವ್ಕಾರ ಮತ್ತು ಸ್ವಾಮಿ ಪೊನ್ನಾಚಿ ಅವರಿಗೆ ಕೇಂದ್ರ ಸಾಹಿತ್ಯ ಅಕಾಡೆಮಿಯ ಯುವ ಪುರಸ್ಕಾರ ದೊರೆತಿದೆ. ವಿನಯಾ, ಶಾಂತಿ ಕೆ ಅಪ್ಪಣ್ಣ ಮತ್ತು ಪದ್ಮನಾಭ ಭಟ್ ಶೇವ್ಕಾರರ ಪುಸ್ತಕಗಳಿಗೆ ಕರ್ನಾಟಕ ಸಾಹಿತ್ಯ ಅಕಾಡೆಮಿಯ ಪುಸ್ತಕ ಬಹುಮಾನ ಅಥವಾ ದತ್ತಿ ಬಹುಮಾನಗಳು ಸಂದಿವೆ. ಇನ್ನೂ ಹಲವಾರು ನಾಡಿನ ಪ್ರಮುಖ ಪ್ರಶಸ್ತಿ ಮತ್ತು ಬಹುಮಾನಗಳೂ ಈ ಕೃತಿಗಳಿಗೆ ಲಭ್ಯವಾಗಿವೆ.

ನೀವು ಈ ಸ್ಪರ್ಧೆಯಲ್ಲಿ ಭಾಗವಹಿಸಬೇಕೆ? ಹಾಗಿದ್ದರೆ ನಮ್ಮ ಮುಂದಿನ ವರ್ಷದ ಸ್ಪರ್ಧೆಯ ಆಹ್ವಾನವನ್ನು ಖ್ಯಾತ ಕನ್ನಡ ನಿಯತಕಾಲಿಕೆಗಳಲ್ಲಿ ಅಥವಾ ಸಾಮಾಜಿಕ ಜಾಲತಾಣಗಳಲ್ಲಿ ನಿರೀಕ್ಷಿಸಿರಿ. ಹೆಚ್ಚಿನ ವಿವರಗಳಿಗೆ 98444 22782 ಗೆ ಸಂದೇಶ ಕಳುಹಿಸಿರಿ.

ಛಂದ ಪುಸ್ತಕ

ಓದಿ ಓದಿ ಮರುಳಾಗಿ!

ಛಂದ ಪುಸ್ತಕ ಬಹುಮಾನ ಪಡೆದ ಕೃತಿಗಳು

ಕತೆಗಾರರು	ಕಥಾಸಂಕಲನ	ತೀರ್ಪುಗಾರರು
ಸುನಂದಾ ಕಡಮೆ	ಪುಟ್ಟ ಪಾದದ ಗುರುತು	ಅಶೋಕ ಹೆಗಡೆ/ ಸುಮಂಗಲಾ
ಅಲಕ ತೀರ್ಥಹಳ್ಳಿ	ಈ ಕತೆಗಳ ಸಹವಾಸವೇ ಸಾಕು	ಕೇಶವ ಮಳಗಿ/ ಸುಮಂಗಲಾ
ಲೋಕೇಶ ಅಗಸನಕಟ್ಟೆ	ಹಟ್ಟಿಯೆಂಬ ಭೂಮಿಯ ತುಣುಕು	ಬೊಳುವಾರು
ವಿನಯಾ	ಊರ ಒಳಗಣ ಬಯಲು	ನೇಮಿಚಂದ್ರ
ಸಂದೀಪ ನಾಯಕ	ಗೋಡೆಗೆ ಬರೆದ ನವಿಲು	ಅಮರೇಶ ನುಗಡೋಣಿ
ಕಣಾದ ರಾಘವ	ಮೊದಲ ಮಳೆಯ ಮಣ್ಣು	ಕೆ. ಸತ್ಯನಾರಾಯಣ
ಬಸವಣ್ಣೆಪ್ಪಾ ಕಂಬಾರ	ಆಟಿಕೆ	ಕುಂ. ವೀರಭದ್ರಪ್ಪ
ಮೌನೇಶ ಬಡಿಗೇರ	ಮಾಯಾಕೋಲಾಹಲ	ಓ.ಎಲ್.ಎನ್. ಸ್ವಾಮಿ
ಪದ್ಮನಾಭ ಭಟ್	ಕೇಪಿನ ಡಬ್ಬಿ	ಎಂ. ಎಸ್. ಆಶಾದೇವಿ
ಶಾಂತಿ ಕೆ ಅಪ್ಪಣ್ಣ	ಮನಸು ಅಭಿಸಾರಿಕೆ	ಎಚ್.ಎಸ್.ಆರ್
ದಯಾನಂದ	ದೇವರು ಕಚ್ಚಿದ ಸೇಬು	ನಾ. ಡಿಸೋಜಾ
ಸ್ವಾಮಿ ಪೊನ್ನಾಚಿ	ಧೂಪದ ಮಕ್ಕಳು	ಎಂ. ಎಸ್. ಶ್ರೀರಾಮ್
ಶಶಿ ತರೀಕೆರೆ	ಡುಮಿಂಗ	ಲಲಿತಾ ಸಿದ್ಧಬಸವಯ್ಯ
ಛಾಯಾ ಭಟ್	ಬಯಲರಸಿ ಹೊರಟವಳು	ತಾರಿಣಿ ಶುಭದಾಯಿನಿ
ಕಾವ್ಯಾ ಕಡಮೆ	ಮಾಕೋನ ಏಕಾಂತ	ಟಿ.ಪಿ. ಅಶೋಕ

ಛಂದ ಪುಸ್ತಕ ಬಹುಮಾನ

ಪುಟ್ಟ ಪಾದದ ಗುರುತು - ಸುನಂದಾ ಪ್ರಕಾಶ ಕಡಮೆ - ₹ 130
ಈ ಕತೆಗಳ ಸಹವಾಸವೇ ಸಾಕು - ಅಲಕ ತೀರ್ಥಹಳ್ಳಿ - ₹ 60
ಹಟ್ಟಿಯೆಂಬ ಭೂಮಿಯ ತುಣುಕು - ಲೋಕೇಶ ಅಗಸನಕಟ್ಟೆ - ₹ 180
ಗೋಡೆಗೆ ಬರೆದ ನವಿಲು - ಸಂದೀಪ ನಾಯಕ - ₹ 60
ಮೊದಲ ಮಳೆಯ ಮಣ್ಣು - ಕಣಾದ ರಾಘವ - ₹ 140
ಆಟಿಕೆ - ಬಸವಣ್ಣೆಪ್ಪಾ ಕಂಬಾರ - ₹ 100
ಮಾಯಾಕೋಲಾಹಲ - ಮೌನೇಶ ಬಡಿಗೇರ - ₹ 165
ಕೇಪಿನ ಡಬ್ಬಿ - ಪದ್ಮನಾಭ ಭಟ್, ಶೇವ್ಕಾರ - ₹ 150
ಮನಸು ಅಭಿಸಾರಿಕೆ - ಶಾಂತಿ ಕೆ ಅಪ್ಪಣ್ಣ - ₹ 230
ದೇವರು ಕಚ್ಚಿದ ಸೇಬು - ದಯಾನಂದ - ₹ 140
ಧೂಪದ ಮಕ್ಕಳು - ಸ್ವಾಮಿ ಪೊನ್ನಾಚಿ - ₹ 130
ಡುಮಿಂಗ - ಶಶಿ ತರೀಕೆರೆ - ₹ 130
ಬಯಲರಸಿ ಹೊರಟವಳು - ಛಾಯಾ ಭಟ್ - ₹ 150
ಮಾಕೋನ ಏಕಾಂತ - ಕಾವ್ಯಾ ಕಡಮೆ - ₹ 130

ಕಥಾಸಂಕಲನ

ಶಕುಂತಳಾ - ಗುರುಪ್ರಸಾದ್ ಕಾಗಿನೆಲೆ - ₹ 80
ಜುಮುರು ಮಳೆ - ಸುಮಂಗಲಾ - ₹ 220
ಶಾಲಭಂಜಿಕೆ - ಡಾ. ಕೆ. ಎನ್. ಗಣೇಶಯ್ಯ - ₹ 180 (7ನೇ ಮುದ್ರಣ)
ಕಾರಂತಜ್ಜನಿಗೊಂದು ಪತ್ರ - ಸಚ್ಚಿದಾನಂದ ಹೆಗಡೆ - ₹ 150
ಹಕೂನ ಮಟಾಟ - ನಾಗರಾಜ ವಸ್ತಾರೆ - ₹ 80
ಕಾಲಿಟ್ಟಲ್ಲಿ ಕಾಲುದಾರಿ - ಸುಮಂಗಲಾ - ₹ 80
ಹುಲಿರಾಯ - ಕೀರ್ತಿರಾಜ್ - ₹ 80
ನಿರವಯವ - ನಾಗರಾಜ ವಸ್ತಾರೆ - ₹ 125
ಹನ್ನೊಂದನೇ ಅಡ್ಡರಸ್ತೆ - ಸುಮಂಗಲಾ - ₹ 170
ಗಾಳಿಗೆ ಮೆತ್ತಿದ ಬಣ್ಣ - ಕರ್ಕಿ ಕೃಷ್ಣಮೂರ್ತಿ - ₹ 180
ಕನ್ನಡಿ ಹರಳು - ಪದ್ಮನಾಭ ಭಟ್, ಶೇವ್ಕಾರ - ₹ 130
ಒಂದು ಚಿಟಿಕೆ ಮಣ್ಣು - ಲಕ್ಷ್ಮಣ ಬಾದಾಮಿ - ₹ 130
ಬಂಡಲ್ ಕತೆಗಳು - ಎಸ್ ಸುರೇಂದ್ರನಾಥ್ - ₹ 160
ದೇವರ ರಜಾ - ಗುರುಪ್ರಸಾದ್ ಕಾಗಿನೆಲೆ - ₹ 225 (2ನೇ ಮುದ್ರಣ)
ಕಟ್ಟು ಕತೆಗಳು - ಎಸ್ ಸುರೇಂದ್ರನಾಥ್ - ₹ 210
ಮಡಿಲು (ನೀಳ್ಗತೆ) - ನಾಗರಾಜ ವಸ್ತಾರೆ - ₹ 15
ತಿರಾಮಿಸು - ಶಶಿ ತರೀಕೆರೆ - ₹ 210
ತೊಟ್ಟು ಕ್ರಾಂತಿ - ಕಾವ್ಯಾ ಕಡಮೆ - ₹ 180
ಒಂದು ಬಾಗಿಲು ಮತ್ತು ಮೂರೂ ಚಿಲ್ಲರೆ ವರ್ಷಗಳು - ಶಾಂತಿ ಕೆ ಅಪ್ಪಣ್ಣ - ₹ 190

ಪ್ರಬಂಧ

ಪೂರ್ವ ಪಶ್ಚಿಮ - ಎಂ. ಆರ್. ದತ್ತಾತ್ರಿ - ₹ 80
ರಾಗಿಮುದ್ದೆ - ರಘುನಾಥ ಚ. ಹ. - ₹ 120
ಕುಟ್ಟವಲಕ್ಕಿ / ಗೊಜ್ಜವಲಕ್ಕಿ - ಪ್ರಶಾಂತ ಆಡೂರ - ₹ 170 / ₹ 170
ಕಿಲಿಮಂಜಾರೋ - ಪ್ರಶಾಂತ್ ಬೀಚಿ - ₹ 80
ಮಿಸಳ್ ಭಾಜಿ - ಭಾರತಿ ಬಿ ವಿ - ₹ 190
ನೀ ಮಾಯೆಯೊಳಗೋ... - ವಿಕ್ರಮ ಹತ್ವಾರ - ₹ 150
ಸಾವೆಂಬ ಲಹರಿ - ಗುರುಪ್ರಸಾದ ಕಾಗಿನೆಲೆ - ₹ 140
ವೈದ್ಯ, ಮತ್ತೊಬ್ಬ - ಗುರುಪ್ರಸಾದ ಕಾಗಿನೆಲೆ - ₹ 120
ಅಪ್ಪನ ರ್‍ಯಾಲೀಸ್ ಸೈಕಲ್ - ದರ್ಶನ್ ಜಯಣ್ಣ - ₹ 110
ಇಮೋಜಿ ಭಾಷೆ - ಕರ್ಕಿ ಕೃಷ್ಣಮೂರ್ತಿ - ₹ 150

ಅನುವಾದ

ದಿ ಚಾಯ್ಸ್ - ಈಡಿತ್ ಎವಾ ಎಗರ್ (ಜಯಶ್ರೀ ಭಟ್) - ₹ 280
ದೇಹವೇ ದೇಶ - ಗರಿಮಾ ಶ್ರೀವಾಸ್ತವ (ವಿಕ್ರಮ ವಿಸಾಜಿ) - ₹ 250
ಪರ್ಸೆಪೊಲಿಸ್- ಮಾರ್ಜಾನ್ ಸತ್ರಪಿ (ಪ್ರೀತಿ ನಾಗರಾಜ) - ₹ 395
ಗಾಳಿ ಪಳಗಿಸಿದ ಬಾಲಕ - ವಿಲಿಯಂ ಕಾಂಕ್ವಾಂಬಾ (ಕರುಣಾ ಬಿ ಎಸ್) - ₹ 320
ಅಮೋಸ್ ಫಾರ್ಚೂನ್ - ಎಲಿಝಬೆತ್ ಯೇಟ್ಸ್ (ಜಯಶ್ರೀ ಭಟ್) - ₹ 110
ನವ ಜೀವಗಳು - ವಿಲಿಯಂ ಡಾಲ್ರಿಂಪಲ್ (ನವೀನ ಗಂಗೋತ್ರಿ) - ₹ 250
ಮೈಕೆಲ್ ಕೆ - ಜೆ.ಎಂ. ಕುಟ್‌ಸೀ (ಸುನಿಲ್ ರಾವ್) - ₹ 170
ಲೇರಿಯೊಂಕ - ಹೆನ್ರಿ ಆರ್. ಓಲೆ ಕುಲೆಟ್ (ಪ್ರಶಾಂತ ಬೀಚಿ) - ₹ 140
ಅರೆಶತಮಾನದ ಮೌನ - ಯಾನ್ ರಫ್-ಓ’ಹರ್ನ್ (ಅರುಣ್) - ₹ 310
ಪರ್ವತದಲ್ಲಿ ಪವಾಡ - ನ್ಯಾಂಡೊ ಪರಾಡೊ (ಸಂಯುಕ್ತಾ ಪುಲಿಗಲ್) - ₹ 340
ಚಂದಿರ ಬೇಕೆಂದವನು - ಮಿಮಿ ಬೇರ್ಡ್ (ಪ್ರಜ್ಞಾ ಶಾಸ್ತ್ರಿ) - ₹ 180
ಬಂಡೂಲ - ವಿಕಿ ಕಾನ್‌ಸ್ಟಂಟೇನ್ ಕ್ರುಕ್ (ರಾಜ್ಯಶ್ರೀ ಕುಳಮರ್ವ) - ₹ 425
ರೆಬೆಲ್ ಸುಲ್ತಾನರು - ಮನು ಎಸ್ ಪಿಳ್ಳೈ (ಸಂಯುಕ್ತಾ ಪುಲಿಗಲ್) - ₹ 420
ಫಾಲೋಯಿಂಗ್ ಫಿಶ್ - ಸಮಂತ್ ಸುಬ್ರಮಣಿಯನ್ (ಸಹನಾ ಹೆಗಡೆ) - ₹ 280
ಜಗವ ಚುಂಬಿಸು - ಸುಬ್ರೊತೋ ಬಾಗ್ಚಿ (ವಂದನಾ ಪಿ ಸಿ) - ₹ 240
ಪರ್ದಾ ಅಂಡ್ ಪಾಲಿಗಮಿ - ಇಕ್ಬಾಲುನ್ನೀಸಾ ಹುಸೇನ್ (ದಾದಾಪೀರ್) - ₹ 380
ವಾಡಿವಾಸಲ್ - ಚಿ. ಸು. ಚೆಲ್ಲಪ್ಪ (ಸತ್ಯಕಿ) - ₹ 100
ನಾಲ್ಕನೇ ಎಕರೆ - ಶ್ರೀರಮಣ (ಅಜಯ್ ವರ್ಮಾ ಅಲ್ಲೂರಿ) - ₹ 100
ಮಾವೋನ ಕೊನೆಯ ನರ್ತಕ - ಲೀ ಕ್ವಿನ್‌ಶಿಂಗ್ (ಜಯಶ್ರೀ ಭಟ್) - ₹ 340
ಕೋಬಾಲ್ಟ್ ಬ್ಲೂ - ಸಚಿನ್ ಕುಂಡಲ್‌ಕರ್ (ಸಪ್ನಾ ಕಟ್ಟಿ) - ₹ 150
ವಿದ್ಯಾವಂತ ವೇಶ್ಯೆಯ ಆತ್ಮಕಥೆ - ಮಾನದಾ ದೇವಿ (ನಾಗ ಹುಬ್ಳಿ) - ₹ 240
ದಿ ಲೈಟ್‌ಹೌಸ್ ಫ್ಯಾಮಿಲಿ - ಫಿರಾತ್ ಸುನೇಲ್ (ಮಾಧುರಿ ಕುಲಕರ್ಣಿ) - ₹ 230
ನನ್ನ ತಂಗಿ ಈಡಾ - ಕಾರೊಲೀನ ವಾಲ್ (ಹರ್ಷ ರಘುರಾಮ್) - ₹ 260
ಸತ್ತವರ ಸೊಲ್ಲು - ಆಶುತೋಷ್ ಭಾರದ್ವಾಜ್ (ಕಾರ್ತಿಕ್ ಆರ್.) - ₹ 380

ವಸುಧೇಂದ್ರ

ಮನೀಷೆ - ಕತೆಗಳು - ₹ 120 (8ನೇ ಮುದ್ರಣ)
ಯುಗಾದಿ - ಕತೆಗಳು - ₹ 190 (9ನೇ ಮುದ್ರಣ)
ಚೇಳು - ಕತೆಗಳು - ₹ 120 (8ನೇ ಮುದ್ರಣ)
ಹಂಪಿ ಎಕ್ಸ್‌ಪ್ರೆಸ್ - ಕತೆಗಳು - ₹ 195 (9ನೇ ಮುದ್ರಣ)
ಮೋಹನಸ್ವಾಮಿ - ಕತೆಗಳು - ₹ 270 (8ನೇ ಮುದ್ರಣ)
ವಿಷಮ ಭಿನ್ನರಾಶಿ - ಕತೆಗಳು - ₹ 280 (4ನೇ ಮುದ್ರಣ)
ಕೋತಿಗಳು - ಪ್ರಬಂಧ - ₹ 120 (8ನೇ ಮುದ್ರಣ)
ನಮ್ಮಮ್ಮ ಅಂದ್ರೆ ನಂಗಿಷ್ಟ - ಪ್ರಬಂಧ - ₹ 100 (28ನೇ ಮುದ್ರಣ)
ರಕ್ಷಕ ಅನಾಥ - ಪ್ರಬಂಧ - ₹ 110 (5ನೇ ಮುದ್ರಣ)
ವರ್ಣಮಯ - ಪ್ರಬಂಧ - ₹ 225 (7ನೇ ಮುದ್ರಣ)
ಐದು ಪೈಸೆ ವರದಕ್ಷಿಣೆ - ಪ್ರಬಂಧ - ₹ 280 (5ನೇ ಮುದ್ರಣ)
ಹರಿಚಿತ್ತ ಸತ್ಯ - ಕಾದಂಬರಿ - ₹ 200 (6ನೇ ಮುದ್ರಣ)
ತೇಜೋ-ತುಂಗಭದ್ರಾ - ಕಾದಂಬರಿ - ಉತ್ತಮ/ಸಾದಾ (₹ 500/₹ 450) (17ನೇ ಮುದ್ರಣ)
ಮಿಥುನ - ಶ್ರೀರಮಣರ ಕತೆಗಳು - ₹ 135 (8ನೇ ಮುದ್ರಣ)
ಎವರೆಸ್ಟ್ - ಜಾನ್ ಕ್ರಾಕೌರ್ - ₹ 420 (4ನೇ ಮುದ್ರಣ)
ರೇಷ್ಮೆ ಬಟ್ಟೆ - ಕಾದಂಬರಿ - ₹ 450

ಕಾದಂಬರಿ

ಎನ್ನ ಭವದ ಕೇಡು - ಎಸ್ ಸುರೇಂದ್ರನಾಥ್ - ₹ 75
ನ್ಯಾಸ - ಹರೀಶ ಹಾಗಲವಾಡಿ - ₹ 470
ಗುಣ - ಗುರುಪ್ರಸಾದ್ ಕಾಗಿನೆಲೆ - ₹ 150
ದ್ವೀಪವ ಬಯಸಿ - ಎಂ. ಆರ್. ದತ್ತಾತ್ರಿ - ₹ 320
ತಾರಾಬಾಯಿಯ ಪತ್ರ - ದತ್ತಾತ್ರಿ ಎಂ ಆರ್ - ₹ 160
ಅಗೆದಷ್ಟೂ ನಕ್ಷತ್ರ - ಸುಮಂಗಲಾ - ₹ 230
ಪ್ರಿಯೇ ಚಾರುಶೀಲೆ - ನಾಗರಾಜ ವಸ್ತಾರೆ - ₹ 380
ಋಷ್ಯಶೃಂಗ - ಹರೀಶ ಹಾಗಲವಾಡಿ - ₹ 160
ಅಂತು - ಪ್ರಕಾಶ ನಾಯಕ್ - ₹ 200
ಚುಕ್ಕಿ ಬೆಳಕಿನ ಜಾಡು - ಕರ್ಕಿ ಕೃಷ್ಣಮೂರ್ತಿ - ₹ 200
ದೀಪವಿರದ ದಾರಿಯಲ್ಲಿ - ಸುಶಾಂತ್ ಕೋಟ್ಯಾನ್ - ₹ 160
ದಾರಿ - ಕುಸುಮಾ ಆಯರಹಳ್ಳಿ - ₹ 395
ಬರೀ ಎರಡು ರೆಕ್ಕೆ - ಸುನಂದಾ ಪ್ರಕಾಶ ಕಡಮೆ - ₹ 260

ಕವಿತೆ

ಮದ್ಯಸಾರ - ಅಪಾರ - ₹ 90
ಪೂರ್ಣನ ಗರಿಗಳು - ಪೂರ್ಣಪ್ರಜ್ಞ - ₹ 70
ಹಲೋ ಹಲೋ ಚಂದಮಾಮ - ರಾಧೇಶ ತೋಳ್ಪಾಡಿ - ₹ 50

ಪದಚರಿತೆ

ಸರಿಗನ್ನಡಂ ಗೆಲ್ಗೆ - ಅಪಾರ - ₹ 390